Arkitektúr á Íslandi

Entdecke Islands Architektur

Discover Icelandic Architecture

Handa / Für / For
Stefan

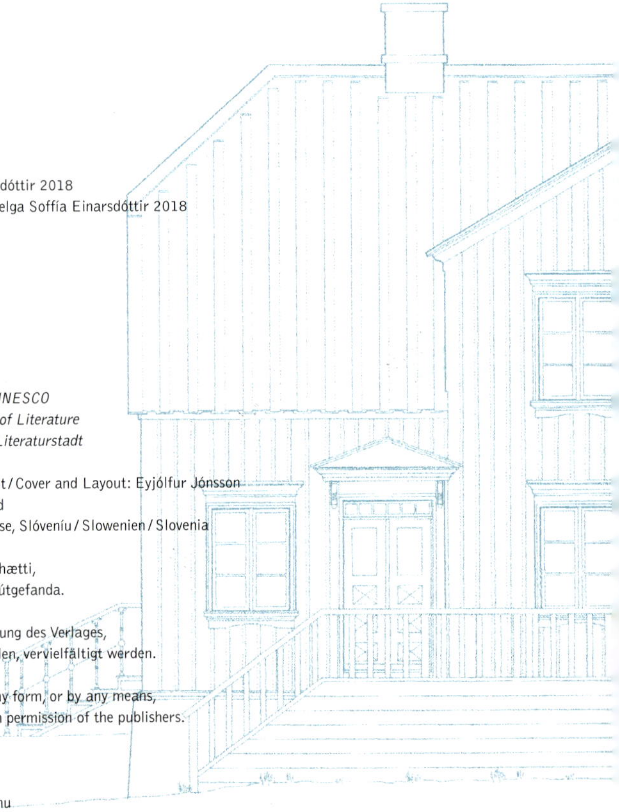

Arkitektúr á Íslandi
Discover Icelandic Architecture
Entdecke Islands Architektur

© Birgit Abrecht 2018
Íslensk þýðing © Elísa Björg Þorsteinsdóttir 2018
English translation © Anna Yates og Helga Soffía Einarsdóttir 2018

Mál og menning
Reykjavík 2018

Gefin út í Reykjavík, bókmenntaborg UNESCO
Published in Reykjavík, UNESCO City of Literature
Veröffentlicht in Reykjavík, UNESCO Literaturstadt

Kápa og umbrot / Umschlag und Layout / Cover and Layout: Eyjólfur Jónsson
Kort / Karten / Maps: Jean-Pierre Biard
Prentvinnsla / Druck / Printing: Almarose, Slóveníu / Slowenien / Slovenia

ISBN 978-9979-3-3948-9

Mál og menning er hluti af ◊ Forlaginu
Mál og menning is an imprint of ◊ Forlagið
Mál og menning ist ein Imprint von ◊ Forlagið

www.forlagid.is

Birgit Abrecht

Arkitektúr á Íslandi

Entdecke Islands Architektur

Discover Icelandic Architecture

MÁL OG MENNING

4

Efnisyfirlit

Inhalt

Contents

Formáli annarrar útgáfu

Frá því fyrsta útgáfa þessa rits kom út sumarið 2000 hafa risið á Íslandi allmargar framúrskarandi byggingar sem lýst er í þessari bók. Sömuleiðis áttu sér á þessum tíma stað ánægjulegar breytingar í einkalífi höfundar: Að hausti útkomuársins eignuðumst við lítið hús á Vestfjörðum sem varð okkur fljótlega annað heimili. Það var mér því sérlega mikill heiður að taka saman þessa nýju og auknu útgáfu. Í bókinni er lýst alls 170 byggingarsögulega mikilvægum mannvirkjum um land allt. Þar sem ritið er í handhægu broti og textinn á þremur tungumálum er það fullkominn leiðarvísir fyrir íslenska ferðalanga jafnt sem erlendra gesti.

Útkoma bókarinnar hefði verið óhugsandi án vinsamlegs stuðnings eftirgreindra arkitektastofa, ljósmyndara, eigenda, umsjónarfólks og annarra einstaklinga og ég vil hér votta þeim innilegar þakkir. Einkum þakka ég Pétri Ármannssyni fyrir faglega ráðgjöf hans og sömuleiðis Sigurði Svavarssyni og Agli Erni Jóhannssyni fyrir frábært samstarf. Sérlegar þakkir fá líka Gernot Grimm fyrir vinnslu teikninganna og börnin mín, Leon og Britt Abrecht, fyrir hjálp við texta og myndir. Síðast en ekki síst þakka ég allri fjölskyldu minni sem stóð með mér og aðstoðaði mig við gerð þessarar bókar!

Birgit Abrecht, í janúar 2017

Anna Margrét Árnadóttir
Ari Már Lúðvíksson
Árni Ólafsson
   Akureyrarbær, skipulagsdeild
Ásthildur Þórðardóttir
Auður Hrönn Guðmundsdóttir
Beate Eberhardt
Birgitta Thorsteinson
Britt Abrecht
Dennis Gilbert
   View
Díana Jóhannsdóttir
   Visit Westfjords
Einar Pálsson
Finnur Birgisson
Gernot Grimm
Guðbrandur Benediktsson
   Borgarsögusafn Reykjavíkur
Guðmundur Lúther Hafsteinsson
   *Húsasafn Þjóðminjasafns
   Íslands*
Halldór Sveinbjörnsson
Haraldur Helgason
   Þjóðminjasafn Íslands
Haraldur Sigurðsson
   *Aðal- og svæðisskipulag
   Reykjavíkurborgar*
Helga Ingeborg Hausner
   *Ísafjörður Guide - Natural and
   Cultural Walks*

Heimir Hansson
   Upplýsingamiðstöð Vestfjarða
Hermann Jóhannesson
   Menntamálaráðuneytið
Hringur Hafsteinsson
   Gagarín
Hörður Ágústsson
Jörg Sutter
Jürgen Eberhardt
Kirsten Nittel
Kjartan Árnason
Kristín Halla Baldvínsdóttir
   *Ljósmyndasafn Þjóðminjasafns
   Íslands*
Kristín Jóhannsdóttir
   Eldheimar
Kristján Ingólfsson
Kristján Sigfússon
Leon Abrecht
Lilja Pálmadóttir
Magnús Skúlason
   Húsafriðunarnefnd ríkisins
Margrét Gylfadóttir
Nanne Springer
Nikulás Úlfar Másson
   *Byggingarfulltrúi
   Reykjavíkurborgar*
Orri Vésteinsson
   Fornleifastofnun Íslands
Padrig McManamon

Pétur H. Ármannsson
   Minjastofnun Íslands
Ragnar Hólm Ragnarsson
   Akureyrarbær
Sigrún Guðjónsdóttir
Sigrún Guttormsdóttir Þormar
   Snorrastofa
Sigurjón Ólafsson
   Siglingastofnun
Stefán Þór Steindórsson
   Akraneskaupstaður
Stefanía Stefánsdóttir
   Fuglasafn Sigurgeirs
Steffen Bischoff
Svanur Eiríksson
Tanja Weickert
Una Sóley Stefánsdóttir
Þórdís Mjöll Jónsdóttir
   *Byggingarfulltrúi
   Reykjavíkurborgar*
Þuríður Elísa Harðardóttir
   Minjastofnun Íslands

Vorwort zur zweiten Auflage

Seit dem Erscheinen der ersten Auflage des Architekturführers im Sommer 2000 sind einige herausragende Gebäude errichtet worden. Eine Auswahl davon habe ich in diesem Buch ergänzt. Auch privat gab es seither positive Veränderungen, denn im Herbst 2000 wurden wir Eigentümer eines kleinen Hauses in den Westfjorden, das schnell unser zweites Zuhause wurde. Umso mehr war es für mich eine große Ehre, diese erweiterte Auflage des Architekturführers zu erstellen.

Insgesamt sind in diesem Buch 170 architekturgeschichtlich relevante Gebäude aus ganz Island beschrieben. Aufgrund des handlichen Formates und Texten in drei Sprachen ist es ein perfekter Reisebegleiter für Isländer genauso wie für internationale Gäste.

Mein besonderer Dank gilt allen Architekturbüros, Fotografen, Eigentümern, Verwaltern, Institutionen und nebenstehenden Einzelpersonen, insbesondere: Pétur Ármannsson, der mich mit seinem fachkundigen Rat unterstützte, Sigurður Svavarsson und Egill Örn Jóhannsson für die tolle Zusammenarbeit, Gernot Grimm für die Aufbereitung der Pläne und meinen Kindern Leon und Britt Abrecht für die Unterstützung bei Texten und Bildern.

Herzlich danken möchte ich auch meiner Familie, die mir bei diesem Buch hilfreich zur Seite stand!

Birgit Abrecht, im Januar 2017

Foreword to the Second Edition

Since the publication of the first edition of this book in the summer of 2000, several exceptional buildings have been constructed in Iceland, and they are described within these pages. At the same time, my private life underwent some pleasing changes: In the autumn of the publication year we acquired a little house in the West Fjords of Iceland that soon became our second home. It was therefore a great honour for me to oversee and edit this new and augmented edition. The book describes a total of 170 historically important architectural constructions all over the country. As this edition comes in a practical format and in three languages, it is the perfect guide for Icelandic and foreign travellers alike.

This publication would have been impossible without the benevolent support of the following architect firms, photographers, proprietors, caretakers, and other individuals, and I would like to extend my heartfelt thanks to them all. Furthermore, I would like to thank Pétur Ármannsson for his professional advice, and Sigurður Svaravarsson and Egill Örn Jóhannsson for a great collaboration. Special thanks also go out to Gernot Grimm for image processing, and to my children, Leon and Britt Abrecht, for assistance with texts and images. Last but not least, I would like to thank my entire family for standing by me and helping me in the making of this book!

Birgit Abrecht, January 2017

Laufás í Eyjafirði
Laufás, Eyjafjörður

Íslensk byggingarlist

Íslensk byggingarhefð er ólík flestum öðrum. Landið er að mestu myndað af gosbergi og því er hér hvorki nýtanlegum leir til að dreifa né auðvinnanlegum steini. Timbur þarf að flytja inn og það var ekki fyrr en steinsteypa kom til sögunnar, snemma á 20. öld, sem tækifæri gafst til að reisa varanlegar byggingar úr innlendum efniviði.

Aðlögun erlendra hugmynda að innlendum aðstæðum hefur verið rauði þráðurinn í íslenskri byggingarsögu. Fyrstu landnámsmennirnir fluttu með sér aðferðir til að byggja hús úr torfi, viði og grjóti sem þróuðust smám saman í séríslenska byggingarhefð. Annað dæmi er notkun bárujárns til útveggjaklæðningar á húsum. Íslenskir smiðir um síðustu aldamót nýttu sér þetta hráa iðnaðarefni frá Englandi til þess að laga skandinavíska timburhúsahefð að óblíðri veðráttu landsins. Er það gott dæmi um hvernig ákveðin blanda af áhrifum úr ólíkum áttum getur ákvarðað yfirbragð staðbundinnar hefðar í byggingarlist.

Sú staðreynd að íslenskir arkitektar hafa þurft að afla sér menntunar á mörgum stöðum erlendis skýrir ef til vill fjölbreytnina í íslenskri húsagerð á seinni árum. Þetta má skoða jafnt sem höfuðstyrk hennar og mesta brest. Finna má stakar byggingar í háum gæðaflokki en bæi og hverfi skortir yfirleitt þann heildarsvip sem er á stöðum þar sem byggingarhefðin er einsleitari. Að þessu leyti má segja að manngert umhverfi á Íslandi endurspegli skapgerð íbúanna, sterka einstaklingsvitund þeirra og útþrá.

Pétur H. Ármannsson

Architektur in Island

Architecture in Iceland

Island hat eine Bautradition, die sich von der Tradition der meisten anderen Länder unterscheidet. Aufgrund ihres vulkanischen Ursprungs besitzt die Insel weder geeigneten Lehm zur Ziegelherstellung noch einfach zu bearbeitenden Stein. Holz muss importiert werden, und erst mit dem Aufkommen des Betons im frühen 20. Jahrhundert konnte man dauerhafte Konstruktionen aus örtlich vorhandenem Material herstellen. Die Anpassung ausländischer Ideen an die lokalen Bedingungen war in der isländischen Architektur ein fortwährendes Thema. Die ersten Siedler brachten die ihnen bekannte Bauweise mit, die Häuser aus Erde, Holz und Steinen zu errichten, was sich zu einer einheimischen Bauweise entwickelte. Ein anderes Beispiel ist die Verwendung von Wellblech aus England als äußere Verkleidung zum Schutz der Häuser vor den extremen Wetterbedingungen an den Küsten Islands. Die geschickte Anwendung dieses rohen Materials zur Anpassung der skandinavischen Holzarchitektur an die isländischen Bedingungen zeigt, wie eine Mischung von Einflüssen die architektonische Identität eines Ortes bilden kann. Die Tatsache, daß sich die isländischen Architekten an verschiedenen Orten im Ausland ausbilden lassen mussten, könnte die Erklärung sein für die vielfältigen Ansätze in der neuen isländischen Architektur. Das kann sowohl als Stärke und Schwäche betrachtet werden. Man findet einzelne Gebäude auf hohem architektonischem Niveau, jedoch lassen Städte und Regionen zumeist die Harmonie vermissen, die man an Orten mit Bautradition findet. In dieser Hinsicht spiegelt die Architektur in Island den Charakter seiner Bewohner wider, ihre Individualität und ihren Drang ins Ausland zu schauen.

Pétur H. Ármannsson

Iceland has a tradition of building that differs from most other countries. Due to its volcanic origin, the island possesses neither suitable clay for brickmaking nor easily workable rock for stone cutting. Wood has to be imported and it was only with the introduction of concrete early in the 20th century that there was a suitable method to make lasting constructions out of local materials.

The adaptation of foreign ideas to suit local conditions has been an ongoing theme in Icelandic architecture. The first settlers brought with them a method of building houses out of soil, wood and uncut stone, which gradually developed into a vernacular tradition. Another example is the use of corrugated metal from England as exterior cladding to protect houses from the extreme weather of coastal Iceland. The skilful application of this rough, industrial material to adapt the Scandinavian wood building tradition to conditions in Iceland indicates how a particular mix of influences from different directions can constitute the architectural identity of a place.

The fact that Icelandic architects have had to seek their eduacation in various places abroad might explain the diversity of approaches apparent in recent Icelandic architecture. This may be seen as both its main strength and weakness. One can find individual buildings of high architectural standard but towns and districts generally lack the harmony found in places where there is a more uniform tradition of building. In this sense, the man-made environment in Iceland reflects the character of its people, their strong sense of individualism and urge to look abroad.

Pétur H. Ármannsson

Íslensk byggingarlistasaga

Íslenski torfbærinn

Landnám Íslands hófst á síðari hluta 9. aldar þegar víkingaöld stóð sem hæst. Landnámabók greinir frá því að flestir landnámsmenn hafi komið frá vesturströnd Noregs. Þeir fluttu með sér þekkingu á byggingartækni að heiman og í Noregi má finna heimildir frá nýsteinöld (160–400 e.Kr.) um þá tegund bygginga sem er fyrirmynd að húsum víkingatímans á Íslandi.

Bæjarhús víkingaaldar var ílangt torfhús, langhús, sem nefndist *skáli* (A), að jafnaði um 30 m langt og 6 m breitt, hliðarveggirnir lítið eitt sveigðir og eldstaður í miðju [A1]. Framan af var herbergið aðeins eitt, á misháu gólfi, þar sem heimilisfólk vann á daginn og svaf á nóttunni. Seinna var þessari vistarveru skipt með milliveggjum í aðskilin rými.

Við lok víkingaaldar hófst þróun sem

(B) [A3]. Síðar bættust sérstakt *eldhús* (C) og gufubað, *baðstofa* (D) [A4], við torfbæinn, hugsanlega á 14. öld. Á síðara helmingi

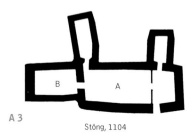

A 3

Stöng, 1104

14. aldar var inngangurinn færður og staðsettur milli skála og *stofu* [A5]. Við þetta varð til nýtt sérkenni íslenskra bæja, göngin, en út frá þeim beggja vegna lágu hinar ýmsu vistarverur.

A 1

Ísleifsstaðir

A 4

Gröf, 1362

hélt hefðbundnum grunnformum til haga en leiddi eigi að síður af sér sjálfstæð byggingarform sem eru dæmigerð fyrir Ísland. Þegar á 10. öld bættust útbyggingar við langhúsið aftanvert, yfirleitt 2–3 herbergi saman [A2]. Á 11. öld var síðan fleiri rýmum í aðgreindum álmum bætt við bakhlið skálans og við enda hans reis nýtt herbergi, *stofa*

A 5

Forna Lá

A 2

Stallakot

Þessi tegund þróaðist síðan fram á 15. öld í hinn eiginlega *gangabæ*, þar sem gengið var inn í öll herbergi af löngum gangi í húsinu miðju [A6]. Fyrir enda ganganna voru ennfremur 2–3 samliggjandi herbergi, þar á meðal baðstofan, en vegna vaxandi eldiviðarskorts á 18. öld varð hún helsti íverustað-

Islands Architekturgeschichte

Icelandic Architectural History

Das isländische Torfhaus

Die Besiedelung Islands begann im späten 9. Jahrhundert, zum Höhepunkt des Wikinger-Zeitalters. Das „Buch der Besiedelung" Landnámabók sagt aus, dass die meisten Siedler von der Westküste Norwegens kamen. Sie brachten ihre Bautechniken aus dem Heimatland mit, und der Gebäudetyp, der Vorbild ist für das wikingerzeitliche Haus in Island, kann für die Jüngere Eisenzeit (160–400 n.Chr.) in Norwegen belegt werden. Das Bauernhaus im Wikinger-Zeitalter war ein längliches Torfgebäude, genannt Langhaus, *skáli* (A), im Mittel etwa 30 m lang und 6 m breit, mit leicht konvexen Seitenwänden und einer Feuerstelle in der Mitte [A1]. Es bestand zunächst aus einem Raum auf verschiedenen Ebenen, in dem die Familienmitglieder tagsüber arbeiteten und nachts schliefen, und der später durch Trennwände in unterschiedliche Bereiche aufgeteilt wurde. Mit dem Ende der Wikingerzeit begann eine Entwicklung, die traditionelle Grundelemente wahrte, jedoch eigenständige, für Island typische Hausformen hervorbrachte. Noch im Laufe des 10. Jahrhunderts erhielt das Langhaus Anbauten an der Rückseite, meist 2–3 Räume in einem Block [A2]. Im 11. Jahrhundert erschienen dann die zusätzlichen Räume in separaten Flügeln auf der Rückseite, und am Ende des Langhauses fügte man einen neuen Raum hinzu, die Wohnstube, *stofa* (B) [A3]. Die Torfgehöfte erhielten möglicherweise im 14. Jahrhundert erstmals einen separaten Kochraum, *eldhús* (C), und eine Dampfbadstube, *baðstofa* (D) [A4]. In der 2. Hälfte des 14. Jahrhunderts wurde der Eingang so verlegt, dass er zwischen Langhaus und Wohnstube lag [A5].

Dies führte zu einem neuen Merkmal, einer gangartigen Passage, um die sich zu beiden Seiten Räume gruppierten. Bis

The Turf House

The settlement of Iceland began in the second half of the 9th century, at the peak of the Viking Age. According to Landnámabók (the Book of Settlements), most of the settlers came from the west coast of Norway. They brought with them their knowledge of building technique, and in Norway relics exist from the New Stone Age (AD160–400) of buildings which were the prototype of Iceland's Viking-Age houses. The house of the Viking Age was an oblong turf building, a longhouse or *skáli* (A), normally about 30m long and 6m wide, with slightly convex longitudinal walls, and a central hearth in the middle [A1]. Originally, the home consisted of a single room, with a floor that was partially raised, where the household worked during the day and slept at night. This space was subsequently divided up into smaller units by walls. At the end of the Viking Age, a new stage of evolution began, which maintained the original base plan but nonetheless led to a new architectural form, which was to become typical for Iceland. As early as the 10th century, buildings were being added on to the back of the longhouse, usually comprising 2–3 rooms [A2]. In the 11th century, more units were added as separate annexes. At the end of the longhouse, a new room was added, the *stofa* (B) [A3]. Later, perhaps in the 14th century, a kitchen (C) and steam room or *baðstofa* (D) [A4] were added to the turf house. In the second half of the 14th century the entrance was moved to between the longhouse and the stofa [A5]. This resulted in a new feature of the Icelandic house, the passage with the different rooms on each side.

This type of house developed in the 15th century into the true *gangabær* or passage farmhouse, where a long central passage provided access to all the parts of the house

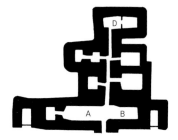

[A8]. Í einni tillögunni er öllum vistarverum komið fyrir í þremur samsíða byggingum, en stafnar þeirra allra, reisulegir viðargaflar, snúa að hlaðinu. Þessi gerð bæjarhúsa kallast hin „sunnlenska" [A9]. Ytra útlit bæj-

A 6   Glaumbær, 1681

ur heimafólks og tók þannig við því hlutverki sem skálinn hafði gegnt áður. Þessi húsaskipan var áfram ríkjandi á

A 9   Stóri Nýibær, ~1900

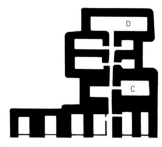

A 7   Glaumbær, 1890

Norðurlandi og síðasta þróunarstig hennar er *burstabærinn*, en þar er fremri herbergjum snúið í 90° og gaflar þeirra vita fram á hlaðið [A7]. Á Suðurlandi var þróunin með öðrum hætti: Guðlaugur Sveinsson prófastur birti í Riti Lærdómslistafélagsins 1791 tillögur og teikningar að nýrri gerð bæja

anna var því hvarvetna mjög svipað þrátt fyrir mismunandi grunnmynd.

Eftir að margar torfbyggingar á Suðurlandi höfðu eyðilagst í jarðskjálfta árið 1896 voru ný hús einkum byggð úr timbri og því hafa aðeins fá torfhús varðveist fram á þennan dag. Þau eru einu dæmin um þessa athyglisverðu byggingaraðferð sem var á sínum tíma til komin af viðarskorti. Utan Íslands er rústir torfhúsa einungis að finna á Grænlandi.

Bygging torfhúsa fylgdi föstum hefðum: Fyrst voru útveggirnir reistir, síðan innri trégrindin fyrir þakið. Útveggirnir voru gerðir

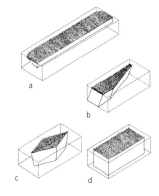

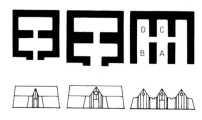

A 8   Guðlaugur Sveinsson, 1790   **A 10**   Torf

ins 15. Jahrhundert entwickelte sich diese Hausform zum eigentlichen Ganghaus, *gangabær*, in dem alle Räume von einem langen zentralen Gang aus erschlossen wurden [A6]. Am Ende des Ganges erschien blockartig eine weitere Anzahl von 2–3 Räumen, dabei die Dampfbadstube, die sich aufgrund des zunehmenden Mangels an Brennholz im 18. Jahrhundert zum hauptsächlichen Aufenthaltsraum entwickelt hatte und somit die frühere Rolle des Langhauses übernahm. Diese Anordnung blieb im Norden Islands vorherrschend und entwickelte sich in der letzten Entwicklungsstufe zum sogenannten Giebelhof *burstabær*, bei welchem die vorderen Räume um 90 Grad gedreht und mit Giebeln zur Hofseite ausgestattet waren [A7]. Die Entwicklung in Südisland ging in eine andere Richtung: Der Dekan Guðlaugur Sveinsson veröffentlichte im Jahr 1791 in der Zeitschrift *Lærdómsritin* Vorschläge für eine neue Gestalt der Bauernhäuser mit Zeichnungen [A8]. In einem der Vorschläge wurden sämtliche Räume auf 3 giebelständige, aneinandergereihte Gebäude mit eindrucksvollen hölzernen Giebeln verteilt. Diese Bauart ist als „südlicher Stil" bekannt [A9]. Die äußere Gestalt der Bauernhäuser war sich also trotz unterschiedlicher Grundrisse sehr ähnlich. Nach der Zerstörung vieler Torfbauten im Südland durch Erdbeben im Jahr 1896 wurden die neuen Häuser überwiegend aus Holz gebaut, so dass heute nur noch wenige Gebäude aus Torf erhalten sind. Diese sind die einzigen erhaltenen Beispiele dieser bemerkenswerten Bautechnik, die seinerzeit aufgrund des begrenzten Waldbestandes das Holzhaus verdrängte. Außerhalb Islands sind lediglich noch in Grönland Ruinen von Torfhäusern zu finden. Die Konstruktion der Torfgebäude entsprach der traditionellen Bauweise: Zunächst erstellte man die Außenwände, dann das innere Holzgerüst für das Dach. Die Außenwände wurden aus

[A6]. At the end of the passage were 2–3 interconnected rooms, including the baðstofa. Due to lack of fuel for heating in the 18th century, the baðstofa gradually became the most-used part of the house, taking over the role of the old longhouse. This form of house remained predominant in the north. Its final form was the *burstabær* or gabled farmhouse, in which the rooms in the front part of the house are turned by 90°, with the gables forming the house's facade [A7]. In the south, houses developed differently; in 1791 Dean Guðlaugur Sveinsson published in Rit Lærdómslistafélagsins his proposals and drawings for a new form of house [A8]. In one proposed plan, all rooms are arranged within three parallel units, with their impressive wooden gables facing forwards. This form of house was called the "southern" type [A9]. The exterior appearance of the houses was, however, similar in all regions, in spite of their varying interior plans.

After many turf houses in south Iceland were destroyed in an earthquake in 1896, new buildings were largely constructed of wood, and hence few turf houses have survived to the present day. They are the only examples of this interesting method of construction, originally invented as a substitute for timber construction due to a lack of wood for building in Iceland. Outside Iceland, remains of turf houses have been found only in Greenland. Strong traditions applied to the construction of turf houses: first the exterior walls were built, then the interior wooden frame for the roof. The exterior walls were built of turf, rock or a combination of the two. Turf walls were built either of bog turf, which was denser and harder, or grass turf, which was drier and more loamy. The turf pieces were of varying shapes, depending on how they were cut [A10]. e.g. long strips, *strengur* (a), wedge-shaped *klömbruhnaus* (b), diamond-shaped

A 11   Skáli

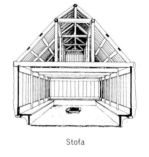

A 12   Stofa

úr torfi, grjóti eða hvoru tveggja. Í torfvegg-
ina var notað annaðhvort mýrartorf, sem var
fastara í sér og þéttara, eða valllendistorf,
þurrara og moldarbornara. Torfurnar voru
mismunandi að lögun og fór það eftir því
hvernig þær voru ristar [A10], t. d. *streng-
ur* (a), *klömbruhnaus* (b), *snidda* (c) eða
kvíahnaus (d). Steinveggir fengu moldar-
lag til frekari hitaeinangrunar, voru helm-
ingi þykkari en torfveggir og auðveldari í
hleðslu. Skipan herbergja innandyra fór eftir
stærð þeirra og nýtingu. Útihús voru ekki
eins vönduð að gerð og íbúðarhúsin; skáli og
baðstofa voru þiljuð.

Trégrindin, sem var gerð úr rekaviði eða
innfluttum byggingarviði, var framan af
stafverk [A11, A12], en á 18. öld tók *bind-
ingsverkið* við af því. Þök voru upphaflega

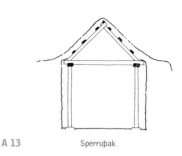

A 13   Sperruþak

ásaþök en seinna einnig *sperruþök* [A13];
þekjan var ýmist úr steinhellum eða tróði.
Gólfhellur úr steini var aðeins að finna í
bæjardyrum og fjósi, sem og í kirkjum. Þessi
einstaka byggingarhefð lifir enn á Íslandi og
hugsanlega er hún merkasta framlag lands-
ins til byggingarlistar heimsins.

Torf, Stein oder Torf und Stein hergestellt. Für Torfwände verwendete man entweder den festen und dichteren Sumpflandtorf oder den trockenen, erdigen Weidelandtorf. Die Torfstücke (Soden) hatten je nach Art des Ausstechens unterschiedliche Formen [A10], wie z. B. Streifensoden, *strengur* (a), Klampsoden, *klömbruhnaus* (b), Brockensoden, *snidda* (c) oder Pferchsoden, *kvíahnaus* (d). Steinwände erhielten Erdschichten zur besseren Wärmedämmung, waren doppelt so dick und leichter zu erstellen als Torfwände. Die Struktur der Innenräume war abhängig von deren Größe und Funktion. Nebengebäude waren weniger gut ausgebaut als Wohnräume, das Langhaus und die Wohnstube waren verschalt. Die aus Treibholz oder importiertem Holz erstellte Holzkonstruktion war ursprünglich eine Stabkonstruktion [A11, A12], die im 18. Jahrhundert von der Holzrahmenkonstruktion abgelöst wurde. Das Dach wurde zunächst als Pfettendach, später auch als Sparrendach, *sperruþak,* [A13] gebaut und entweder mit Steinplatten oder Reisig belegt. Die Böden waren nur im Eingangsbereich des Bauernhauses, im Stall oder auch in Kirchen mit Steinplatten belegt. Diese einmalige Bautradition ist heute noch in Island lebendig und möglicherweise ist sie Islands bedeutendster Beitrag zur Weltarchitektur.

snidda (c) or rectangular *kvíahnaus* (d). Walls built of stone had an extra layer of soil for insulation. They were twice as thick as turf walls and easier to build. The arrangement of rooms indoors depended on their size and use. Outhouses were not built of the same quality as residential buildings; the longhouse and *baðstofa* were panelled.

The interior wooden frame, made either of driftwood or imported timber, was initially of stave construction [A11, A12], superseded in the 18th century by timber-frame construction. Roofs were initially ridge-beam roofs, later also spar roofs [A13]; stone slabs or brushwood formed the underlayer of the turf roof. Stone floor slabs were used only at the entrance to the farmhouse and cowshed, and in churches. This unique architectural tradition, which remains alive in Iceland, may be the nation's most important contribution to world architecture.

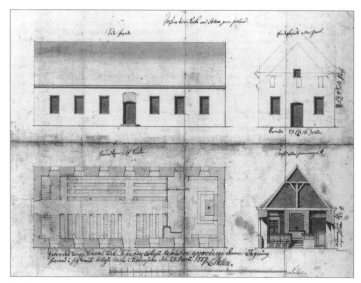

A 14   Hólar, Laurids de Thurah

Eldri steinbyggingar

Fulltrúar upplýsingarstefnunnar á Íslandi með Skúla Magnússon í fararbroddi voru þeirrar skoðunar að Íslendingar ættu að hætta að byggja hús sín úr torfi en reisa steinhús í þeirra stað.

Eftir miðja 18. öld var hafist handa við gerð steinbygginga undir danskri stjórn. Elsta steinhús á Íslandi reis í Viðey árið 1753. Sem betur fór voru fyrstu opinberu byggingar úr steini hannaðar af húsameisturum sem voru færir um að aðlaga húsagerð sína nýju umhverfi; þeirra á meðal voru fremstu húsameistarar Dana um þessar mundir, Nicolai Eigtved og Laurids de Thurah. Þannig risu nokkrar steinbyggingar, svo sem Hóladómkirkja [A14] og íbúðarhúsin að Nesi við Seltjörn og á Bessastöðum. En vegna þess hve dýrar byggingarnar voru ákváðu ráðamenn í Danmörku loks að nóg væri risið af steinhúsum.

Löngu síðar, undir lok 19. aldar, upphófst mikilvægt blómaskeið steinbyggingarlistar sem stóð til upphafs hinnar tuttugustu. Fram til þess tíma eru steinhúsin tæknilega frumstæð, ytra útlit þeirra markað hreinum línum og húsaskipan innandyra einföld. Raunveruleg fegurð þeirra liggur hins vegar í grundvallarþáttum húsagerðarlistarinnar: formmáli hennar, hlutföllunum og samspili smáatriða og heildar.

Timburhús

Byggingar landnámsmanna sem komu til Íslands á 9. öld voru aðallega torfhús. Þegar grannt er skoðað má þó oftast finna timburbyggingu inni í torfhúsinu og torfið myndar aðeins ysta lag byggingarinnar. Inni fyrir var yfirleitt einungis trégrind en stundum einnig heilt tréhús.

Í rituðum heimildum sést að á fyrstu öldum eftir landnám voru til nokkur timburhús en ekkert þeirra hefur varðveist. Íslensk timburhús voru að mestu stafverksbyggingar og öldum saman voru flest guðshús stafkirkjur.

Þegar Danakóngur kom á einokunarverslun í landinu tóku kaupmenn smám saman að reisa sér verslunar- og geymsluhús einfaldrar gerðar sem aðeins voru notuð yfir

Frühe Steingebäude

Die Vertreter Islands im Zeitalter der Aufklärung, allen voran Skúli Magnússon, vertraten die Ansicht, die Isländer sollten die Torfbauweise für ihre Häuser aufgeben und stattdessen Steinhäuser bauen. Nach 1750 begann man, unter dänischer Herrschaft, in Island Steingebäude zu errichten. Das Älteste entstand 1753 auf Viðey, einer vor Reykjavík gelegenen Insel. Glücklicherweise wurden die ersten öffentlichen Gebäude aus Stein von Architekten entworfen, die fähig waren, ihre Architektur in eine fremde Umgebung einzuordnen, beispielsweise von den führenden dänischen Architekten dieser Zeit Nicolai Eigtved und Laurids de Thurah. So entstanden einige Steingebäude wie die Kathedrale von Hólar [A14], die Wohnsitze in Nes bei Seltjörn und Bessastaðir. Aufgrund der hohen Baukosten entschieden die Verantwortlichen in Dänemark schließlich, dass man genug Steingebäude gebaut hatte. Erst später, gegen Ende des 19. Jahrhunderts, begann eine bedeutende Zeit der Steinarchitektur, die bis Anfang des 20. Jahrhunderts andauerte. Bis dahin sind die Steingebäude technisch primitiv, klar in ihrem Äußeren und einfach in der Innenraumgestaltung. Ihre wirkliche Schönheit jedoch beruht auf dem Wesentlichen der Architektur: der Formensprache, den Proportionen und der Wechselwirkung der Details mit dem Ganzen.

Holzarchitektur

Die Gebäude der Siedler, die im 9. Jahrhundert nach Island kamen, waren hauptsächlich Torfhäuser. Bei genauerer Betrachtung findet man jedoch oftmals ein Holzgebäude innerhalb des Torfhauses, und der Torf bildet nur die äußerste Schicht des Gebäudes. Innen war meist nur ein Holzgerippe, manchmal jedoch auch ein komplettes Holzhaus. Aus schriftlichen Quellen geht hervor,

Older Stone Buildings

The proponents of the Enlightenment in Iceland, led by Treasurer Skúli Magnússon, took the view that the Icelanders should stop building with turf, and build in stone instead. After the mid-18th century, stone construction began under the aegis of the Danish government in Iceland. Iceland's oldest stone building was constructed on Viðey island in 1753. Fortunately, the first public stone buildings were designed by architects who were capable of adapting their architecture to a different environment. These included Denmark's foremost architects of the day, Nicolai Eigtved and Laurids de Thurah. Several stone structures were built, such as Hólar Cathedral [A14], and residences at Nes at Seltjörn and at Bessastaðir. Since these buildings proved costly, the Danish authorities came to the conclusion that enough stone buildings had been constructed.

Much later, in the late 19th century, stone architecture enjoyed a revival that lasted into the early 20th century. Until that time the stone buildings were technically unsophisticated, with clear exterior lines and simple interior plan. Their true beauty lies in the essential features of architecture: their formal language, proportions, and the interplay of detail with the whole.

Timber Buildings

The buildings constructed by the settlers who came to Iceland in the 9th century were largely turf buildings. At a closer look, one may often find a wooden building inside the turf structure, the turf forming only the outer layer. Inside was usually only a timber framework, but sometimes a whole wooden building. Written sources tell us that in the early years of the settlement there were some wooden buildings in Iceland. None of these have survived. Icelandic wooden houses were largely of stave construction, and for

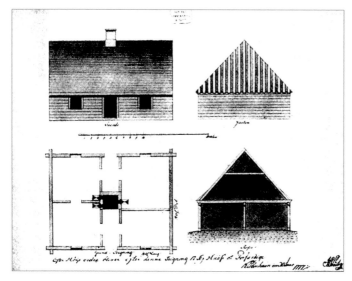

A 15   Stokkhús

sumarmánuðina. Langstærstan hluta þess-
ara bygginga reistu danskir handverksmenn
úr timbri sem flutt var til landsins tilsniðið
frá sögunarverksmiðjum í Suðurskandinavíu
og Danmörku. Húsin voru á einni hæð, ýmist
stokkhús [A15] með veggjum úr tréstokkum
eða úr viðarstoðum með plönkum á milli.

Einnig voru reist bindingshús með tígul-
steins- eða tróðfyllingu í grindinni, bindingn-
um, og klædd láréttum viðarborðum. Að
utan voru húsin tjörguð og aðeins dyra- og
gluggakarmar málaðir. Flest voru húsin reist

á lágum steinsökklum og þökin brött risþök,
oft með tvöfaldri viðarklæðningu.

Smám saman þróuðu íslenskir smið-
ir byggingar með hærri rýmum og stærri
gluggum, með lóðréttri listaklæðningu og
grámáluð að utan. Seinna notuðu menn
einnig önnur efni til að klæða framhliðar
húsanna, s. s. tréskífur.

Með framhaldsmenntun trésmiða erlend-
is um miðja 19. öld bárust ný stíláhrif til
landsins. Í fyrstu voru áhrif klassískrar
húsagerðar áberandi og ólu þau af sér stíl

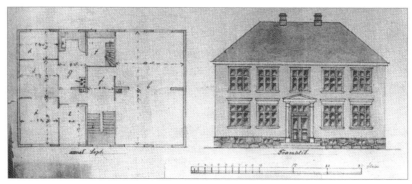

A 16   Helgi Helgason

dass es in den ersten Jahrhunderten nach der Besiedelung auch einige Holzhäuser gab, jedoch hat keines davon bis zur Gegenwart überlebt. Islands Holzgebäude basierten auf einer Stabkonstruktion, und viele Jahrhunderte lang waren die meisten isländischen Kirchen Stabkirchen. Als im Jahre 1602 vom dänischen König das Handelsmonopol eingeführt wurde, bauten sich die Gesellschaften allmählich Gebäude für Lager- und Verkaufszwecke von einfacher Form, die nur in den Sommermonaten genutzt wurden. Die überwiegende Zahl der Gebäude wurde von dänischen Handwerkern aus Holz erstellt, das vorgefertigt aus Sägewerken in Südskandinavien und Dänemark nach Island importiert wurde. Diese eingeschossigen Gebäude wurden aus Blockwänden, stokkhús, [A15] oder aus Holzständern mit eingeschobenen Bohlen errichtet. Oder es waren Fachwerkhäuser mit Ziegel-, Stein oder Strohausfachung und horizontaler Bretterschalung. Die Außenflächen wurden schwarz geteert, nur die Fenster- und Türrahmen waren farbig gestrichen. Die Gebäude wurden meist auf niederen Steinsockeln errichtet und hatten steile, oft mit doppelter Holzschalung gedeckte Satteldächer. Isländische Zimmerleute entwickelten nach und nach Gebäude mit höheren Räumen und größeren Fenstern, die mit senkrechter Leistenschalung verkleidet und grau gestrichen wurden. Später verwendete man auch andere Fassadenverkleidungen wie beispielsweise Holzschindeln. Die Zimmerleute, die sich in der Mitte des 19. Jahrhunderts im Ausland weiterbildeten, brachten bei ihrer Rückkehr neue Architekturtrends mit. Besonders groß war der Einfluss der klassizistischen Architektur, die zur sogenannten isländischen klassizistischen Holzarchitektur führte. Einer der Hauptbefürworter dieses Stiles war der Zimmermann Helgi Helgason [A16]. Norwegische Heringsfischer und

centuries most churches were stave churches.

After monopoly trading was introduced by the King of Denmark in 1602, merchants gradually began to build trading houses and warehouses that were used only during the summer months. The vast majority of these buildings were constructed by Danish craftsmen using timber imported ready-sawn from the sawmills of southern Scandinavia and Denmark. The buildings were one-storey, either log houses [A15], or a wooden frame with plank walls. Timber-frame buildings were also constructed, with infill of brick or brushwood, clad with vertical weatherboards. The exterior of the houses was tarred; only doors and windowframes were painted. Most of the buildings stood on a low stone foundation, and had a steeply-pitched roof, often covered with a double layer of wooden roofing. Icelandic builders gradually developed buildings with higher ceilings and bigger windows, with painted vertical slats, the exterior painted grey. Other materials were later used to cover the facade of the house, such as wooden shingles.

When Icelandic carpenters began to travel abroad for advanced training in the mid-19th century, they brought new architectural trends with them. At first the influence of classical architecture was especially great, leading to what may be called Icelandic classical timber architecture. One of the main proponents of this style was carpenter Helgi Helgason [A16]. Norwegian whalers and herring merchants, who came to the East Fjords and West Fjords of Iceland in the late 19th century, built a number of houses which were imported prefabricated from Norway, e.g. from the Strömmen company [A17]. These buildings were largely influenced by Neo-Romantic trends, which appeared in the so-called Swiss or chalet style. Larger and better built than previous Icelandic wooden houses, they were to have

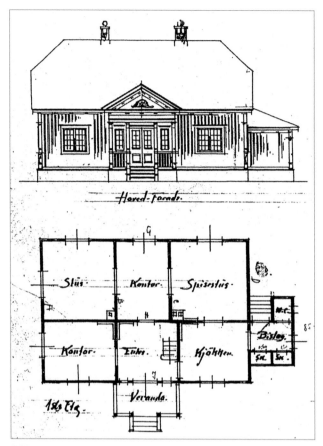

A 17 Strömmen

sem nefna mætti íslenska timburklassík. Helgi Helgason smiður varð einn helsti fulltrúi þess stíls [A16].

Norskir síld- og hvalveiðimenn sem settust að á Austfjörðum og Vestfjörðum skömmu fyrir aldamótin 1900 reistu allnokkur hús sem flutt voru inn tilsniðin frá Noregi, þ. á m. hús sem fyrirtækið Strömmen framleiddi [A17]. Gerð þeirra var að stærstum hluta mótuð af nýrómantískum straumum sem birtast í svonefndum „sveiserhúsum". Þau voru stærri og vandaðri en eldri timburhús og höfðu mikil áhrif á íslenska húsa-

gerðarlist. Ýmis tilbrigði íslenskra eftirgerða urðu til.

Vegna hás verðs á byggingartimbri og vegna viðskiptasambanda við Bretland var þó brátt hætt að klæða húsin viði og í hans stað tók hið veðurþolna bárujárn við hlutverki utanhússklæðningar.

Í upphafi tuttugustu aldar gerðust Íslendingar upplýstari í þessum efnum og þróuðu eigin aðferðir, og timburhúsasmíð komst á æðra stig. Fyrsti menntaði arkitekt Íslendinga var Rögnvaldur Ólafsson sem hafði numið í Kaupmannahöfn en ekki

Walfänger, die sich kurz vor 1900 an den Ost- und Westfjorden niederließen, bauten eine Reihe von aus Norwegen importierten Fertighäusern, z. B. von der Firma Strömmen [A17]. Ihre Architektur war überwiegend geprägt vom Trend zur Neuromantik, dem „Schweizer Stil". Sie waren größer und qualitativ besser als die früheren Holzbauten und hatten großen Einfluss auf die isländische Architektur. Isländische Nachbauten in mehreren Varianten entstanden. Aufgrund des teuren Bauholzes und der Handelsbeziehungen nach Großbritannien wurde jedoch die Holzverkleidung bald durch das wetterbeständigere Wellblech ersetzt. Am Anfang des 20. Jahrhunderts wurden die Isländer sachkundiger und entwickelten eigene Methoden, und die Holzarchitektur erreichte einen hohen Entwicklungsstand. Der erste ausgebildete Architekt in Island, Rögnvaldur Ólafsson, der in Kopenhagen ohne Abschluss studiert hatte, entwarf nach der isländischen Regierungsübernahme im Jahr 1904 als erster Architekturbeauftragter der Regierung eine beachtliche Anzahl von Holzbauten in Anlehnung an den norwegischen Schweizer Stil. Mit diesen Bauten erreichte der isländische Holzbau seinen Höhepunkt. Nach einem verheerenden Brand 1915 im Stadtzentrum von Reykjavík wurde jedoch der Bau von Holzhäusern in den Städten durch neue Baugesetze fast vollständig verboten.

great influence on Icelandic architecture. A number of Icelandic variants on the style appeared.

Because building timber was expensive in Iceland, and due to established trade links with Britain, the timber houses soon ceased to be clad with wood, which was superseded by sturdy corrugated iron. In the early 20th century Icelanders learned more of building technique, and developed their own building methods; timber house construction reached a new standard of excellence. Iceland's first trained architect was Rögnvaldur Ólafsson, who had studied in Copenhagen, though without completing his examinations. After Iceland gained Home Rule in 1904, Rögnvaldur Ólafsson became the government's first architectural adviser, and designed a large number of timber buildings inspired by the Norwegian chalet style. In these buildings, Icelandic timber construction reached its peak. After a great fire in central Reykjavík in 1915, however, a new building code imposed an almost total ban on timber construction in urban areas.

tekið lokapróf. Eftir að heimastjórn komst á 1904 varð Rögnvaldur fyrsti ráðgjafi landsstjórnarinnar í húsagerð og hannaði álitlegan fjölda timburbygginga í anda hins norska sveiserstíls. Með húsum þessum náðu íslenskar trébyggingar hátindi þróunar sinnar. Eftir brunann mikla í miðbæ Reykjavíkur árið 1915 var hins vegar sett ný byggingarreglugerð sem nánast bannaði að reisa timburhús í þéttbýli.

Steinhús og fyrstu steinsteypubyggingar

Um miðja 19. öld var á ný gerð tilraun til að festa steinhúsasmíð í sessi á Íslandi. Í samvinnu við danska húsameistara, s. s. Mehldal og Nielsen, var grófhöggvinn íslenskur steinn nýttur til hleðslu og límdur með sementi í fyrsta sinn. Stærri steinbyggingar eins og Hegningarhúsið og Alþingishúsið í Reykjavík höfðu veruleg áhrif á fagþekkingu manna og á húsagerðina, og innan skamms risu um allt land steinhús sem báru aug-

ljósan svip af þessum byggingum. Sigurður Hansson múrari sem reisti prestshúsið á Akranesi brást við skorti á hentugu byggingarefni með því að hlaða húsið úr steinum úr möl og kalksementi sem hann steypti í mótum. Nokkrum árum síðar reis fyrsta eiginlega steinsteypuhús landsins í Sveinatungu í Norðurárdal: Allt íbúðarhúsið var steypt í mótum og gert úr sementsbundinni steinsteypu [A18].

Steinsteypa varð síðan fljótlega útbreitt byggingarefni. Þegar á fyrstu árum 20. aldar risu í Reykjavík fjölmörg steinsteypt hús; þau voru hins vegar í útliti, byggingu og grunnteikningu lítið frábrugðin hinum hefðbundnu steinhleðslu- og timburhúsum. Loks á 3. áratug aldarinnar fengu steinsteypubyggingarnar sjálfstæð einkenni og staðbundin sérkenni komu fram. Steyputæknin var ekki síst mikilvæg vegna þess að með henni var unnt að reisa varanleg og endingargóð mannvirki úr innlendu hráefni.

A 18 Sveinatunga, Norðurárdalur

Steinhäuser und erste Betongebäude

Mitte des 19. Jahrhunderts wurde abermals der Versuch unternommen, die Steinarchitektur in Island zu etablieren. In Zusammenarbeit mit dänischen Architekten wie Meldahl und Nielsen wurde isländischer Naturstein als Bruchstein eingesetzt und erstmals mit Zement vermörtelt. Die großen Steinbauprojekte wie das Gefängnis und das Parlamentsgebäude in Reykjavík hatten beachtlichen Einfluss auf das Fachwissen und die Architektur, und bald entstanden in ganz Island Steinbauten, die deutlich von diesen Bauten beeinflusst waren. Der Steinmetz Sigurður Hansson fand beim Bau des Pfarrhauses in Akranes jedoch in der Umgebung keinen Stein vor, mit dem er mauern konnte. Er löste das Problem, indem er aus dem gesammelten Steinmaterial und Zement Mauersteine formte. Einige Jahre später entstand in Sveinatunga, Norðurárdalur, das erste Betongebäude Islands: das gesamte Wohnhaus wurde aus zementgebundenem Beton errichtet, der in eine Schalung gegossen wurde [A18]. Der Betonbau breitete sich daraufhin schnell aus. Bereits in den ersten Jahren des 20. Jahrhunderts wurde in Reykjavík eine große Anzahl von Betonbauten erstellt, die sich jedoch in Gestalt, Konstruktion und Grundriss wenig von traditionellen Ziegel- und Holzbauten unterschieden. Erst später, in den 1920er Jahren, entwickelte die isländische Betonarchitektur allmählich ihren eigenen Charakter. Der Baustoff Beton war für Island aber nicht zuletzt eine Technik, mit der man dauerhaft beständige Gebäude aus einheimischen Materialien bauen konnte.

Stone and Early Concrete Buildings

In the mid-19th century a second attempt was made to establish stone building in Iceland. In collaboration with Danish architects such as Mehldal and Nielsen, rough-hewn Icelandic stone was used for building, using cement-based mortar for the first time. The larger buildings constructed at that time, such as the jail and Parliament House in Reykjavik, had considerable influence upon craftsmen's expertise and on architecture in general, and before long stone buildings which bore a resemblance to these prototypes were being constructed all over the country. Mason Sigurður Hansson, when building a rectory at Akranes, lacked suitable building stone, and solved the problem by casting bricks of gravel and cement. A few years later, Iceland's first true concrete building was constructed at Sveinatunga in Norðurárdalur; the entire house, of cement-based concrete, was cast in shuttering [A18].

Concrete soon became a common building material. Many concrete houses were built in Reykjavik as long ago as the early years of the 20th century; in appearance, structure and plan, however, they resembled traditional wooden and stone houses. It was not until the 1920s that concrete construction established its individual character, and Icelandic concrete buildings could develop in their own way. The importance of concrete is not least that it offered the technical potential for building durable, long-lasting structures from materials locally available.

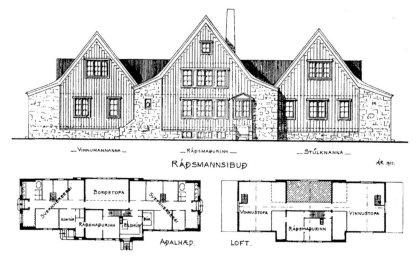

A 19   Alfred Jensen Råvad

Nýjar steinsteypubyggingar

Hinar nýju byggingar úr steinsteypu höfðu framan af verið undir áhrifum frá norrænni þjóðernisrómantík í húsagerð. Áður en langt um leið hófu menn að þreifa fyrir sér með nýjan íslenskan steypuhúsastíl. Árið 1918 birti danski arkitektinn Alfred Jensen Råvad grein þar sem hann vildi endurvekja burstastíl torfbæjanna og studdi greinargerð sína uppdrætti af sveitabæ [A19].

Í sama anda hannaði nýskipaður húsameistari ríkisins, Guðjón Samúelsson, nokkur skóla- og íbúðarhús úr steinsteypu. Í öðrum byggingum nýtti hann form úr íslenskri náttúru. Skýrt dæmi þessa er Þjóðleikhúsið með stuðlabergsform sín. Sigurður Guðmundsson arkitekt opnaði fyrstu einkareknu arkitektastofuna í Reykjavík 1925. Verk hans voru framan af undir sterkum áhrifum frá norrænni klassík millistríðsáranna en seinna frá fúnksjónalískri húsagerð. Nokkrir íslenskir arkitektar sneru heim frá námi erlendis um 1930 og unnu flestir í anda fúnksjónalismans: Gunnlaugur Halldórsson, Einar Sveinsson, Þórir Baldvinsson, Bárður Ísleifsson og Ágúst Pálsson tilheyrðu þess-

ari nýju kynslóð, sem hafði fljótlega mótandi áhrif á íslenska byggingarlist. Brátt voru hin nýju mannvirki aðlöguð veðurskilyrðum landsins og byggingaraðferðum: Í múrhúð útveggjanna var t.d. blandað mulningi úr íslenskum steini til þess að gera yfirborðið veðurþolið. Þessi tegund múrhúðar varð eitt megineinkenni hins íslenska fúnksjónalisma.

Byggingar eftirstríðsáranna og alþjóðleg áhrif

Eftir seinni heimsstyrjöld höfðu arkitektar sem komu heim frá námi um það leyti mótandi áhrif á þróun íslenskrar byggingarlistar: Verk Sigvalda Thordarson, Skarphéðins Jóhannssonar [A20], Hannesar Kr. Davíðssonar og Gísla Halldórssonar voru frjálslegri en hin eldri að heildargerð, hreinni í formum, með opnari rými og heila veggfleti úr gleri. Slétt yfirborð í hreinum litum og ströng geómetrísk formgerð sýndu skyldleika við abstraktmálverk 6. áratugarins á Íslandi, og þessi ytri einkenni urðu með tímanum viðtekin hefð, líkt og fúnksjónalisminn fyrir stríð.

Áratug síðar styrktist þessi áhersla á opna

Neue Betonarchitektur

Nachdem die neuen Betongebäude zunächst unter dem Einfluss der nordischen Nationalen Romantik standen, machte man sich bald auf die Suche nach einem neuen isländischen Beton-Architekturstil. In einem 1918 veröffentlichten Artikel stellte der dänische Architekt Alfred Jensen Råvad die Giebelhaus-Architektur der Torfhöfe wieder in den Vordergrund und illustrierte seine Ausführungen mit einem Entwurf für einen neuen Bauernhof [A19]. In Anlehnung an diesen Stil errichtete der neu ernannte Staatsarchitekt Guðjón Samúelsson einige Schulen und Wohnhäuser aus Beton. Bei anderen Gebäuden setzte er Formen aus der isländischen Natur ein. Das Nationaltheater mit der Darstellung des säulenartigen Basalts ist ein eindeutiges Beispiel hierfür. Der isländische Architekt Sigurður Guðmundsson eröffnete im Jahr 1925 das erste private Architekturbüro in Reykjavík. Seine Arbeiten waren zunächst stark vom nordischen Klassizismus der Friedenszeit, später vom Funktionalismus geprägt. Um 1930 kamen einige Architekten vom Auslandsstudium nach Island zurück, die alle im Stil des Funktionalismus bauten: Gunnlaugur Halldórsson, Einar Sveinsson, Þórir Baldvinsson, Bárður Ísleifsson und Ágúst Pálsson gehörten zu dieser neuen Generation, die schnell führenden Einfluss auf die isländische Architektur hatte. Die modernen Gebäude wurden bald den örtlichen Klimabedingungen und Baumethoden angepasst: In den Außenputz beispielsweise mischte man zerkleinertes isländisches Gestein, um die Oberfläche wetterbeständig zu machen. Diese Putzart wurde zu einem der Hauptmerkmale für den isländischen Funktionalismus.

New Concrete Buildings

The new concrete buildings were initially influenced by National Romantic trends from Scandinavia. Before long, experiments were being made with a new Icelandic concrete style. In 1918, the Danish architect Alfred Jensen Råvad published an article in which he paid renewed attention to the gabled farmhouse style, accompanying his observations with drawings of a new farmhouse [A19]. In the same spirit, the newly-appointed State Architect Guðjón Samúelsson designed a number of concrete residential and school buildings. In other buildings he used motifs from Icelandic nature; a clear example of this is the National Theatre, with its columnar-basalt forms.

Architect Sigurður Guðmundsson opened Iceland's first privately-owned architectural studio in Reykjavik in 1925. Initially his work was strongly influenced by the Scandinavian classicism of the interwar years, but later by functionalism. Several Icelandic architects who returned to Iceland after studies abroad around 1930 were all functionalists: Gunnlaugur Halldórsson, Einar Sveinsson, Þórir Baldvinsson, Bárður Ísleifsson and Ágúst Pálsson were of this new generation that was to change the course of Icelandic architecture. Soon the new building style was adapted to Iceland's climatic conditions and building methods; rendering was mixed with ground local stone to make roughcast, a more durable surface. Roughcast is one of the characteristic features of Icelandic functionalism.

A 20   Menntaskólinn við Hamrahlíð,
Skarphéðinn Jóhannsson

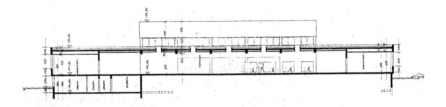

grunnflatarskipan og sveigjanlega notkun rýma enn og arkitektar eins og Guðmundur Kr. Kristinsson og Manfreð Vilhjálmsson leiddu þá þróun áfram í byggingum sínum með því að laga þær að umhverfinu. Högna Sigurðardóttir arkitekt tók einnig upp grunnþætti hins forna íslenska byggingarlags og túlkaði þá að hætti samtímans.

Húsagerðarlist á Íslandi hafði verið undir dönskum áhrifum vegna þess að margir hérlendir arkitektar höfðu stundað nám þar í landi. Á áttunda áratugnum tók að bera á straumum úr öðrum áttum þar sem æ fleiri sóttu sér menntun í þessari grein til annarra landa. Þeirra á meðal eru arkitektarnir Helgi og Vilhjálmur Hjálmarssynir sem lærðu í Þýskalandi og Skotlandi og nýta í byggingum sínum hina fjölþættu möguleika sjónsteypu.

Endurmat á íslenskri byggingarlist

Um langt skeið höfðu alþjóðlegir straumar í byggingarlist haft bein og sterk áhrif á húsagerð Íslendinga, en á síðustu árum 20. aldar tóku margir arkitektar að laga hugmyndir sínar og hönnun að staðbundnum skilyrðum og skilgreiningu á einkennum hvers byggingarstaðar. Meiri athygli er beint að hefðbundnum þáttum, t.d. torfbæjunum og bárujárnsklæðningunni, að steyputækni og nýtingu á þeim náttúrulegu byggingarefnum sem fyrir hendi voru hverju sinni, og þetta leiddi til gagngerra breytinga á húsagerð samtímans. Dæmi um þetta er hönnun Guðmundar Jónssonar á íslensku raðhúsi á hönnunarsýningu í Malmö 1990 [A21], en í henni tekur hann upp að nýju grunnhugmynd hinnar forníslensku skálabyggingar.

Í þessari þróun sameinast íslensk hefð og formþættir samtímabyggingarlistar. Hana er líka að finna í verkum sem vitna um áhrif frá hugmyndinni um „byggingarlist sem landslag". Í stað stórra og áberandi mannvirkja

Nachkriegsarchitektur und internationale Einflüsse

Nach Ende des 2. Weltkrieges übten aus dem Ausland zurückkehrende Architekten entscheidenden Einfluss auf die Architekturentwicklung in Island aus: Die Arbeiten von Sigvaldi Thordarson, Skarphéðinn Jóhannsson [A20], Hannes Kr. Davíðsson und Gísli Halldórsson zeigten in ihrer Struktur größere Freiheit, mehr Klarheit in der Gestalt, offenere Räume und vollverglaste Wandflächen. Reinfarbige, glatte Oberflächen und streng geometrische Strukturen wiesen Parallelen zur abstrakten Malerei in Island in den 1950er Jahren auf, und diese äußeren Merkmale wurden im Lauf der Zeit allgemeingültig, ähnlich wie der Funktionalismus vor dem Krieg. Die offene Grundrissplanung und die flexible Nutzung von Räumen wurde 10 Jahre später noch weiter verstärkt, und Architekten wie Guðmundur Kr. Kristinsson und Manfreð Vilhjálmsson führten diese Entwicklung in ihren Gebäuden durch Anpassung an die Umgebung fort. Auch die Architektin Högna Sigurðardóttir griff die Grundelemente des alten isländischen Hausbaus auf und legte sie auf moderne Weise aus. Die isländische Architektur, die bis dahin aufgrund der Architektenausbildung in Dänemark aus dieser Richtung geprägt war, zeigte in den 1970er Jahren auch Einflüsse anderer Länder, nachdem die Architekten mehr und mehr auch im übrigen Ausland studierten. Die in Deutschland und Schottland ausgebildeten Architekten Helgi und Vilhjálmur Hjálmarsson beispielsweise, die in ihrer Architektur von den vielfältigen Bearbeitungsmöglichkeiten von Sichtbeton Gebrauch machen.

Postwar Buildings and International Influence

After World War II, architects returning from studies abroad influenced developments in Icelandic architecture: the buildings of Sigvaldi Thordarson, Skarphéðinn Jóhannsson [A20], Hannes Kr. Davíðsson and Gísli Halldórsson were free in structure, with purer form, spatially more open, with whole walls of glass. Smooth surfaces, pure colours and strict geometric forms demonstrated their affinity with the abstract painting of the 1950s. These exterior features soon became universally accepted, as functionalism had been before the war. A decade later the emphasis on open planning and flexible use of space was even greater; architects such as Guðmundur Kr. Kristinsson and Manfreð Vilhjálmsson pursued this trend in their designs, by adapting them to their surroundings. Architect Högna Sigurðardóttir also adopted the basic elements of the old Icelandic building style and interpreted them in a modern way. Icelandic architecture had been under Danish influence, as many Icelandic architects had studied in Denmark. In the 1970s trends from other directions began to be felt, as more architects were trained in other countries. These included architect brothers Helgi and Vilhjálmur Hjálmarsson, who studied in Germany and Scotland; in their buildings they exploit the great potential of exposed concrete.

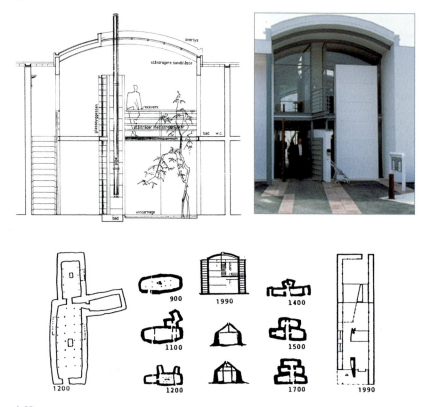

A 21 Malmö 1990, Guðmundur Jónsson

eru byggingarnar lagaðar að umhverfi sínu til þess að draga sem mest úr sjónrænni íhlutun þeirra í landslagið. Dæmi um þessa stefnu er dælustöðin við Laugalæk sem arkitektarnir Björn Hallsson og Jón Þór Þorvaldsson hönnuðu og reis 1989 [A22].

Sú íslenska hefð að nota landið og landslagið til bygginga er veigamikill þáttur í hinni menningarlegu sérstöðu. Jafnframt leggur hún fram mikilvægan skerf til náttúruverndar og býður upp á framsæknar og vistvænar hönnunarlausnir.

A 22 Laugalækur/Reykjavík 1989, Björn Stefán Hallsson, Jón Þór Þorvaldsson

Aufwertung der isländischen Architektur

Nachdem die isländische Architektur lange Zeit unter dem starken Einfluss von internationalen Bewegungen stand, passten in den letzten Jahren des 20. Jahrhunderts einige Architekten ihre Ideen und Entwürfe wieder an die örtlichen Bedingungen und die Charakteristik des Ortes an. Bautraditionen wie zum Beispiel die Torfbauten, die Verwendung von Wellblechverkleidungen, die Betontechnologie und die Verwendung von örtlich vorkommendem Bodenmaterial erhielten mehr Aufmerksamkeit, und ihre Anwendung führte zu grundlegenden Neuerungen in der modernen Architektur. Ein Beispiel hierfür ist der Entwurf des Architekten Guðmundur Jónsson für ein isländisches Reihenhaus auf der Bauausstellung in Malmö im Jahr 1990 [A21], für welches er das Konzept des alten isländischen Langhauses aufnimmt. Diese Architekturentwicklung vereint isländische Tradition und moderne Architektursprache. Sie findet sich auch in Projekten wieder, die von der Idee der „Architektur als Landschaft" inspiriert wurden. Anstelle großer, Aufsehen erregender Objekte werden die Gebäude als Landschaft in die Umgebung integriert um den optischen Eingriff ins Landschaftsbild möglichst gering zu halten. Ein Beispiel hierfür ist die Pumpstation Laugalækur, die im Jahr 1989 von den Architekten Hallsson und Thorvaldsson erbaut wurde [A22]. Die isländische Tradition des Bauens mit der Landschaft stellt ein wesentliches Element der kulturellen Identität dar. Gleichzeitig leistet sie einen wichtigen Beitrag zum Umweltschutz und bietet zukunftsorientierte, nachhaltige Gebäudelösungen.

Revaluation of Icelandic Architecture

For a long time international trends in architecture had a strong and direct influence upon Icelandic architecture, but in the last decades of the 20th century many architects began to adapt their ideas and designs to local conditions, and to the character of each building location. More attention was paid to traditional features, such as turf houses, corrugated iron siding, to concrete technology and to utilising those natural building materials that were available at the time, leading to fundamental change in contemporary architecture. An example of this is Guðmundur Jónsson's design for an Icelandic terrace house [A21], shown at a design exhibition in Malmö in 1990, which resurrects the ground plan of the old Icelandic longhouse.

This development combines Icelandic traditions and modern architectural language. It is also found in projects inspired by the idea of "architecture as landscape". Instead of grand and prominent structures, the buildings are integrated into the environment to minimise visual interference of the landscape. A good example of this is the pumping station in Laugalækur, designed by architects Björn Hallson and Jón Þór Þorvaldsson, and which was erected in 1989 [A22]. The Icelandic tradition of using the land and the landscape in building is an essential element of the cultural identity. At the same time, it is a vital part of environmental protection, offering progressive and eco-friendly solutions.

Skipulag og notkun leiðsögubókarinnar

Í bókinni er lýst 170 byggingum; þeim er í meginatriðum raðað eftir landshlutum, (bls. 32). 134 mannvirkjum er lýst ítarlega [A23] og skipað í stafrófsröð eftir stöðum í hverjum landshluta. Á stærri stöðum eru byggingarnar taldar upp í tímaröð til þess að gefa betri yfirsýn yfir þróun húsagerðarlistarinnar. Í lok hvers landshlutakafla eru yfirleitt stuttar lýsingar á nokkrum fleiri byggingum.

Kaflinn um Reykjavík og höfuðborgarsvæðið er umfangsmestur og þaðan eru dæmin flest (67 byggingar). Slíkt val er réttlætanlegt vegna stjórnmálalegs og efnahagslegs mikilvægis svæðisins og þess fjölda af byggingum og ýmsum verkum þekktra arkitekta sem þar er að finna. Allir aðrir landshlutar eiga færri fulltrúa en höfuðborgarsvæðið, en vegna forsendnanna sem lágu til grundvallar valinu var þeirri mismunun ekki breytt.

Hins vegar var mið tekið af mikilvægi mannvirkja í byggingarsögulegu tilliti, í umhverfi sínu eða í sögulegu samhengi. Það þýðir að þegar velja þurfti milli bygginga var ekki lýst verki arkitekts sem þegar hafði verið fjallað ítarlega um heldur fremur minna þekktri byggingu sem hefur mikla þýðingu fyrir ákveðið landsvæði eða tímabil. Auk bygginga sem eru mikilvægar frá sjónarhóli húsagerðarlistarinnar er í bókinni einnig getið um mannvirki og staði sem gegna sérstöku hlutverki í sögu landsins. Allar byggingar hafa sín númer og eru merktar með þeim á viðeigandi landshlutakorti.

Nafn byggingar
Byggingarár, arkitekt
Gata
Bær eða sýsla

A 23

Name des Gebäudes
Bauzeit, Architekt
Strasse
Ort oder Gebiet

A 24

Name of the building
Year of building, architect
Street
Town or county

A 25

Aufbau und Benutzung des Führers

Arrangement and Use of the Guide

Die 170 beschriebenen Gebäude sind in erster Linie nach den Regionen Islands (s. 32) geordnet. 134 Gebäude sind ausführlich beschrieben und mit den wichtigsten Daten versehen [A24]. innerhalb der Regionen sind sie nach Orten alphabetisch geordnet, in größeren Orten werden sie zum Zwecke eines besseren Überblicks über die Architekturentwicklung chronologisch aufgezeigt. Am Ende der Regionen befindet sich meist eine Auswahl weiterer Gebäude mit kurzen Beschreibungen. Quantitativ betrachtet ist das Hauptstadtgebiet von Reykjavík das Gebiet mit den meisten Beispielen (67 Gebäude). Aus der Sicht politischer und wirtschaftlicher Bedeutung, der Anzahl der hier konzentrierten Gebäude und der Projekte bekannter Architekten ist dies sicherlich gerechtfertigt. Alle übrigen Regionen sind quantitativ schwächer vertreten als das Stadtgebiet von Reykjavík, jedoch wurde im Interesse der Auswahlkriterien dieses Ungleichgewicht nicht beseitigt. Berücksichtigt wurde jedoch der architektonische Wert eines Gebäudes im Umfeld oder in der Geschichte. Das heißt, dass im Zweifelsfalle die Auswahl nicht auf ein weiteres Gebäude eines im Führer bereits vertretenen Architekten fiel, sondern auf ein weniger bekanntes Gebäude, welches für eine bestimmte Region oder Epoche von Bedeutung ist. In Ergänzung zu den architekturgeschichtlich wichtigen Gebäuden sind auch diejenigen Gebäude und Stätten aufgeführt, die in der landesgeschichtlichen Entwicklung Islands eine besondere Stellung einnehmen. Alle Gebäude sind numeriert und unter dieser Nummer auf der jeweiligen regionalen Karte zu finden.

This book contains descriptions of 170 buildings; they are in principle arranged by region (page 32). Detailed descriptions are given of 134 structures [A25], arranged in alphabetical order of location within each region. In large communities, buildings are listed in chronological order in order to give a clearer impression of the architectural history. Each regional section ends with brief descriptions of several more buildings. The section on Reykjavik and the capital area is the most extensive, including the largest number of buildings (67 structures). This choice is justified in view of the political and economic importance of the area, and the number of buildings and structures by well-known architects to be found there. All other regions of the country have fewer examples of buildings, but in view of the guiding principle of this book, this imbalance has not been corrected. The choice of buildings took into account their significance in architectural history, in their environment, or in a historical context. This means that when a choice had to be made between examples, a building by an architect who had already been discussed was not chosen, but preferably a less-known building of importance for a specific region or period. In addition to buildings which are important from an architectural point of view, the book also discusses structures and places that play an important historical role. All buildings are numbered, and indicated on the relevant map.

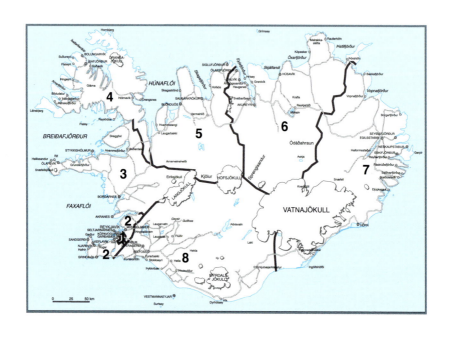

Ísland

1. Reykjavíkurborg
2. Suðvesturland
3. Vesturland
4. Vestfirðir
5. Norðurland vestra
6. Norðurland eystra
7. Austurland
8. Suðurland

Island

1. Stadtgebiet Reykjavík
2. Südwestisland
3. Westisland
4. Westfjorde
5. Westliches Nordisland
6. Östliches Nordisland
7. Ostisland
8. Südisland

Iceland

1. Reykjavik Town Area
2. Southwest Iceland
3. West Iceland
4. West Fjords
5. Northwest Iceland
6. Northeast Iceland
7. East Iceland
8. South Iceland

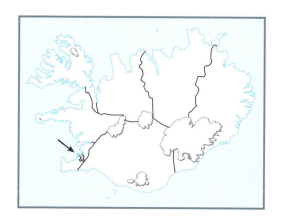

REYKJAVÍK
– HÖFUÐBORGARSVÆÐIÐ

STADTGEBIET REYKJAVÍK

GREATER REYKJAVIK AREA

Úr torfbæ í höfuðstað – þróun Reykjavíkurborgar

Reykjavík var fyrsta landnámsjörð á Íslandi. Norðmaðurinn Ingólfur Arnarson settist þar að árið 871 og gaf staðnum nafn. Hann reisti sér bæ úr torfi og grjóti í Kvosinni milli tjarnarinnar og núverandi hafnar og þar sem nú er Aðalstræti lá slóð frá bæ hans til hafs.

Reykjavík 874

Fyrstu byggingar sem ekki tilheyrðu sveitabænum risu um 1752 þegar Innréttingarnar hófu starfsemi sína með megináherslu á ullarvinnslu. Árið 1785 var biskupsstóllinn fluttur frá Skálholti til Reykjavíkur og ári síðar fékk staðurinn kaupstaðarréttindi. Grjótaþorp, sem hafði myndast umhverfis bæinn Grjóta vestan Aðalstrætis, var sameinað Reykjavík árið 1806.

Reykjavík 1786

Um miðja 19. öld var bærinn orðinn óumdeildur höfuðstaður Íslands, miðstöð stjórnsýslu og verslunar, kirkju, menntunar og menningar. Laugavegurinn tengdi kaupstaðinn laugunum í Laugardal þar sem bæjarbúar gátu þvegið þvotta sína. Bærinn tók að teygja sig út fyrir Kvosina, fyrst eftir Vesturgötunni. Götur á borð við Þingholtsstræti, Stýrimannastíg, Miðstræti og Tjarnargötu urðu til, og þegar heimastjórn komst á árið 1904 var hafið að reisa opinberar byggingar í Reykjavík. Fyrsta heildarskipulag bæjarins er frá árinu 1927, gert af Guðjóni Samúelssyni, húsameistara ríkisins. Í því var gert ráð fyrir nokkrum opinberum byggingum efst á Skólavörðuhæð og átti svæðið að verða menningarlegur miðdepill bæjarins. Þessi hugmynd komst ekki til framkvæmda, og í stað fyrirhugaðrar háborgar á holtinu var hafist handa við byggingu Hallgrímskirkju árið 1945.

Reykjavík 1850

Einar Sveinsson húsameistari Reykjavíkur skipulagði Norðurmýri og Melahverfi eftir reglum fúnksjónalismans, og fram á miðjan 6. áratuginn var að mestu byggt

Reykjavík 1902

Vom Torfhof zur Hauptstadt – Die Entwicklung der Stadt Reykjavík

Turf House to Capital – Development of Reykjavik

Reykjavík war die erste Ansiedlung in Island, gegründet von dem norwegischen Siedler Ingólfur Arnarson im Jahr 871. Der Name Reykjavík stammt von ihm und bedeutet Rauchbucht. Er errichtete seinen Wohnsitz, ein Stein-Torfgehöft, in einer Niederung, Kvosin, zwischen dem See Tjörnin und dem Hafen. Die heutige Aðalstræti war der Verbindungsweg vom Hof zum Meer. Mit der Niederlassung der hauptsächlich wollverarbeitenden Unternehmen „Innréttingar" entstanden entlang der Aðalstræti um 1752 die ersten Gebäude, die nicht zum Hof gehörten. Im Jahr 1785 wurde der Bischofssitz von Skálholt nach Reykjavík verlegt und ein Jahr später erhielt Reykjavík Stadtrechte. Im Jahr 1806 wurde das kleine Dorf Grjótaþorp, welches sich um das Gehöft Grjóti westlich der Aðalstræti gebildet hatte, eingemeindet. In der Mitte des 19. Jahrhunderts war Reykjavík bereits unumstritten die Hauptstadt Islands, Zentrum für Verwaltung, Handel, Kirche, Erziehung und Kultur. Die Straße Laugavegur stellte eine Verbindung zu den heißen Quellen im Laugardalur her, wo die Bewohner Reykjavíks ihre Wäsche waschen konnten. Der Ort begann aus Kvosin heraus zu wachsen, zunächst entlang der Vesturgata. Straßenzüge wie Þingholtsstræti, Stýrimannastígur, Miðstræti und Tjarnargata entstanden, und mit der Übergabe der Regierungsgewalt von Dänemark an Island im Jahr 1904 begann in Reykjavík der Bau von Verwaltungs- und Bildungseinrichtungen. Der erste Bebauungsplan der Stadt stammt aus dem Jahr 1927 und wurde von Staatsarchitekt Guðjón Samúelsson für das Gebiet Skólavörðuholt erstellt. Er sah eine Reihe von öffentlichen Gebäuden vor, die das kulturelle Zentrum der Stadt bilden sollten. Diese

Reykjavik was the first settlement in Iceland. Ingólfur Arnarson, a Norwegian, settled here in AD 871, and called the place Reykjavik (Smoky Bay). He built a farmhouse of turf and rock at Kvos (the Hollow), between the Lake and the present-day harbour. The path from his farm to the seashore has since become modern Aðalstræti (Main Street).

Buildings other than farm buildings were first constructed at Reykjavik around 1752, when the Innréttingar, mainly small-scale workshops, were founded. In 1785 the episcopal seat was transferred from Skálholt to Reykjavik, and the following year the community was granted its town charter. Grjótaþorp, a hamlet which had formed around the farm Grjóti, west of Aðalstræti, merged with Reykjavik in 1806.

By the mid-19th century Reykjavik was the de facto capital of Iceland, the centre of administration, commerce, the church, education and culture. A road, Laugavegur, provided access to the hot springs in Laugardalur, where the townspeople washed their laundry. The town began to expand from Kvos, initially along Vesturgata. Streets such as Þingholtsstræti, Stýrimannastígur, Miðstræti and Tjarnargata came into being, and when Iceland gained Home Rule in 1904, construction of administrative buildings began in Reykjavik. The first overall plan for the town, dating from 1927, was by State Architect Guðjón Samúelsson. This provided for a number of public buildings to be located on the hilltop at Skólavörðuholt, forming the cultural heart of the town. This plan was not put into practice. Instead of the proposed hilltop "citadel," work began in 1945 on the construction of Hallgrímskirkja church on the site.

þétt og lágt í flestum hverfum bæjarins, enda þótt fjögurra hæða fjölbýlishús, raðhús og lítil sjálfstæð einbýlishús risu líka. Árið 1955 voru fyrstu átta til tólf hæða íbúðarblokkirnar hannaðar og byggðar í Heimahverfi. Danski skipulagsfræðingurinn Peter Bredsdorff, sem vann að aðalskipulagi borgarinnar, ráðlagði árið 1960 að gera ekki ráð fyrir hærri íbúðarbyggingum en þriggja hæða í framtíðinni, og var farið eftir því fram yfir 1970 í hverfum eins og Árbæ, Breiðholti og Fossvogi.

Á 8. áratugnum skapaðist almenn andstaða við áætlanir um niðurrif í elsta hluta borgarinnar til að skapa þar aukið rými til bygginga og gatnagerðar og margir arkitektar börðust fyrir verndun gamalla hverfa og bygginga. Nýrri hverfi, svo sem Grafarholt og Borgarholt, þróuðust meðfram ströndinni. Á þensluárunum 2003 til 2008 uxu úthverfin æ hraðar og enda þótt svæðisskipulag hefði verið samþykkt skömmu áður fór vöxturinn úr böndunum. Eftir efnahagshrunið 2008 má greina merki um sinnaskipti. Þannig er í nýju Aðalskipulagi til ársins 2030 lögð megináhersla á sjálfbæra þróun borgar og umferðar og á þéttingu byggðar.

Rauður litur á yfirlitskorti á við um Reykjavík og ljósrauður litur sýnir nágrannasveitarfélögin.

Reykjavík 1940

Reykjavík 1970

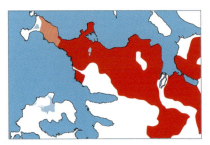

Reykjavík 2000

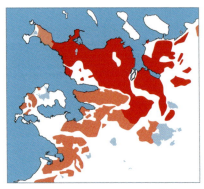

Reykjavík 2017

Idee wurde wieder verworfen, und an der Stelle der geplanten Zitadelle wurde 1945 mit dem Bau der Hallgrímskirche begonnen. Der Stadtarchitekt Einar Sveinsson entwarf die Bebauungspläne für die Gebiete Norðurmýri und Melar nach funktionalistischen Richtlinien, und bis in die Mitte der 1950er Jahre überwogen flache, dichte Bauweisen in den meisten Gebieten Reykjavíks. Im Jahr 1955 plante man erstmals acht- bis zwölfgeschossige Wohnblocks, die im Heimar-Gebiet gebaut wurden. Der dänische Stadtplaner Peter Bredsdorff, der an einer Stadtplanung arbeitete, riet 1960 für die zukünftigen Planungen zur höchstens dreigeschossigen Bauweise. Dies wurde, wie in den Gebieten Árbær, Breiðholt und Fossvogur, bis nach 1970 befolgt.

In den 1970er Jahren regte sich allgemeiner Widerstand gegen den Plan, im alten Teil der Stadt Platz zu schaffen für neue Gebäude und Verkehrsadern, und die Architekten kämpften für den Erhalt der alten Gebiete und Gebäude. Neuere Gebiete wie Grafarholt und Borgarholt entwickelten sich entlang der Küste. In den Boomjahren von 2003 bis 2008 beschleunigte sich die Entwicklung der Vororte. Trotz eines kurz zuvor beschlossenen Regionalplans geriet das Wachstum außer Kontrolle. Seit dem wirtschaftlichen Zusammenbruch im Jahr 2008 gibt es Anzeichen für ein Umdenken. So stehen im neuen Masterplan 2030 eine nachhaltige Stadt- und Verkehrsentwicklung und die Verdichtung der Stadtstruktur im Vordergrund.

Die rot gekennzeichneten Flächen auf den Karten zeigen die Entwicklung der Stadt Reykjavík, die orange gekennzeichneten Flächen die Entwicklung der Vororte.

Einar Sveinsson, Reykjavik City Architect, made plans for the development of Norðurmýri and Melar districts on functionalist principles, and until the mid-1950s most buildings in the town consisted of high-density, low-rise houses, although four-storey apartment buildings, terrace houses and small detached houses were also built. In 1955 the first eight- to twelve-storey apartment blocks were designed and built in the Heimar district. Danish planner Peter Bredsdorff, who worked on a city plan for Reykjavik, made a recommendation in 1960 that future plans should not provide for residential buildings of more than three storeys. This policy was applied until the 1970s, in such districts as Árbær, Breiðholt and Fossvogur.

In the 1970s public opinion became opposed to demolishing existing buildings in the oldest parts of the city to make room for new development, and many architects turned to the defence of old districts and buildings. Newer neighbourhoods, such as Grafarholt and Borgarholt, were developed along the shoreline. During the expansion period of 2003–2008, the development of the suburbs accelerated, and though regional planning had recently been set down, developments went out of control. After the financial crash of 2008 we detect a different mind set. In the new masterplan for 2030, for instance, the principal focus is on sustainable urban and traffic development, and urban agglomeration.

Red colour on the maps show the development of Reykjavik. Orange shows development of the neighbouring communities.

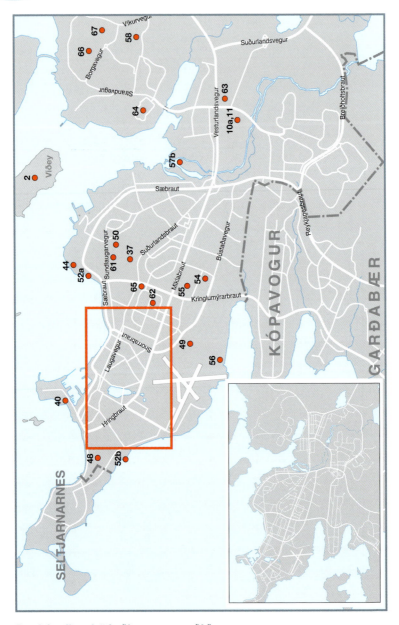

Reykjavík – höfuðborgarsvæðið

Reykjavík – Stadtgebiet

Reykjavík – City Area

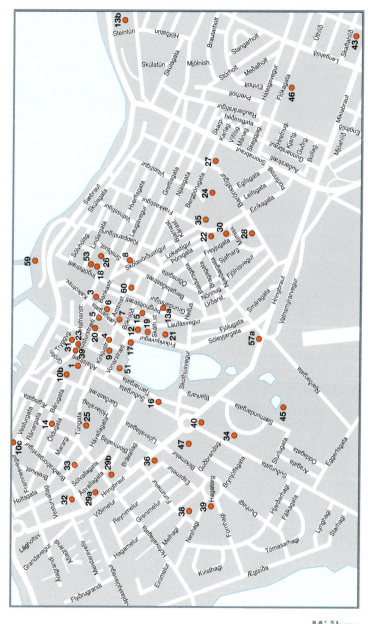

Miðbær

Zentrum

Centre

Grjótaþorp og Aðalstræti

Þróunarsaga Reykjavíkurborgar hefst um 871 þar sem fyrstu landnámsmenn Íslands byggðu bæ þar sem nú er suðurendi Aðalstrætis. Rústir bæjarhúsanna má skoða á Landnámssýningunni Reykjavík 871±2 við suðurenda Aðalstrætis (X). Um miðja 18. öld risu við Aðalstræti hús Innréttinganna, fyrsta iðnfyrirtækis á Íslandi, sem lagði megináherslu á ullarvinnslu. Meðal þeirra bygginga var einnig skrifstofu- og íbúðarhúsið

Aðalstræti 10 (a) frá 1764. Fyrstu húsin voru einlyft bindingshús með lágum veggjum og háum bröttum þökum, öll klædd viðarborðum að utan og tjörguð. Byggingarefnið var að mestu flutt inn frá Danmörku eða Noregi. Útgerð og verslun þróuðust áfram og verslunar- og verkamenn settust að handan Innréttingahúsanna í námunda við bæinn Grjóta þar sem smáþorp tók að myndast. Eitt húsanna var Vaktarabærinn (b), Garðastræti 23, sem reistur var árið 1848. Arkitektastofan Argos sá árið 2009 um endurbyggingu hússins sem í dag er íbúðahótel. Eitt stærsta timburíbúðarhús síns tíma var Vinnaminni (c), Mjóstræti 3, reist 1885. Árið 1890 byggði Bjarni Jónsson smiður íbúarhús við Grjótagötu 12 (d), dæmigert fyrir fyrstu kynslóð timburhúsa sem Íslendingar smíðuðu.

Dorf Grjóti und Aðalstræti

Die Entwicklung der Stadt Reykjavík beginnt ca. 871 n.Chr. als die ersten Siedler am südlichen Ende der heutigen Aðalstræti (X) einen Hof errichten. Die Ruinen des Hofes können in der Ausstellung Settlement Exhibition 871±2 besichtigt werden. Entlang der Aðalstræti entstanden Mitte des 18. Jahrhunderts die Werkstätten für das erste industrielle Unternehmen Islands, die Wollverarbeitung Innréttingar. Dazu gehörte auch das 1764 erbaute Büro- und Wohngebäude Aðalstræti 10 (a). Die zunächst eingeschossigen Fachwerkhäuser mit niederen Wänden und steilen Dächern waren mit Brettern verkleidet und mit Teer gestrichen. Das Baumaterial importierte man meist aus Dänemark oder Norwegen. Handel und Fischerei entwickelten sich und die Händler und Arbeiter ließen sich hinter den Werkstätten im Gebiet des Gehöftes Grjóti nieder, das sich dadurch zu einem kleinen Dorf entwickelte. Zum Gehöft gehörte das 1848 errichtete Wohnhaus des Wächters, Vaktarabærinn (b), in der Garðastræti 23. Das 2009 vom Architekturbüro Argos ehf restaurierte Gebäude wird heute als Hotel-Apartment genutzt. Zu einem der größten Holzwohnhäuser seiner Zeit gehört das Haus Vinaminni (c) in der Mjóstræti 3, erbaut 1885. Das von Zimmermann Bjarni Jónsson im Jahr 1890 errichtete Wohnhaus in der Grjótagata 12 (d) ist ein Beispiel der ersten Generation von Holzhäusern, die von Isländern errichtet wurden.

Grjótaþorp and Aðalstræti

The development of the city of Reykjavik can be traced back to around 871 AD, when the earliest settlers built a farm at what is now the southern end of Aðalstræti (X). The ruins of these farm buildings can be explored in The Settlement Exhibition Reykjavik 871±2. In the mid-18th century, buildings were constructed along Aðalstræti for the first industrial venture in Iceland, the wool processing company Innréttingar. Among these constructions was the residential and office building in Aðalstræti 10 (a) from 1762. The first houses were single-storey, half-timbered buildings with low walls and steep roofs, clad with wooden boards and tarred for protection. The building materials were primarily imported from Denmark or Norway. Commerce and fishing industries developed, and traders and workers settled near the farm Grjóti behind the workshops, creating a small village. One of these houses was Vaktarabærinn (b) in Garðarstræti 23, which was built in 1848. In 2009, the architectural office Argos restored the building that now serves as an apartment hotel. One of the largest timber houses of the time was Vinaminni (c) in Mjóstræti 3, built in 1885. In 1890, carpenter Bjarni Jónsson built a residential house in Grjótagata 12 (d) that is typical of the first generation of wooden houses built by Icelanders.

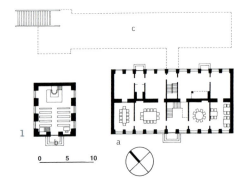

2 Viðeyjarstofa og kirkja

Fyrsta steinhús á Íslandi, Viðeyjarstofu (a), hannaði danskur húsameistari sem íbúðarhús fyrir Skúla Magnússon landfógeta. Hún er fagurt dæmi um einfalda og skýra húsagerðarlist. Upphaflega var gert ráð fyrir tvílyftu húsi, en byggingin var reist á einni hæð og hlutföll hennar eru öll einkar þægileg. Útveggirnir, að meðaltali 85 cm þykkir og úr íslensku grágrýti, voru múrhúðaðir og hvítt-

aðir. Þetta ljær byggingunni létt og bjart yfirbragð í látlausum rókókóstíl. Þakið er gaflsneitt og var í fyrstu tjargað, með tvöfaldri klæðningu úr láréttum viðarborðum. Síðar var bætt við þakið lágum gluggakvistum og nú eru á því svarthúðaðar þakskífur. Litla kirkjan (b) við hliðina er að öllum líkindum eftir einn eftirmanna Eigtveds, arkitektinn G.D. Anthon. Hún er með smáturni á þaki, einungis 9,5 m löng og 7,5 m breið, hlaðin úr sama efni og stofan og myndar með henni samstæða heild. Þjóðminjasafnið lét gera byggingarnar upp á árunum 1967–79 og 1987–88 undir stjórn Þorsteins Gunnarssonar arkitekts, og 1986–88 var bætt við neðanjarðarviðbyggingu (c). Í nýja hlutanum eru rými tengd núverandi nýtingu hússins til funda- og ráðstefnuhalds.

1752–1755 stofa, Nicolai Eigtved
1762–1774 kirkja, Georg David Anthon (?)
1 Grunnteikning • Grundriss • Ground plan
2 Heildarmynd • Gesamtansicht • Overall view
3 Kirkja; inni • Innenraum Kirche • Church interior
4 Þversnið kirkju • Querschnitt Kirche • Cross-section church
5 Þversnið stofu • Querschnitt Haus • Cross-section, house

Wohnsitz und Kirche in Viðey

Viðey House and Church

Das erste Steingebäude Islands, das Viðey-Haus (a), wurde von einem dänischen Architekten als Wohnhaus für den Landvogt Skúli Magnússon errichtet und ist ein schönes Beispiel einfacher und klarer Architektur. Das ursprünglich zweigeschossig geplante Gebäude wurde nur eingeschossig ausgeführt und hat angenehme Proportionen. Die durchschnittlich 85 cm dicken Außenwände aus isländischem Dolorit, *grágrýti*, wurden verputzt und weiß getüncht. Das Gebäude erhält dadurch eine leichte und helle Ausstrahlung im schlichten Rokoko-Stil. Das Krüppelwalmdach war ursprünglich mit doppelter Brettschalung gedeckt und geteert. Es erhielt später kleine Dachfenster und ist heute mit schwarz glasierten Dachziegeln gedeckt. Die kleine Kirche daneben (b) stammt vermutlich von Eigtveds Nachfolger, dem Architekten G.D. Anthon. Seine nur 9,5 m lange und 7,5 m breite Kirche mit Dachreiter wurde aus dem selben Material wie das Wohnhaus errichtet. Auf diese Weise bilden die Gebäude ein harmonisches Ensemble. Sie wurden 1967–79 und 1987–88 durch das Nationalmuseum unter der Leitung von Architekt Þorsteinn Gunnarsson renoviert und 1986–88 durch einen unterirdischen Ergänzungsbau (c) erweitert, in dem Nebenräume für die heutige Nutzung des Viðey-Hauses als Konferenzgebäude untergebracht sind.

Iceland's first stone building, Viðeyjarstofa (Viðey House) (a), was designed by a Danish architect as a residence for High Sheriff Skúli Magnússon. It is a beautiful example of simple, clear architecture. The original plan provided for a two-storey building, but the actual building was constructed on one storey, and its proportions are excellent. The exterior walls, an average of 85 cm thick, are of basalt, rendered and whitewashed. This gives the building a light, bright ambience in an understated Rococo style. The half-hipped roof was originally tarred, with a double roofing layer of horizontal wooden boards. Small dormer windows were subsequently added to the roof, which is today covered with black roofing tiles. The small church (b) next to Viðeyjarstofa is probably the work of one of Eigtved's successor, architect G.D. Anthon. The church, which has a small belfry on the roof, is only 9.5 m long and 7.5 m wide. It is built of the same materials as the house, and the two form a consistent whole. The National Museum of Iceland had the buildings renovated in 1967–79 and 1987–88 under the supervision of architect Þorsteinn Gunnarsson, and in 1986–88 an underground annex was added (c). The new structure contains space related to the use of Viðey House as a conference venue.

4

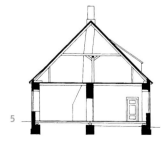

5

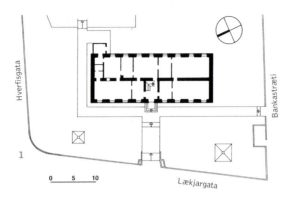

3 Stjórnarráðshúsið

Húsið var upprunalega reist sem fangelsi og er eitt elsta steinhús landsins. Líklega er hönnuður þess G.D. Anthon, húsameistari við hirð Danakonungs. Líkt og Viðeyjarstofa og Bessastaðastofa var húsið einlyft; þakið er hátt og gaflsneitt og var upphaflega klætt viði. Undir stjórn yfirsteinsmiðsins Christophers Berger reistu fangarnir sjálfir veggina, tvöfalda hleðslu úr tilhöggnum steini.

Gluggarnir voru litlir og tryggðir með járnstöngum. Til ársins 1815 var húsið notað sem betrunarhús, en síðan var herbergjaskipan breytt og gluggar stækkaðir í samræmi við nýtt hlutverk, en húsið varð seinna aðsetur fulltrúa dönsku stjórnarinnar á Íslandi. Hinn mikli miðjukvistur á framhlið hússins var hlaðinn úr tígulsteini árið 1866 og þakskífur settar í stað viðarklæðningarinnar á þakinu. Frá þessum tíma er einnig steinumgjörð um aðaldyr. Allt frá því að Íslendingar fengu heimastjórn árið 1904 hefur stjórn landsins haft aðsetur í húsinu, og til þess að koma öllum ráðherrum fyrir var það stækkað um annan viðbótargafl á austurhliðinni. Húsið var friðað árið 1973. Það hýsir nú forsætisráðuneytið.

1765–1770, Georg D. Anthon (?)
Lækjargata, Reykjavík
1 Grunnteikning jarðhæðar • Grundriss Erdgeschoss • Ground plan
2 Vesturhlið • Westansicht • West side
3 Inngangur • Eingang • Entrance
4 Þversnið • Querschnitt • Cross-section

Regierungsgebäude

Government House

Das ursprünglich als Gefängnis errichtete Gebäude gehört zu den frühen Steingebäuden in Island und ist vermutlich ein Entwurf von G. D. Anthon, Architekt am königlichen Hof in Dänemark. Es wurde wie die Wohnhäuser von Viðey und Bessastaðir eingeschossig und mit hohem, zunächst mit Holz gedecktem Krüppelwalmdach ausgeführt. Unter der Leitung von Obersteinmetz Christopher Berger errichteten die Gefangenen selbst die aus behauenen Steinblöcken zweischalig gemauerten Wände. Die kleinen Fenster wurden mit Eisenstangen gesichert. Bis 1815 diente es als Gefängnis, danach veränderte man die Raumaufteilung und vergrößerte die Fenster für die neue Nutzung als Sitz der dänischen Bezirksverwaltung für Island. Den großen Giebel an der Hauptfassade ergänzte man 1866 aus Ziegelmauerwerk und ersetzte die Holzdeckung durch ein Ziegeldach. Aus dieser Zeit stammt auch der Steinrahmen des Haupteinganges. Die isländische Regierung ist seit der Regierungsübernahme im Jahr 1904 in diesem Gebäude untergebracht, und um alle Minister unterzubringen, vergrößerte man das Gebäude um einen weiteren Giebel auf der Ostseite. Im Jahr 1973 wurde es unter Denkmalschutz gestellt und beherbergt heute das Ministerpräsidialamt.

Stjórnarráðshúsið (Government House), originally built as a jail, is one of Iceland's oldest stone buildings. It was probably designed by G.D. Anthon, architect to the royal court of Denmark. Like Viðey House and Bessastaðir House the house was built on one floor. The steeply-pitched roof is half-hipped, and was originally roofed in wood. Under the supervision of master mason Christopher Berger, the prisoners themselves built the walls, which are double walls of cut stone. The small windows were secured with iron bars. Until 1815 the building was used as a jail, after which the interior was altered and larger windows installed in keeping with the new role of the building, which later served as the Danish governor's residence. The large central gable on the front of the building was built of brick in 1866, and the wooden roofing was replaced with slates. Ever since Iceland gained Home Rule in 1904, the building has housed the government. In order to accommodate all the ministers, another gable was subsequently added on the eastern side. Government House has been a listed building since 1973. It now houses the Prime Minister's office.

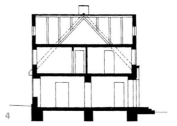

4

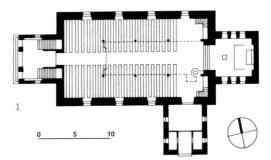

1

0   5   10

2

3

4 Dómkirkjan

Eftir jarðskjálftann mikla á Suðurlandi árið 1784 var ákveðið að flytja biskupssetrið frá Skálholti til Reykjavíkur og reisa þar nýja dómkirkju. Danski húsameistarinn Kirkerup er höfundur kirkjunnar, en hún var hlaðin úr íslenskum steini og sýnir nýtt stig í þróun steinbygginga. Þakið var viðarklætt; við-

arborð þöktu turninn og efsta hluta gafl-veggja, bjórana, sem mynduðu þannig heild og áréttuðu skilin milli þaks og veggjar, en þetta hafði ekki þekkst á Íslandi áður. Kirkjan var yfirlætislaus og fremur smá í sniðum; að hálfri öld liðinni var hún orðin of lítil og ákveðið var að bæta við hana. Undir stjórn danska arkitektsins Winstrups var bætt við annarri hæð með súðsvölum, kór og forkirkju í nýklassískum stíl. Viðbótin var gerð úr múrsteini, múrhúðuð, og þakið skífu-klætt. Núverandi koparklæðningu fékk þakið ekki fyrr en um miðja 20. öld. Dómkirkjan var friðuð 1973 og hefur verið gerð upp í áföngum (1977, 1985, 1999) undir stjórn Þorsteins Gunnarssonar arkitekts.

1787–1796, Andreas Kirkerup
1847–1848, Laurits Albert Winstrup
Kirkjustræti, Austurvöllur, Reykjavík
1 Grunnteikning jarðhæðar • Grundriss Erdgeschoss • Plan of ground floor
2 Suðvesturhlið • Südwestansicht • Southwest side
3 Inngangur • Eingang • Entrance
4 Kirkjan inni • Innenraum • Interior

Lutherische Domkirche

Nach dem großen Erdbeben von 1784 im Süden Islands wurde beschlossen, den Bischofssitz von Skálholt nach Reykjavík zu verlegen und eine neue Kathedrale in Mauerwerk zu errichten. Die aus isländischem Stein erbaute Kirche des dänischen Architekten Kirkerup zeigte eine neue Entwicklung in der Steinarchitektur. Das Dach hatte eine Holzdeckung, das holzverkleidete Giebelfeld zusammen mit dem Turm betonte eine Trennung zwischen Dach und Wand, die bis dahin in Island noch unbekannt war. Als diese wohltuend zurückhaltende Kirche nach einem halben Jahrhundert zu klein wurde, beschloss man sie zu erweitern. Nach dem Entwurf des dänischen Architekten Winstrup ergänzte man ein zweites Geschoss mit Galerie, den Chor und die Vorkirche im neo-klassizistischen Stil. Die in Mauerwerk errichtete Erweiterung wurde verputzt, das Dach mit Schiefer gedeckt. Erst in der Mitte des 20. Jahrhunderts bekam die Kirche die heutige Kupferdeckung. Sie steht seit 1973 unter Denkmalschutz und wurde schrittweise (1977, 1985, 1999) von Architekt Þorsteinn Gunnarsson restauriert.

Reykjavík Cathedral

After southern Iceland was struck by a disastrous earthquake in 1784, a decision was made to move the episcopal seat from Skálholt to Reykjavik and build a new cathedral there. Designed by Danish architect Kirkerup, the cathedral was built of Icelandic stone, and it represents a new stage of stone architecture. The roofing was of wood, and wooden boards clad the tower and the tympana at the top of the end walls, thus creating a whole and underlining the division between roof and wall. This was a novelty in Iceland. The cathedral was modest and rather small. Only half a century later, it had become too small for the growing community, and plans were made to enlarge it. Under the supervision of Danish architect Winstrup, another storey was added, with a gallery, chancel and forechurch in the Neo-Classical style. The additions were built of stone and rendered, and the roof was slated. The present copper roof was not installed until the mid-20th century. The cathedral, a listed building since 1973, has been renovated by stages (1977, 1985, 1999) under the supervision of architect Þorsteinn Gunnarsson.

4

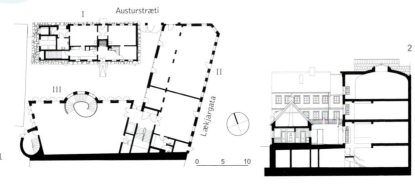

5 Endurbygging á horni Austurstrætis og Lækjargötu

Allt til ársins 1786 var Reykjavík aðeins bóndabýli. Eftir afnám einokunarverslunarinnar tók þorpið að þróast og nokkrar fyrstu byggingarnar risu á horni Austurstrætis og Lækjargötu. Fyrsta húsið í þessari nýju húsaþyrpingu, Austurstræti 22 (I), reis 1802. Húsið var úr gildum trjábolum, lík-

lega innflutt frá Noregi, og framan af bjó í því æðsti embættismaður Danastjórnar á Íslandi. Árið 1852 byggði kaupmaður í bænum hornhúsið í Lækjargötu (II), einlyft timburhús, en seinni eigendur byggðu við það í mörgum áföngum. Þriðja byggingin á þessu svæði, Nýja bíó (III), var reist 1918. Byggingarefnið var járnbent steinsteypa og sveigð framhliðin minnti á Júgendstíl. Árið 1998 skemmdist húsið illa í eldi og var rifið. Timburhúsin tvö eyðilögðust í stórbruna 2007 og vegna sögulegs mikilvægis húsasamstæðunnar allrar var ári síðar ráðist í endurbyggingu hennar með sameiginlegum kjallara. Stofnun Philippes Rotthier veitti byggingunum, sem arkitektastofurnar Argos, Gullinsnið og Studio Granda hönnuðu, Evrópsku arkitektúrverðlaunin árið 2011.

Wiederaufbau der Historischen Ecke am Lækjartorg

Reconstruction of the Historical Corner by Lækjartorg

Bis zum Jahr 1786 war Reykjavík lediglich ein Gehöft. Mit der Abschaffung des Handelsmonopols wuchs Reykjavík dann zu einem Dorf. Einige der ersten Gebäude befanden sich an der Ecke Austurstraeti und Lækjargata. Austurstræti 22 (I) wurde 1802 als erstes Haus in dieser neuen Siedlung errichtet. Das aus massiven Holzstämmen errichtete Gebäude wurde vermutlich aus Norwegen importiert und diente zunächst als Wohnhaus für die höchsten Beamten der dänischen Regierung. 1852 erbaute ein lokaler Kaufmann das Eckhaus in der Lækjargata (II) als eingeschossiges Holzgebäude. Durch die späteren Besitzer wurde das Gebäude mehrfach vergrößert. Im Jahr 1918 errichtete man ein drittes Gebäude auf dem Gelände, das Kino Nýja Bíó (III). Es wurde aus Stahlbeton errichtet und erinnert mit seiner geschwungenen Fassade an den Jugendstil. Das Haus wurde im Jahr 1998 schwer beschädigt und abgerissen. Nachdem ein Brand im Jahr 2007 die beiden Holzhäuser zerstört hatte baute man das gesamte Ensemble aufgrund seiner historischen Bedeutung nach Plänen der Architekturbüros Argos, Gullinsnið und Studio Granda im Jahr 2008 mit einer gemeinsamen Unterkellerung wieder auf. Das Ensemble erhielt 2011 den Europäischen Kulturpreis Philippe Rotthier.

Up until 1786 there was only a farmstead in Reykjavik. After the abolition of the trade monopoly the village started to develop and some of the first buildings rose on the corner of Austurstræti and Lækjargata. The first house on this site was Austurstræti 22 (I), built in 1802. The house was built out of massive logs, probably imported from Norway, and served as the residence of the highest official of the Danish regime in Iceland. In 1852, a local merchant built the corner house of Lækjargata (II), a single-storey timber building, but later owners added to it in several stages. The third building on this site was the cinema Nýja Bíó (III), erected in 1918. It was constructed of reinforced concrete and the curved facade is reminiscent of the Jugend style. In 1998 the house was badly damaged in a fire and had to be demolished, and the two timber houses were destroyed in another fire in 2007. Due to the historical significance of the ensemble, work on the reconstruction of all the buildings with a common basement was begun in the following year, designed by the architectural firms Argos, Gullinsnið, and Studio Granda. The project was awarded the European Prize of Architecture Philippe Rotthier in 2011.

5

1

2

Skólastræti

Bankastræti

3   Lækjargata

Amtmannsstígur

0   10   20

6 Bernhöftstorfan

Torfan myndar hluta af elstu samstæðu húsaröð í Reykjavík. Húsin varð að reisa þannig að þau mynduðu beina línu við Stjórnarráðshúsið í Lækjargötu og opin og greið leið yrði milli hafs og tjarnarinnar. Fyrstu byggingarnar, frá árinu 1834, íbúðarhús (a), brauðgerðarhús (b) og móhús (c) Bernhöfts bakara, eru bindingshús, sömuleiðis birgðahús (d) sem bætt var við 1861 og lítil brauðbúð (e) frá 1885. Árið 1838 var reist bindingshús (f), hugsanlega úr tilsniðnu

timbri frá Noregi, og bætt við það ýmsum viðbyggingum 1859. Síðust þeirra viðbóta, turnbygging (g) frá 1905, er hönnuð af Rögnvaldi Ólafssyni húsameistara. Sama ár reis Gimli (h), hlaðið úr steypusteinum og með steyptu þaki, hinu fyrsta á Íslandi. Ríkissjóður keypti húsin til niðurrifs um miðja öldina og í bruna árið 1977 eyðilögðust móhúsið og birgðaskemman, en bakaríið skemmdist verulega. Árið 1979 voru húsin friðuð í kjölfarið á baráttu áhugafólks um verndun þeirra. Nokkur húsanna gerði Knútur Jeppesen arkitekt upp, og arkitektunum Stefáni Erni Stefánssyni og Grétari Markússyni voru faldar endurbætur sem og hönnun nýrra húsa í stað þeirra sem brunnið höfðu; voru þau reist í sömu stærð og hin upprunalegu.

1834–1933, Bernhöftstorfan, Reykjavík
Bankastræti 2, Lækjargata 3, Amtmannsstígur 1
1   Séð úr norðri • Nordansicht • North side
2   Séð úr vestri • Westansicht • West side
3   Afstöðukort • Lageplan • District plan

Bernhöftstorfan

Diese älteste Häuserreihe in Reykjavík muss-
te in der Flucht des Regierungsgebäudes
in der Lækjargata gebaut werden, so dass
ein durchgehender Freiraum vom Meer bis
zum See Tjörnin gewahrt wurde. Die ers-
ten Gebäude, Wohnhaus (a), Bäckerei
(b) und Lager für Torf zum Heizen (c)
des Bäckers Bernhöft, wurden 1834 in
Fachwerkkonstruktion erstellt, ebenso wie
das 1861 ergänzte Lagerhaus (d) und ein
kleiner Bäckerladen (e) aus dem Jahr 1885.
Im Jahr 1838 wurde ein Fachwerkhaus (f)
aus möglicherweise in Norwegen zugesäg-
tem Holz erbaut. Es erhielt 1859 verschie-
dene Anbauten. Der letzte Anbau, ein von
Architekt Rögnvaldur Ólafsson entworfe-
nes Turmgebäude (g), stammt aus dem Jahr
1905. Im gleichen Jahr entstand Gimli (h),
aus Betonsteinen errichtet, mit einem erst-
mals in Island ausgeführten Betondach. In
der Mitte des 20. Jahrhunderts wurden die
Gebäude vom Staat aufgekauft und sollten
abgerissen werden. Ein Brand im Jahr 1977
zerstörte das Torflager und das Lagerhaus
und beschädigte große Teile der Bäckerei.
Nach der Kampagne einer Bürgerinitiative
zur Erhaltung der Hausgruppe wurde sie
1979 unter Denkmalschutz gestellt. Einige
der Häuser wurden von Architekt Knútur
Jeppesen renoviert. Die Architekten Stefán
Örn Stefánsson und Grétar Markússon wur-
den außer mit Renovierungsarbeiten auch
mit dem Bau neuer Gebäude an der Stelle
der abgebrannten Häuser beauftragt, die sie
in der Größe der ursprünglichen Gebäude
errichteten.

Bernhöftstorfan

The row of houses known as Bernhöftstorfan
is part of the oldest homogeneous row of
houses extant in Reykjavik. The houses
were built along the same building line as
Government House on Lækjargata, allow-
ing free access between the Lake and the
sea. The oldest of the buildings, dating from
1834, were Bernhöft the baker's home (a),
bakery (b) and peat store (c). These were
timber-frame buildings, as were the ware-
house (d) added in 1861, and a small bread
shop (e) from 1885. In 1838, a timber-
frame building (f) was constructed, per-
haps brought to Iceland prefabricated from
Norway, and in 1859 several additions were
built onto it. The last of the additions, the
tower building (g) from 1905, was designed
by architect Rögnvaldur Ólafsson. In the
same year Gimli (h) was built of concrete.
The Treasury purchased the buildings in the
mid-20th century with a view to demolish-
ing them. In a fire in 1977, the peat store
and warehouse were destroyed, and the bak-
ery was severely damaged. Following a cam-
paign for their preservation, the buildings
were classified as listed buildings in 1979.
Several of them were renovated by archi-
tect Knútur Jeppesen, and architects Stefán
Örn Stefánsson and Grétar Markússon were
commissioned to carry out renovations and
to design new buildings in place of those that
had burned down. These were rebuilt in the
same size and proportions as the originals.

1

2

3

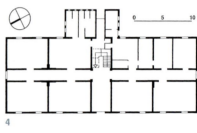

4

7 Menntaskólinn í Reykjavík

Á 19. öld var hús Menntaskólans, sem þá nefndist Lærði skólinn eða Latínuskólinn, stærsta timburbygging landsins. Skólinn var um þetta leyti fluttur frá Bessastöðum til Reykjavíkur og hin nýja bygging skyldi bætast við röðina sem Stjórnarráðshúsið og Berhöftstorfuhúsin mynduðu. Húsið er reist vorið 1844, stokkbyggt á hlöðnum steingrunni, og var timbrið líklega flutt inn tilsniðið frá Noregi. Útveggir voru klæddir lóðréttum viðarborðum en inni voru veggirnir upphaflega þaktir kalk- og gipshúð.

Þrátt fyrir einfaldleika hússins og skrautleysi á það uppruna sinn í klassíkinni, glugga- og herbergjaskipan fylgir þaulhugsuðum hlutföllum. Skömmu eftir að smíði hússins lauk var miðgaflinn stækkaður. Klassísk stíleinkenni setja svip á útfærslur innanhúss, s.s. dyrabúnað, handrið og þiljur. Þetta á einkum við um hátíðasalinn, þar sem Alþingi var endurreist við hátíðlega athöfn 1. júlí 1845. Þingið hafði síðan aðsetur í skólanum þar til það flutti í eigið húsnæði 1881. Skólinn starfar enn í byggingunni sem var friðuð 1973. Bókhlaðan Íþaka, sem stendur við hlið skólans, var byggð 1867 eftir teikningum C. Klentz.

1844–1846, Jørgen H. Koch
Lækjargata, Reykjavík
1 Vesturhlið • Westansicht • West side
2 Bókasafn • Bibliothek • Library
3 Inngangur • Eingang • Entrance
4 Grunnteikning jarðhæðar • Grundriss Erdgeschoss •
   Plan of ground floor

Gymnasium Reykjavík

Im 19. Jahrhundert war dieses Gymnasium, früher Lateinschule genannt, das größte Holzgebäude in Reykjavík. Die Schule wurde damals von Bessastaðir nach Reykjavík verlegt und das neue Gebäude sollte in die vorhandene Häuserflucht eingefügt werden, in die sich bereits das Regierungsgebäude und Bernhöftstorfan einfügten. Das Holz für das in Blockbauweise errichtete Gebäude wurde vermutlich fertig zugesägt aus Norwegen importiert und im Frühjahr 1844 auf einem gemauerten Steinsockel aufgebaut. Die Außenwände erhielten außen eine senkrechte Holzschalung, innen urspünglich einen Kalk-Gipsputz. Trotz seiner Schlichtheit und Schmucklosigkeit ist es klassizistischen Ursprungs, die Fenster- und Raumordnung folgen durchdachten Proportionen. Kurz nach Fertigstellung des Gebäudes wurde der Mittelgiebel vergrößert. Der klassizistische Stil ist eher erkennbar an Ausführungsdetails im Inneren des Gebäudes, wie Türrahmen, Treppengeländer und Holztäfelungen. Insbesondere gilt das für den Festsaal, in dem am 1. Juli 1845 das Parlament Alþingi feierlich wieder errichtet wurde. Es tagte im Schulgebäude, bis es 1881 in ein eigenes Gebäude umzog. In dem seit 1973 denkmalgeschützten Gebäude ist auch heute noch die Schule untergebracht. Die neben dem Schulgebäude errichtete Schulbibliothek entstand im Jahr 1867 nach einem Entwurf von C. Klentz.

Reykjavík Grammar School

In the 19th century, the schoolhouse of the Reykjavík Grammar School, then known as the Latin School or Learned School, was Iceland's largest wooden building. The school had been transferred from Bessastaðir to Reykjavík, and a plot was allocated for the new schoolhouse on the same building line as Government House and Bernhöftstorfan. The building was constructed in 1844, a log building on a foundation built of stone. The timber was probably imported ready-cut from Norway. The exterior walls were clad with vertical wooden boards, while the interior walls were originally coated in lime plaster. In spite of the simple and unadorned appearance of the building, it has its roots in classicism, the location of windows and interior design following strict proportions. Shortly after the completion of the building, the central gable was enlarged. The characteristics of the classical style are more noticeable in the handling of interior detail, such as doorframes, banisters and wooden panelling. This applies especially to the assembly hall, where the Alþingi (parliament) was re-established at a solemn ceremony on 1 July 1845. Parliament continued to meet in the schoolhouse until it moved into the newly-built Parliament House in 1881. The Reykjavík High School is still housed in the schoolhouse, which has been a listed building since 1973. The school library, Íþaka (Ithaca), that stands next to the school, was built in 1867, designed by C. Klentz.

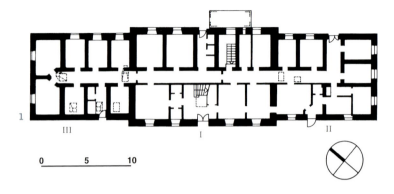

1

III   I   II

0   5   10

2

3

8 Hegningarhúsið

Þetta er eina steinhleðslubyggingin í Reykjavík þar sem íslenskt hraungrýti er notað ótilhöggvið. Hugmyndin að veggjagerðinni mun vera komin frá fyrsta steinsmiði landsins, Sverri Runólfssyni. Veggirnir eru tvöfaldir og var sementsmúr notaður til að fylla í glufur milli steinanna að utanverðu. Byggingin er þrískipt, í miðhluta með dómhúsinu (I) og tvær lægri hliðarálmur. Í austurhlutanum var hegningarhús (II) en í vesturálmunni íbúð fangavarðar (III). Hönnunin sýnir áhrif nýklassíska stílsins. Grunnmynd og hæð aðalbyggingar samsvara hlutföllum gullinsniðs. Á suðurhlið er gluggaskipan samhverf en ekki jafn reguleg á norðurhlið og hliðarálmum. Einfaldleiki hússins, samræmd hlutföll þess og byggingarefni gera það að einu fegursta dæmi um húsagerðarlist þessa tíma í Reykjavík. Það var friðað árið 1978. Hætt var að nota bygginguna sem fangelsi árið 2016.

1871–1873, C. Klentz
Skólavörðustígur 9, Reykjavík

1   Grunnteikning jarðhæðar • Grundriss Erdgeschoss • Plan of ground floor
2   Suðurhlið • Südansicht • South side
3   Inngangur • Eingang • Entrance
4   Langsnið • Längsschnitt • Longitudinal section

Gefängnis

Das Gefängnis ist der einzige Steinbau in Reykjavík, bei dem der isländische Lavastein unbearbeitet verwendet wurde. Die Idee für diese Konstruktion stammt von Sverrir Runólfsson, dem ersten Steinmetz in Island. Die Wände sind zweischalig und es wurde Zementmörtel verwendet. Das Gebäude besteht aus drei Teilen, dem mittleren Gerichtsgebäude (I) und zwei seitlichen niedrigeren Flügeln. Während der Ostflügel als Gefängnis genutzt wurde (II), war im westlichen Flügel die Wohnung des Gefängniswärters untergebracht (III). Der Entwurf ist vom neoklassizistischen Stil beeinflusst. Grundriss und Höhe des Hauptgebäudes entsprechen den Proportionen des goldenen Schnittes. Auf der Südfassade sind die Fenster symmetrisch angeordnet, während an der Nordfassade und in den Seitenflügeln die Fensteranordnung weniger regelmäßig ist. Das Gebäude ist durch seine Einfachheit, seine angenehmen Proportionen und sein Material eines der schönsten Beispiele für die Architektur seiner Zeit in Reykjavik und wurde 1978 unter Denkmalschutz gestellt. Das Gebäude wird heute nicht mehr als Gefängnis genutzt.

The Old Prison

This is the only stone building in Reykjavik where Icelandic lava is used, uncut. The idea for the construction method was proposed by Iceland's first stone mason, Sverrir Runólfsson. The walls are double, using cement mortar for filling in the divisions between the stones on the outside. The building comprises three parts, with the courtroom (I) in the centre, and two lower wings. The east wing contained the cells (II), and the west wing the jailer's accommodation (III). The design shows Neo-Classical influence, and the ground plan and height of the main building are according to the proportions of the golden section. Windows are symmetrically placed on the south facade, but are less regularly arranged on the northern facade and wings. The simplicity of the building, its proportions and building material make it one of Reykjavik's most beautiful examples of the architecture of the period. It has been a listed building since 1978. The building has not served as a prison since 2016.

4

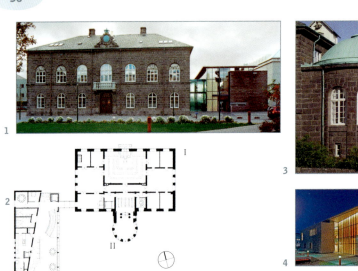

9 Alþingishúsið

Hönnun Alþingishússins (I) var falin Ferdinand Meldal, einum þekktasta húsameistara Dana á sínum tíma. Á grundvelli teikninga hans reistu danskir steinsmiðir og íslenskir handverksmenn alls staðar að af landinu bygginguna sem er í nýendurreisnarstíl. Húsið er mikilvægt í byggingarlistasögu Íslands, einkum vegna hinnar geysivönduðu steinhleðslu, en veggirnir eru úr íslensku grá-

1879–1881, Ferdinand Meldahl
1908–1909, Frederik Kiørboe
1998–2002, Batteríið Arkitektar
Kirkjustræti, Austurvöllur, Reykjavík
1 Norðurhlið • Nordansicht • North side
2 Grunnteikning efri hæðar • Grundriss Obergeschoss • Plan of upper floor
3 Sívalningslaga viðbygging • Runder Anbau • Circular annex
4 Vesturhlið viðbyggingar • Westansicht Erweiterungsbau • Extension West Side
5 Mötuneyti í viðbyggingu • Kantine im Erweiterungsbau • Extension Canteen

grýti. Margir Íslendingar, þeirra á meðal Magnús Magnússon, lærðu steinsmíði við byggingu hússins og eftir að henni lauk hófst blómaskeið steinhleðslubygginga á Íslandi. Sívalningslaga viðbygging með kúpulþaki (II) var reist við bakhlið hússins 1908–1909 eftir teikningum danska arkitektsins Kjørboes. Í Alþingishúsinu hóf Háskóli Íslands starfsemi sína árið 1911. Nýrri viðbyggingu (III) lauk árið 2002. Hún hýsir margvísleg þjónusturými og fundaherbergi og þar er sömuleiðis aðalinngangur þinghússins. Arkitektastofan Batteríið hafði það að markmiði við hönnunina að sýna arfleifð aðalbyggingarinnar virðingu og tengja saman fortíð og samtíð. Samnefnari er hið dæmigerða íslenska blágrýti sem myndar nýja og kröftuga heild með efnum á borð við gler, stál og við í nýja hlutanum. Jafnframt voru gerðar endurbætur á gamla þinghúsinu. Viðbyggingin hlaut menningarverðlaun DV í arkitektúr árið 2003.

Parlamentsgebäude

Mit der Planung des Parlamentsgebäudes (I) in Reykjavík wurde Ferdinand Meldahl, einer der damals berühmtesten dänischen Architekten, beauftragt. Auf der Grundlage seines Entwurfes errichteten Steinmetze zusammen mit Handwerkern aus ganz Island das Gebäude im Stil der Neurenaissance. Es nimmt vor allem aufgrund des qualitativ hochwertigen Mauerwerks aus isländischem Dolorit eine bedeutende Stellung in der Architekturgeschichte Islands ein. Viele Isländer, darunter Magnús Magnússon, erlernten hier ihr Handwerk, und eine bedeutende Zeit der Steinarchitektur brach nach dem Bau des Steingebäudes an. Der runde Anbau mit Kuppeldach auf der Rückseite des Gebäudes (II) wurde 1908–1909 ergänzt nach einem Entwurf des dänischen Architekten Kiørboe. Außer dem Parlament beherbergte das Gebäude anfangs unter anderem die im Jahr 1911 gegründete Universität von Island. In dem 2002 fertiggestellten Erweiterungsbau (III) sind Service-Räume, Konferenzräume und der neue Haupteingang zum Parlament untergebracht. Mit Respekt vor dem Erbe des bestehenden Gebäudes war es das Ziel des Architekturbüros Batteríið, Vergangenheit und Gegenwart zu verbinden. Eine neue dynamische Einheit bilden der traditionelle isländische Basalt als gemeinsamer Nenner und Materialien wie Glas, Stahl und Holz als verbindende Elemente. Gleichzeitig wurde das bestehende Parlamentsgebäude restauriert. Der Erweiterungsbau wurde 2003 mit dem isländischen DV Kulturpreis für Architektur ausgezeichnet.

Parliament House

The Parliament House – Alþingishúsið (I) was designed by Ferdinand Meldahl, one of Denmark's most renowned architects at the time. On the basis of this design, Danish stone masons and craftsmen from all over Iceland constructed the building in Neo-Renaissance style. The building, which is constructed of Icelandic dolerite, holds great significance in Icelandic architectural history, mainly because of the high-quality masonry. Many Icelanders, including Magnús Magnússon, learned their craft during this build, and the completion of the Parliament House marks the beginning of the prime of stone masonry on Iceland. A round extension with a domed roof (II), designed by the Danish architect Kiørboe, was added to the back of the building in 1908–1909. In addition to the parliament itself, the building also housed the University of Iceland, which was founded in 1911. Another extension was completed in 2002, housing various service spaces, conference rooms, and a new main entrance to the Parliament House. Designed by the architectural office Batteríið, the extension was intended to respect the heritage of the existing building while forming a bridge between the past and the present. The common feature is the typical Icelandic basalt that forms a new and dynamic unit, using materials such as glass, steel, and wood as connecting elements. Restoration work was simultaneously carried out on the older building. The extension was awarded the DV Culture Prize for architecture in 2003.

1

2

3

4

0 1   5

10   Steinbæir og steinhús

Fyrstu íbúðarhús í Reykjavík úr öðru efni en torfi, óhöggnu grjóti eða timbri eru hinir svonefndu *steinbæir*. Enda þótt nóg væri af steini í landinu var hann tæpast nýttur sem byggingarefni fyrr en eftir byggingu Alþingishússins 1880–81. Þegar danskir steinsmiðir unnu við hleðslu þess lærðu nokkrir Íslendingar af þeim handverkið og

byggðu síðan mörg lítil íbúðarhús úr hlöðnum steini í Reykjavík. Í smíðinni studdust þeir við byggingarlag torfbæjanna: Húsin eru einlyft, langveggir hlaðnir úr grjóti en gaflar yfirleitt úr timbri og á þeim einu gluggarnir. Þakið var klætt bárujárni. Inngangur í húsin var um viðbyggðan skúr á langvegg. Eftir að bygging torfbæja hafði verið bönnuð í Reykjavík árið 1894 voru steinbæir algengasta húsagerðin fram til u.þ.b. 1905. Af nær 100 steinbæjum í Reykjavík 1902 eru nú aðeins um 20 varðveittir. Þeirra á meðal er Nýlenda (10a) sem flutt var í Árbæjarsafn. Svipuð steinbæjunum en með hlaðna gaflveggi voru *steinhúsin*. Af þeim eru líka einungis 20 varðveitt, þ.á m. Hákot (10b) og Götuhús (10c). Hákot var friðað árið 2000.

Árbæjarsafn, Nýlenda, 1872 (10a), Reykjavík
Garðastræti 11a, Hákot, 1886 (10b), Reykjavík
Vesturgata 50, Götuhús, 1895 (10c), Reykjavík
1   Vesturgata 50
2   Nýlenda
3   Garðastræti 11a
4   Garðastræti 11a, grunnteikning • Grundriss • Ground plan

Steinhöfe und Steinhäuser

Half-Stone and Stone Houses

Die ersten Wohnhäuser in Reykjavík, die aus einem anderen Material als Torf, unbehauenem Stein oder Holz errichtet wurden, sind die sogenannten Steinhöfe, *steinbæir*. Stein wurde trotz reichen Vorkommens hauptsächlich nach dem Bau des Parlamentsgebäudes 1880–81 als Baumaterial genutzt. Als dänische Handwerker das Parlamentsgebäude aus Stein errichteten, erlernten dabei auch Isländer diese Fertigkeiten und bauten daraufhin in Reykjavík viele kleine Wohnhäuser aus Stein. Dabei griffen sie auf die Struktur des Torfhauses zurück: Die Längswände der eingeschossigen Gebäude wurden aus unbehauenem Stein errichtet, während die Giebelwände, in denen sich üblicherweise die einzigen Fenster befanden, zumeist aus Holz waren. Das Dach wurde mit Wellblech eingedeckt. Über einen an der Längswand angebauten Schuppen wurden die Häuser betreten. Nachdem im Jahr 1894 der Bau von Torfhäusern in Reykjavík verboten wurde, waren die Steinhöfe bis etwa 1905 die übliche Bauweise. Von fast 100 Steinhöfen im Jahr 1902 sind in Reykjavík heute nur noch 20 erhalten. So beispielsweise Nýlenda (10a), welches in das Árbæmuseum verlegt wurde. Ähnlich wie die Steinhöfe, jedoch mit gemauerten Giebeln, wurden die Steinhäuser, *steinhús*, erbaut. Auch davon sind heute nur noch 20 Gebäude erhalten, wie Hákot (10b) oder das Götuhús (10c). Hákot wurde 2000 unter Denkmalschutz gestellt.

The first homes built in Reykjavik of materials other than turf, uncut rock or timber are of the so-called *steinbær* type (half-stone). Although there was plenty of rock in Iceland, it was hardly used for construction purposes until after the building of Parliament House in 1880–81. When Danish stonemasons came to Iceland to work on the project, many Icelanders learned this construction method from them, and went on to build small stone houses in Reykjavik. These were built on a plan similar to that of the old turf houses; the houses are on one floor, with longitudinal walls of rock, while the end gables are generally of wood. Normally the only windows were in the end walls. The roof was covered with corrugated iron. The entrance was via a lean-to on the longitudinal wall. After the construction of turf houses was prohibited in Reykjavik in 1894, the half-stone house became the most common type of house built in the town, until about 1905. Of nearly 100 half-stone houses recorded in Reykjavik in 1902, only about 20 have survived, including Nýlenda (10a), which is one of the houses preserved in the Árbær Museum. A similar type was the *steinhús* (stone house); in these the end walls also were built of stone. Of these too only about 20 are extant, including Hákot (10b) and Götuhús (10c). Hákot became a listed building in 2000.

1

2

3

4

11 Árbæjarsafn

Árbæjarsafn var opnað árið 1957. Safninu er ætlað að veita gestum innsýn í húsagerð og lifnaðarhætti Reykvíkinga fyrr á tímum. Kjarni safnsins er torfbærinn Árbær, en allar aðrar byggingar hafa verið fluttar á staðinn. Þessi gamli bær er dæmi um loka-skeiðið í þróun íslenska torfbæjarins undir aldamótin 1900. Hann er með burstabæj-arsniði og er eins konar millistig milli torf- og timburhúss.

Eitt fyrsta íbúðarhús úr timbri sem reist var í Reykjavík var Dillonshús frá árinu 1835. Ennfremur ber að nefna húsið úr Lækjargötu 4, fyrsta tvílyfta íbúðarhús í Reykjavík, sem er bindings- eða grindarhús og múrsteini hlaðið í grindina. Húsið reisti þýskur timb-ursmiður árið 1852. Auk timburhúsanna er á safninu dæmi um steinbæina sem einungis voru til í Reykjavík. Af byggingum sem ekki eru upprunnar í Reykjavík má nefna torf-kirkjuna frá Silfrastöðum í Skagafirði sem Jón Samsonarson reisti árið 1842, en þar eru nú aftur haldnar giftingar- og skírnarathafn-ir. Andspænis kirkjudyrum stendur skrúðhús-ið, en slík eru sjaldgæf á Íslandi. Það er gert eftir skrúðhúsinu að Arnarbæli í Ölfusi.

Árbæjarsafn, Árbæjarhverfi, Reykjavík
1 Lækjargata 4
2 Torfkirkja • Torfkirche • Turf church
3 Dillonshús
4 Hjónavígsla • Hochzeit • Wedding
5 Árbær

Árbær-Freilichtmuseum

Das Museum in Árbær wurde im Jahr 1957 eröffnet und soll dem Besucher Eindrücke von der Architektur und der Lebensweise der Bewohner Reykjavíks in früheren Zeiten vermitteln. Kernstück des Museums ist der alte Torfhof Árbær, alle übrigen Gebäude sind dorthin versetzt worden. Dieser Hof zeigt die letzte Entwicklungsstufe des isländischen Torfhauses gegen Ende des 19. Jahrhunderts. Es ist eine Art Zwischenstadium zwischen Torf- und Holzhaus, auch Giebelhof genannt.

Zu den ersten Wohnhäusern aus Holz, die in Reykjavík gebaut wurden, gehört das Dillonshús aus dem Jahr 1835, und schließlich ist noch das Haus aus der Lækjargata 4 zu erwähnen, das erste zweigeschossige Wohnhaus in Reykjavík. Das mit Ziegelsteinen ausgemauerte Fachwerkhaus wurde 1852 von dem deutschen Zimmermann Georg Ahrenz erstellt. Außer den Holzgebäuden befinden sich im Museum auch Beispiele für die nur in Reykjavík vorkommenden Steinhäuser, *steinbær*. Zu den Gebäuden, die nicht aus Reykjavík stammen, gehört die 1842 von Jón Samsonarsson erbaute Torfkirche aus Silfrastaðir in Skagafjörður. In ihr finden heute wieder Hochzeiten und Taufen statt. Das in Island selten vorkommende Sakristeigebäude gegenüber dem Kircheneingang ist ein Nachbau der Sakristei von Arnarbæli im Ölfus-Bezirk.

Árbær Museum

Árbæjarsafn (Árbær Museum) was opened in 1957. The museum's objective is to provide visitors with an insight into the architecture and way of life of Reykjavik's inhabitants in olden times. The museum has been built up around the Árbær farmhouse; all the other buildings have been moved to the site from elsewhere. The farmhouse is an example of the final stage of the Icelandic turf house, at the end of the 19th century. It follows the gabled-farmhouse plan, while its construction is an intermediate stage between a turf house and a wooden house.

One of the first wooden homes in Reykjavik was Dillonshús (Dillon's House), from 1835. Also worth mentioning is a house from Lækjargata 4, the first two-storey home in Reykjavik; this is a timber-frame building with brick infill, built by a German carpenter in 1852. In addition to the wooden houses in the museum, there are also examples of the *steinbær* (half-stone house), which existed only in Reykjavik. Buildings not originating from Reykjavik include a turf church from Silfrastaðir in Skagafjörður, north Iceland, built in 1842 by Jón Samsonarson. The church is used for weddings and christenings. Opposite the church door is a vestry. These are rare in Iceland. The museum vestry is a copy of the one at Arnarbæli in Ölfus, south Iceland.

1

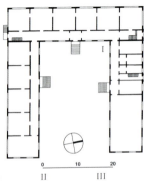

2   II   III

3

12   Miðbæjarskólinn

Undir aldamót var eldra barnaskólahús orðið of lítið fyrir bæjarbúa. Tveimur dönskum arkitektum var þá falið að gera tillögur að nýju skólahúsi og varð tillaga C. Brandstrups arkitekts fyrir valinu. Samkvæmt henni var árið 1898 reist tvílyft bárujárnsklætt grindarhús á háum steinsökkli, tvær álmur, sem stóðu hornrétt hvor á aðra (I). Skólinn var byggður eftir ýtrustu kröfum síns tíma.

1898, Christian Brandstrup
Miðbæjarskólinn, Fríkirkjuvegur 1, Reykjavík
1   Vesturhlið • Westansicht • West side
2   Grunnteikning jarðhæðar • Grundriss Erdgeschoss •
      Plan of ground floor
3   Inngangur • Eingang • Entrance

Miðjugangar eru engir, kennslustofur bjartar, enda gluggar óvenju stórir, og hver stofa með eigin loftræstingu um skorsteina sem tengdust upphaflega innbyrðis með járngrindverki á lágu valmaþakinu. Grindur þessar, sem nú hafa verið fjarlægðar, voru einu skrautþættir byggingarinnar, ásamt skreytibjórum yfir dyrum. Að öðru leyti valda einfaldleiki byggingarinnar, form og útfærsla því að hægt er nefna Miðbæjarskólann fyrstu „nútímabyggingu" borgarinnar. Árið 1907 var bætt við þriðju álmunni (II) svo úr varð U-laga grunnmynd, og 1923 og 1947 var leikfimishúsið í eldri hlutanum, sem hafði verið lægra, hækkað (III). Byggingunni sjálfri hefur ekki verið breytt frá 1947. Hún var friðuð 1978.

Grundschule im Zentrum

Miðbæjarskóli Elementary School

Nachdem die alte Grundschule zu klein geworden war, beauftragte man zwei dänische Architekten damit, Vorschläge für eine neue Schule zu machen. Architekt C. Brandstrup erhielt den Zuschlag und errichtete 1898 zunächst zwei im rechten Winkel stehende Gebäude (I). Der zweigeschossige Fachwerkbau wurde mit Wellblech verkleidet und auf einen hohen Steinsockel gestellt. Die Schule wurde nach modernstem Standard gebaut. Sie hat keinen Mittelflur, die Klassenräume sind über ungewöhnlich große Fenster belichtet, und jeder Raum wird separat über Kamine entlüftet, die ursprünglich auf dem flach geneigten Walmdach untereinander durch Metallgitter verbunden waren. Diese Gitter bildeten zusammen mit den Ziergiebeln über den Türen die einzigen Schmuckelemente des Gebäudes. Ansonsten kann es mit seiner Schlichtheit, Form und Ausführung als erstes „modernes" Gebäude der Stadt bezeichnet werden. Im Jahr 1907 wurde ein dritter Gebäudeflügel ergänzt (II), der den Komplex zur U-Form erweiterte, und in den Jahren 1923 und 1947 wurde der zunächst niedrigere Gymnastikbereich erhöht und aufgestockt (III). Das danach nicht mehr veränderte Gebäude steht seit 1978 unter Denkmalschutz und dient heute als Ausbildungszentrum.

At the turn of the 20th century, the old Reykjavik elementary school building had grown too small for the town. Two Danish architects were commissioned to produce proposals for a new schoolhouse, and C. Brandstrup's proposal was accepted. In 1898, according to his design, a two-storey corrugated-iron-clad timber-frame building was constructed, on a high stone foundation. It comprised two wings at right-angles to each other (I). It was built according to the most advanced standards of the time. There are no central passages, the classrooms are well-lit by large windows, and each classroom is ventilated individually via chimneys that were originally linked together by iron railings on the low-hipped roof. These iron railings were, along with ornamental tympana over the doors, the only decorative details of the building. The railings have now been removed. In its simplicity, form and detail the Miðbæjarskóli (Town Centre Elementary) may thus be termed Reykjavik's first "modern" building. In 1907 a third wing (II) was added, making a U-shaped building, and in 1923 and 1947, the ceiling of the gymnasium in the older part of the building was raised (III). The building itself has not been altered since 1947. It has been a listed building since 1978.

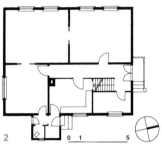

13 Innflutt norsk hús

Norsku síld- og hvalveiðimennirnir sem sett-
ust að við strendur Íslands undir lok 19.
aldar reistu sér í nokkrum kauptúnum hús
sem flutt höfðu verið tilsniðin frá Noregi.
Húsin voru sum hver pöntuð úr norskum
pöntunarlistum og send til Íslands. Í Noregi
bar á þessum tíma mjög á nýrómantískum
straumum undir áhrifum frá Þýskalandi,
Sviss og fleiri löndum. Þannig hafði t.d. svo-
nefndur sveiser- eða svætserstíll mikil áhrif
á þróun timburbygginga í Noregi í lok 19.
aldar og upphafi hinnar 20. Mörg innfluttu

húsin voru því í þessum stíl, en einkenni hans
voru einkum þau að steinsökklar voru hærri
en áður tíðkaðist, gluggar stærri, veggir
háreistari, þakufsir breiðari og skreytiþætt-
ir nýstárlegir. Nokkur þessara innfluttu húsa,
sem höfðu mikil áhrif á íslenska húsagerðar-
list, standa enn í dag. Einu húsin í Reykjavík
sem eru talin algerlega úr tilsniðnu, innfluttu
efni eru íbúðarhúsið að Þingholtsstræti 29
í sveiserstíl og Höfði, hið fræga móttökuhús
borgarinnar, sem er í júgendstíl. Bæði eru
frá fyrirtækinu Strömmen í Noregi.

Importierte norwegische Häuser

Imported Norwegian Houses

Die norwegischen Heringsfischer und Walfänger, die sich Ende des 19. Jahrhunderts an Islands Küsten niederließen, erstellten in einigen Siedlungen Häuser, die fertig zugesägt aus Norwegen importiert waren. Sie wurden per Katalog in Norwegen bestellt, nach Island transportiert und dort aufgebaut. Zu dieser Zeit erlebte Norwegen unter dem Einfluss von Deutschland, der Schweiz und anderen Ländern einen Trend zur Neuromantik. Der „Schweizer-" oder „Chalet-Stil" beispielsweise hatte Ende des 19. und Anfang des 20. Jahrhunderts einen großen Einfluss auf die Holzkonstruktionen in Norwegen. Viele der importierten Häuser waren daher in diesem Stil, der sich gegenüber früheren Konstruktionen insbesondere kennzeichnete durch höhere Steinsockel, größere Fenster, höhere Wände, größere Dachüberstände und ungewöhnliche Verzierungen. Einige dieser importierten Gebäude, die großen Einfluss auf die isländische Architektur hatten, stehen heute noch. In Reykjavík sind das Wohnhaus Þingholtsstræti 29 im Schweizer Stil und das im Jugendstil erbaute Höfði, das berühmte Gästehaus der Stadt, die vermutlich einzigen komplett importierten Gebäude. Sie stammen beide von der Firma Strömmen in Norwegen.

Norwegian herring merchants and whalers who established themselves in communities on the coast of Iceland in the late 19th century built houses which they imported prefabricated from Norway. Some of them were ordered from Norwegian catalogues and sent to Iceland to be erected. At this time Norway was deeply influenced by Neo-Romantic trends from Germany, Switzerland and elsewhere. Hence the Swiss or chalet style had great influence on the development of timber building in Norway in the late 19th and early 20th century. Many of the imported catalogue houses were in this style; it was typified by a high stone foundation, with larger windows than had been customary, higher walls, eaves that projected farther, and new forms of ornament. Some of these imported buildings, that were to be influential in Icelandic architecture, are still extant today. The only buildings in Reykjavik that are reputedly entirely built of ready-made imported components are the house at Þingholtsstræti 29, in the chalet style, and Höfði House, the renowned reception house of the city of Reykjavik, which is in the Art Nouveau style. Both are from the Strömmen company in Norway.

4

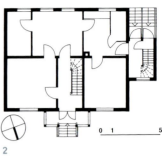

2

1

3

14 Stýrimannastígur

Gatan liggur frá Vesturgötu að gamla Stýri-
mannaskólanum og var lögð árið 1898. Hún
var fyrsta gata bæjarins þar sem hús stóð
fyrir enda götunnar og þar er nú ein fegursta
og best varðveitta heild reykvískra timbur-
húsa frá upphafi aldarinnar. Á þessum tíma
voru hús reist beggja vegna götunnar, flest í

sveiserstíl sem Íslendingar tóku upp að fyr-
irmynd bygginga sem fluttar höfðu verið inn
frá Noregi. Vegna skorts á byggingatimbri
og fé, sem og af veðurfarslegum ástæðum,
kom bárujárn í stað ytri timburklæðningar.
Þannig varð til íslensk útgáfa þessa stíls, en
reyndar eru húsin svo ólík innbyrðis að ekki
er unnt að tala um sérstakan stíl eða húsa-
tegund. Dæmi um þessa íslensku útfærslu
sveiserstílsins, sem var ríkjandi í upphafi
20. aldar, eru húsin Stýrimannastígur 15 frá
árinu 1899 og Stýrimannastígur 10, reist
1906. Hið síðarnefnda, glæsilega bygg-
ingu með stórum inngangi og svölum, hann-
aði fyrsti íslenski arkitektinn, Rögnvaldur
Ólafsson. Skólahúsið fyrir enda götunnar var
reist 1898 og er eftir Fredrik Anton Bald.

Stýrimannastígur-Straße

Diese Straße, die von der Vesturgata zur alten Seemannsschule führt, wurde im Jahr 1898 gebaut. Sie war die erste Straße in Reykjavík mit einem Endhaus und ist heute eine der schönsten und besterhaltenen Straßen mit Holzgebäuden aus der Zeit des beginnenden 20. Jahrhunderts. In dieser Zeit wurden zu beiden Seiten Häuser errichtet, die meisten davon im Schweizer-Stil, den die Isländer von den aus Norwegen importierten Gebäuden nachahmten. Wegen des Mangels an Bauholz und Geld und aufgrund der klimatischen Bedingungen ersetzte man die Brettverkleidung durch Wellblech. Es entstand eine isländische Variante dieses Baustils, jedoch variieren die Häuser so sehr, dass man sie nicht als speziellen Baustil oder Haustyp bezeichnen kann. Beispiele dieser Anfang des 20. Jahrhunderts vorherrschenden isländischen Version des Schweizer-Stils sind die Häuser Stýrimannastígur 15 aus dem Jahr 1899 und das 1906 erbaute Haus Stýrimannastígur 10. Dieses herausragende Gebäude mit seinem großen Eingang und Balkonen wurde vom ersten isländischen Architekten Rögnvaldur Ólafsson entworfen. Die Schule am Ende der Straße aus dem Jahr 1898 stammt von Fredrik Anton Bald.

Stýrimannastígur

Stýrimannastígur, the street that runs from Vesturgata to the old Seamen's College, dates from 1898. This was the first street in Reykjavik with a building standing at its end; today it boasts one of the most beautiful and best-preserved groups of timber houses from the beginning of the century. At that time houses were built on both sides of the street, most in the chalet style that Icelanders had adopted, following the example of houses imported from Norway. Due to shortage of timber for building, and financial constraints, and also for climatic reasons, the houses were clad not with timber but with corrugated iron. Thus an Icelandic version of the style developed; the houses differ so widely in interior design, however, that it is not possible to classify them as a single style or type of building. Examples of the Icelandic chalet style that was predominant in the early 20th century are Stýrimannastígur 15, from 1899, and Stýrimannastígur 10, built in 1906. The latter, a splendid building with an impressive porch and balcony, was designed by the first Icelandic architect, Rögnvaldur Ólafsson. The old Seamen's College building at the end of the street, which dates from 1898, was designed by Fredrik Anton Bald.

4

5

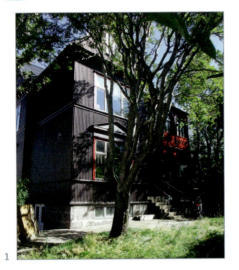

1

2

3

4

15 Miðstræti

Við Miðstræti standa vel varðveitt timbur-
hús sem gera það að einni fallegustu götu
borgarinnar frá þessum tíma. Húsin eru öll

1903–1908, Miðstræti, Reykjavík

1 Miðstræti 7: Suðurhlið • Südansicht • South side
2 Miðstræti 5: Svalir • Balkon • Balcony
3 Miðstræti 10: Inngangur • Eingang • Entrance
4 Miðstræti 5: Úr suðaustri • Südostansicht •
  Southeast side
5 Gatan séð úr suðri • Straßenansicht von Süden •
  Street from south

hönnuð og byggð af Íslendingum, flest frá
árunum 1903–1908. Þrír mikilvirkustu
timbursmiðir bæjarins reistu sér íbúðarhús
við götuna. Þau eru Miðstræti 10 (5 vinstra
hús) eftir Einar J. Pálsson frá 1904, húsið
að Miðstræti 5, reist árið 1907 af Sigvalda
Bjarnasyni, og Miðstræti 7 sem Sveinn
Jónsson byggði 1908. Öll eru húsin grind-
ar- eða bindingshús, bárujárnsklædd, og að
stíl, stærð og allri gerð dæmi um hæsta þró-
unarstig hins íslenska timburhúss.

Miðstræti-Straße

Die Straße ist mit ihren gut erhaltenen Holzgebäuden eine der schönsten aus dieser Zeit in Reykjavík. Die Häuser, die alle von Isländern entworfen und gebaut wurden, stammen aus den Jahren 1903 bis 1908. Drei der aktivsten Zimmerleute der Stadt bauten sich hier ihre eigenen Wohnhäuser. Dazu gehören Miðstræti 10 (5 linkes Gebäude) von Einar J. Pálsson aus dem Jahr 1904, das 1907 errichtete Haus Miðstræti 5 von Sigvaldi Bjarnason und Miðstræti 7, errichtet 1908 von Sveinn Jónsson. Die wellblechverkleideten Fachwerkhäuser sind in Größe, Stil und Ausführung beispielhaft für die höchste Entwicklungsstufe des isländischen Holzhauses.

Miðstræti

Along Miðstræti stand well-preserved wooden houses that make this one of the most attractive streets in the city from this period. The houses were all designed and built by Icelanders, most of them in the period 1903–1908. Three of the town's most prolific builder-carpenters built themselves homes here; these are Miðstræti 10 (5 left-hand house) by Einar J. Pálsson, from 1904, Miðstræti 5, built in 1907 by Sigvaldi Bjarnason, and Miðstræti 7, built in 1908 by Sveinn Jónsson. All are timber-frame buildings, clad in corrugated iron. In style, size and construction, they are examples of the Icelandic timber house in its heyday.

5

1

2

3

16 Tjarnargata

Þegar Danir veittu Íslendingum heimastjórn árið 1904 risu í Reykjavík stjórnsýslu- og menntasetur. Embættismenn og vel stæðir menntamenn mynduðu nýja borgarastétt sem reisti sér hús í miðbænum. Byggingar þessar risu í Tjarnargötu á árunum 1906–1908. Hér kennir byggingarstíls af ýmsu tagi, en ríkjandi er sveiserstíllinn sem dró dám af innfluttum norskum húsum. Mörg húsanna

hannaði Rögnvaldur Ólafsson arkitekt; þau voru friðuð árið 1991. Meðal athyglisverðra bygginga í götunni má nefna Tjarnargötu 22, bárujárnsklætt bindingshús frá árinu 1906, sem sýnir hæsta stig í þróun íslenskra timburhúsa. Húsið Tjarnargata 32 stóð upprunalega í Önundarfirði. Það var flutt til Reykjavíkur og endurreist með nokkrum breytingum árið 1907 og gengur undir nafninu Ráðherrabústaðurinn. Fyrsta steinsteypta húsið sem var friðað er Tjarnargata 35, reist 1913. Byggingin sýnir hversu vel arkitektinum tókst að aðlaga sig hinu nýja byggingarefni, steypunni. Þessi húsaröð hefur varðveist í upprunalegri mynd og er eitt glæstasta dæmið um húsagerð síns tíma.

Tjarnargata-Straße

Als Island im Jahr 1904 von Dänemark weitgehende staatliche Selbstverwaltung erhielt, wurde Reykjavík mit Bildungs- und Verwaltungsgebäuden ausgestattet. Es entwickelte sich ein neuer Bürgerstand aus Beamtentum und wohlhabender, gebildeter Oberschicht, der sich im Stadtzentrum Häuser errichtete. Die Gebäude entstanden zwischen 1906 und 1908 in der Tjarnargata. Unter verschiedenen Stilrichtungen dominiert der Schweizer-Stil, der den aus Norwegen importierten Fertighäusern nachgebaut wurde. Viele dieser Häuser wurden von Architekt Rögnvaldur Ólafsson entworfen. Bemerkenswert unter diesen seit 1991 denkmalgeschützten Gebäuden ist Tjarnargata 22, ein wellblechverkleidetes Fachwerkhaus aus dem Jahr 1906, welches die höchste Entwicklungsstufe des isländischen Holzhauses repräsentiert. Das Haus Tjarnargata 32 stammt ursprünglich aus Önundarfjörður in den Westfjorden. Es wurde nach Reykjavík transportiert und mit Veränderungen im Jahr 1907 als „Haus der Minister" wieder aufgebaut. Das erste unter Denkmalschutz gestellte Betongebäude ist Tjarnargata 35 aus dem Jahr 1913. Es zeigt, wie gut sich der Architekt auf den neuen Baustoff Beton umstellte. Diese Häuserreihe ist unverändert erhalten und eines der herausragenden Beispiele aus dieser Zeit.

Tjarnargata

When Iceland was granted Home Rule by Denmark in 1904, administrative and school buildings began to be built in Reykjavik. Public officials and the prosperous, educated elite formed a new bourgeois class of people who built themselves homes in the centre of the town. These houses on Tjarnargata were built in 1906–1908. The buildings' styles vary, but the chalet style, derived from imported Norwegian houses, is predominant. Many of the houses were designed by architect Rögnvaldur Ólafsson; they have been listed buildings since 1991. Among interesting buildings along the street are Tjarnargata 22, a corrugated-iron-clad timber-frame building from 1906, an example of the peak of evolution of the Icelandic timber house. The house at Tjarnargata 32 was originally located at Önundarfjörður in the West Fjords. Moved to Reykjavik and re-erected with some alterations in 1907, it is known as Ráðherrabústaðurinn (the Minister's Residence). The first concrete house to become a listed building is Tjarnargata 35, built in 1913. This building demonstrates well how the architect adapted to this new building material, concrete. This row of houses, which has survived in its original form, is one of the most splendid examples of the architecture of its time.

1

2

17 Iðnskólinn og Búnaðarfélagshúsið

Á fyrstu árum 20. aldar, þegar Íslendingar höfðu öðlast góða fagþekkingu á sviði timburhúsasmíði, risu í miðbæ Reykjavíkur sífellt stærri og glæsilegri byggingar þeirrar gerðar. Þau tvö hús sem hér um ræðir virðast að utan mynda eina heild. Ekki er

1906, Iðnskólinn og Búnaðarfélagshúsið
Lækjargata 14 og 14b, Reykjavík
1 Séð úr austri • Ostansicht • East side
2 Séð úr suðri • Südansicht • South side
3 Grunnteikning efri hæðar • Grundriss Obergeschoss •
   Plan of upper floor

vitað fyrir víst hver teiknaði þau, en líkur eru á að höfundur Iðnskólans sé Einar J. Pálsson smiður, sá sami og reisti húsið. Húsin eru tvílyft grindarhús og bárujárnsklædd og inngangarnir tveir á norður- og suðurhlið. Óvenjulegur turn prýðir norðausturhornið, en á þessum tíma voru margir slíkir byggðir í Reykjavík. Turn þessi tilheyrir fremur júgendstíl, en byggingarnar sjálfar eru skreyttar vönduðum útskurði og má telja þær til íslenskrar klassíkur. Húsin voru friðuð 1978. Þar eru nú til húsa Tjarnarskólinn og safnaðarheimili Dómkirkjunnar.

Handwerksschule und Landwirtschaftsverband

Nachdem die Isländer zu Beginn des 20. Jahrhunderts im Holzhausbau sehr fachkundig waren, entstanden im Stadtzentrum Reykjavíks immer größere und beeindruckendere Gebäude in Holzbauweise. Diese beiden aneinandergebauten Häuser erscheinen nach außen wie ein einziges Bauwerk. Es ist nicht sicher, von wem der Komplex entworfen wurde, jedoch vermutet man, dass der Zimmermann und Erbauer Einar J. Pálsson die Gebäude auch entworfen hat. Die zweigeschossigen Häuser in Fachwerkkonstruktion sind mit Wellblech verkleidet, die beiden Eingänge befinden sich an der Nord- und Südseite. Ein ungewöhnlicher Turm, wie zu jener Zeit in Reykjavík viele entstanden, ziert die Nordostecke. Während der Turm eher dem Jugendstil zuzuordnen ist, sind die Häuser im isländischen Klassizismus errichtet und mit feinem Schnitzwerk geschmückt. Die Gebäude stehen seit 1978 unter Denkmalschutz und beherbergen heute die Tjörn-Schule und das Gemeindezentrum der Domkirche.

Technical College and Agricultural Society Building

In the early years of the 20th century, when Icelanders had gained excellent skills in timber construction, bigger and more impressive wooden buildings were constantly being built in central Reykjavik. These two buildings appear from outside to form a single unit. While the identity of the designer is not known for certain, the Technical College is believed to have been designed by Einar J. Pálsson, who also built it. The buildings are two-storey timber-frame structures clad with corrugated iron, with their entrances on the north and south sides. The northeast corner is ornamented by an unusual tower, a common feature of buildings in Reykjavik at that time. The tower may be regarded as belonging to the Art Nouveau style, while the buildings themselves, with their intricate carvings, are of the Icelandic classical style. The buildings have been listed since 1978. They now house the Tjörn School and a parish hall for Reykjavik Cathedral.

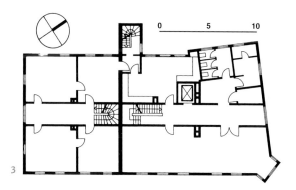

1

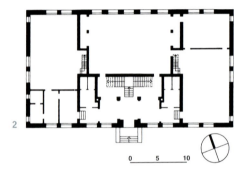

2

0   5   10

18 Safnahúsið við Hverfisgötu

Þegar aðsetur framkvæmdavaldsins fluttist til Reykjavíkur með tilkomu heimastjórnar árið 1904 leiddi það til þess að reisa þurfti nýjar opinberar byggingar. Í einni tillögu var gert ráð fyrir að finna þeim stað á Arnarhóli. Eina byggingin sem reist var samkvæmt þeirri tillögu var Safnahúsið sem er í stíl danskrar þjóðernisrómantíkur. Vegna þess hve undirstaðan er grýtt var

sökkull hússins gerður hærri en upphaflega var fyrirhugað, en það kemur heildarútliti hússins til góða. Útveggir eru tvöfaldir, ytra byrði úr íslensku grágrýti en hið innra hlaðið úr steypusteini. Byggingin var múrhúðuð og svipar því til steinsteypubygginga sem síðar risu víðs vegar um borgina. Safnahúsið var síðasta stórbygging á landinu þar sem hönnun og eftirlit með framkvæmdum var í höndum danskra tæknimanna. Húsið var í upphafi reist til að hýsa öll helstu söfn landsins: Landsbókasafn, Þjóðskjalasafn, Náttúrugripasafn og Þjóðminjasafn. Byggingin var friðuð 1973 og endurbætur gerðar á henni árið 2000. Hún er í dag notuð til sýningahalds Þjóðminjasafnsins.

1906–1908, Johannes Magdahl-Nielsen
Hverfisgata 15, Reykjavík
1 Suðurhlið • Südansicht • South side
2 Grunnteikning jarðhæðar • Grundriss Erdgeschoss •
   Plan of ground floor
3 Inngangur • Eingang • Entrance

Alte Nationalbibliothek

Old National Library

Die Übertragung der Regierungsgewalt auf Reykjavík im Jahr 1904 führte dazu, dass man Standorte für die neuen öffentlichen Gebäude suchen musste. Einer der Vorschläge sah vor, am Hügel Arnarhóll Platz für diese Gebäude zu schaffen. Das einzige Gebäude, welches nach diesem Vorschlag ausgeführt wurde, war die Nationalbibliothek. Das im Stil der dänischen Nationalromantik errichtete Gebäude musste zunächst aufgrund des felsigen Untergrundes auf einem etwas höheren Sockel errichtet werden als ursprünglich geplant, was dem Gesamtbild des Gebäudes zugute kam. Die zweischaligen Außenwände bestehen außen aus grauem isländischen Basalt, die innere Schale wurde aus Betonsteinen gemauert. Das Gebäude wurde verputzt und glich somit den Betongebäuden, die später überall in der Stadt entstanden. Es war das letzte größere Bauwerk, dessen Entwurf und Bauausführung von dänischen Ingenieuren geleistet wurde. Ursprünglich wurde das Gebäude zur Unterbringung von verschiedenen staatlichen Sammlungen errichtet, wie der Nationalbibliothek, dem Nationalarchiv, dem Naturhistorischen Museum und dem Nationalmuseum. Es steht seit 1973 unter Denkmalschutz, wurde im Jahr 2000 renoviert und wird heute für Ausstellungen des Nationalmuseums genutzt.

When the executive branch of government was transferred to Reykjavik with the advent of Home Rule in 1904, this led to a need for various new public buildings. One proposal provided for these to be located on Arnarhóll hill. The only building from this plan that was actually constructed was the old National Library building, which is in the style of Danish National Romanticism. Due to the hardness of the bedrock beneath the building, the foundation was built higher than was originally planned, and this benefits the look of the building. The exterior walls are double, the outer layer of Icelandic basalt, the inner of concrete blocks. The exterior of the building was rendered, and thus resembles many of the concrete buildings later constructed all over the town. The library building was the last major construction project in the country carried out by Danes. Originally built to house several national collections – the National Library, National Archive, Museum of Natural History and National Museum – it has been a listed building since 1973. It was reopened in 2000 after renovation, as an exhibition and reception house for the government. The building was listed in 1973 and renovated in 2000. It now used for exhibitions by the National Museum.

3

1

19 Íbúðarhús að Fríkirkjuvegi 11

Hús þetta, sem byggt var fyrir athafnamann-
inn Thor Jensen, er eitt fegursta timburhús
borgarinnar og nánast höll á mælikvarða
síns tíma. Þetta er grindarhús í klassísk-
um stíl en gluggarnir að fyrirmynd sveiser-
stílsins. Við innganginn og á útbyggingunni
á framhliðinni eru einu hreinræktuðu jón-
ísku súlur á Íslandi, bæði hálf- og heilsúlur.

Ennfremur er mikið um klassískt skreyti.
Byggingin er sömuleiðis ríkulega skreytt hið
innra og var friðuð árið Húsið er nú íbúðar-
hús og einnig nýtt fyrir móttökur. Það er í
eigu afkomanda Thors Jensen.

1907–1908, Einar Erlendsson
Fríkirkjuvegur 11, Reykjavík
1 Séð úr suðvestri • Südwestansicht • Southwest side
2 Útskot á framhlið • Erker • Front Bay
3 Þakskegg • Traufe • Eaves

Wohnhaus Fríkirkjuvegur 11

Diese für den Geschäftsmann Thor Jensen errichtete Villa zählt zu den schönsten Holzhäusern der Stadt und war nach damaligen Maßstäben schon fast ein Palast. Das Fachwerkhaus wurde im klassizistischen Stil erbaut, die Fenster jedoch nach Vorbild des Schweizer-Stils. Am Eingang und am Vorbau stehen die einzigen echten ionischen Säulen in Island, sowohl Voll- als auch Halbsäulen. In Ergänzung dazu findet sich reichlich klassizistischer Schmuck. Das Gebäude ist auch im Inneren reich geschmückt und steht seit 1978 unter Denkmalschutz. Das Gebäude ist heute im Besitz des Urenkels von Thor Jensen und dient als Wohnhaus und für Empfänge.

Fríkirkjuvegur 11

This house, built as the home of entrepreneur Thor Jensen, is one of the most beautiful timber buildings in the city, and by the standards of its time it was palatial. The structure is a timber-framed house in the classical style, while the windows are derived from the chalet style. The porch and protruding bay have the only true Ionic pillars in Iceland, both full pillars and demi-columns. The house also abounds in classical ornaments, and the interior is highly decorated. A listed building since 1978, the house is now a residential building that is also used for receptions. It is owned by the great-grandson of Thor Jensen.

2

3

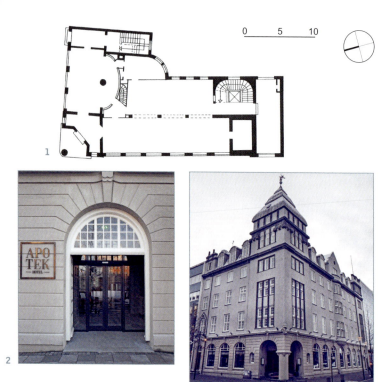

20 Austurstræti 16

Eftir stórbrunann 1915 þegar mörg timburhús í miðbænum eyðilögðust var þessi lóð á horni Austurstrætis og Pósthússtrætis laus fyrir nýbyggingu. Árið 1916 lét fyrirtækið Nathan og Olsen reisa þar eftir teikningu Guðjóns Samúelssonar steinsteypt hús á fjórum hæðum með risi og turni á norðvesturhorninu. Byggingin var á sínum tíma sú stærsta á landinu og geysivönduð í alla staði, og í henni má sjá upphaf nýrra tíma í húsagerðarlist landsins. Tími timburbygginga var liðinn, og hús þetta varð viðmið fyrir þær byggingar sem síðar risu í miðbænum. Hér má eins og í mörgum húsum Guðjóns sjá áhrif ýmissa byggingarstíla samtímans, s. s. norrænnar þjóðernisrómantíkur og júgendstíls. Byggingin er nýtt sem verslunar- og skrifstofuhús og á jarðhæð hennar var á árunum 1928–1930 innréttað apótek eftir teikningum Sigurðar Guðmundssonar arkitekts í stíl hreinnar norrænnar klassíkur. Árin 2013–2014 var húsið endurnýjað og því breytt í hótel, en Arkitektastofan Arkís sá um endurbæturnar. Innréttingar apóteksins voru fjarlægðar en saga byggingarinnar hafði áhrif á hönnun hótelsins. Þannig má sjá grafísk mynstur úr apótekinu í húsgögnum og teppum, einnig nokkur upprunaleg smáatriði í nýjum búningi.

1916, Guðjón Samúelsson
Austurstræti 16, Reykjavík
1 Grunnteikning jarðhæðar • Grundriss Erdgeschoss • Plan of ground floor
2 Hótelinngangur • Hoteleingang • Hotel entrance
3 Norðvesturhorn • Nordwestecke • Northwest corner
4 Þversnið • Querschnitt • Section
5 Hótelgangur • Flur • Hallway

Austurstræti 16

Nachdem in der Innenstadt im Jahr 1915 viele Holzgebäude abgebrannt waren, stand dieses Eckgrundstück an der Austur- und Posthússtræti wieder zur Bebauung frei. Im Jahr 1916 errichtete die Firma Nathan und Olsen auf diesem Grundstück nach Plänen des Architekten Guðjón Samúelsson einen Neubau aus Beton mit vier Stockwerken, einem Dachgeschoss und einem Turm an der Nordwestecke des Gebäudes. Das Büro- und Geschäftshaus war damals das größte Gebäude in Island und von hoher Qualität, und kündigte eine neue Epoche in der isländischen Architektur an. Die Zeit der Holzbauten war vorüber, und diese Konstruktion bildete den Maßstab für weitere Gebäude, die später im Stadtzentrum errichtet wurden. Wie bei vielen Gebäuden des Architekten findet man auch hier Einflüsse verschiedener Stilrichtungen jener Zeit, wie beispielsweise der nordischen nationalen Romantik und des Jugendstils. Im Erdgeschoss wurde 1928–30 nach dem Entwurf von Architekt Sigurður Guðmundsson eine Apotheke eingebaut. Von 2013 bis 2014 wurde das Gebäude vom Architekturbüro Arkís renoviert und in ein Hotel umgebaut. Die Apothekeneinrichtung wurde entfernt, jedoch beeinflusste die Geschichte des Gebäudes die Gestaltung des Hotels. So lassen sich graphische Muster aus der Apotheke in Möbeln und Teppichen oder Original-Details in neuen Elementen wiederfinden.

Austurstræti 16

After a disastrous fire in 1915 that destroyed many wooden buildings in central Reykjavik, this site at the corner of Austurstræti became available for development. In 1916 the Nathan & Olsen company had a four-storey building constructed on the site, designed by Guðjón Samúelsson, with an attic floor and a tower at the northwest corner. At that time it was the largest building in Iceland, and of high quality. It heralds the beginning of a new age of Icelandic architecture. The era of timber construction was over, and this building became a yardstick for those which were subsequently built in the town centre. As in many of Samúelsson's buildings, influence may be discerned from various architectural trends of the time, such as Nordic nationalist romanticism, and Art Nouveau. The building houses offices and shops; in 1928–30 a pharmacy was installed on the ground floor, designed by architect Sigurður Guðmundsson under the influence of Nordic classicism. It now houses a restaurant and part of the pharmacy interior remains. In 2013–2014 the building was renovated by the architectural office Arkís and converted into a hotel. The original interior fittings of the pharmacy were removed, but the building's history inspired the hotel design. Thus, graphics and patterns from the pharmacy are evident in the furniture and carpets, and some original details can be found in new features.

4

5

1

2

3

21 Listasafn Íslands

Eldri hluti hússins (I) var upphaflega reistur sem íshúsið Herðubreið og er eitt fyrsta verk hins unga arkitekts Guðjóns Samúelssonar. Hér sjást enn greinilega áhrif nýbarokks í byggingarlist sem naut mikilla vinsælda á

1916–1917, Guðjón Samúelsson
1972–1988, Garðar Halldórsson
Fríkirkjuvegur 7, Reykjavík
1 Vesturhlið íshúss • Westansicht Eislager • West side
 of ice house
2 Nýr inngangur • Neuer Eingang • New entrance
3 Grunnteikning jarðhæðar • Grundriss Erdgeschoss •
 Plan of ground floor
4 Langsnið • Längsschnitt • Longitudinal section

námsárum Guðjóns í Danmörku. Einkum eru þessi áhrif sýnileg í bogalaga kvistunum. Árið 1958 hóf veitinga- og dansstaðurinn Glaumbær starfsemi í húsinu, en það brann árið 1971. Ríkið lét endurreisa húsið, sem er tvílyft, og ákveðið var að byggja við það og gera að listasafni. Viðbyggingin (II) skyldi dyljast á bak við eldri hlutann. Inngangsbygging úr gleri (III) tengir eldri hæðirnar tvær við þrílyfta nýbygginguna. Dyrnar vita út að hliðargötu og út frá forsalnum innan þeirra opnast sýningarsalirnir. Útveggir gamla steypta hlutans eru múrhúðaðir og hvítmálaðir en steyptir veggir viðbyggingarinnar einungis málaðir í sama lit.

Nationalgalerie

National Gallery

Der urprünglich als Eis-Lager Herðubreið errichtete ältere Teil des Gebäudes (I) ist eines der ersten Bauwerke des jungen Architekten Guðjón Samúelsson. Es ist noch stark beeinflusst von dem während seiner Studienzeiten in Dänemark sehr populären Neubarock, was sich vor allem in den bogenförmigen Gauben zeigt. Das Gebäude wurde von 1958 an als Restaurant und Tanzbar Glaumbær genutzt, bis es im Jahr 1971 einem Brand zum Opfer fiel. Der Staat ließ das zweigeschossige Gebäude wie-der errichten und beschloss, es zu erweitern und die Nationalgalerie dort einzurichten. Der Erweiterungsbau (II) sollte sich hinter dem alten Gebäudeteil verstecken. Eine verglaste Eingangshalle (III) verbindet den zweigeschossigen Altbau mit der dreigeschossigen Erweiterung. Sie dient zur Erschließung der Ausstellungsräume und ist über eine Seitenstraße zu erreichen. Die Außenwände des alten Betongebäudes sind verputzt und weiß gestrichen, die Betonwände des Erweiterungsbaus erhielten nur einen weißen Anstrich.

The older part of the structure (I) was originally built as an ice-house; this was one of the first designs of the young Guðjón Samúelsson. It shows clear influence from the Neo-Baroque architectural style, which was very popular during Samúelsson's student years in Denmark. This influence is particularly noticeable in the arched dormer windows. The building later housed a restaurant/dance hall, Glaumbær, from 1958 until it was gutted by fire in 1971. The government had the building restored and extended to house the National Gallery of Iceland. The extension (II) was placed at the rear of the original building. A glazed entrance hall links the older two-floored building to the extension, which is on three floors. The entrance, which faces a side road, provides access to the display galleries on either side. The exterior walls of the old concrete structure are rendered and painted white; the concrete walls of the extension are simply painted white.

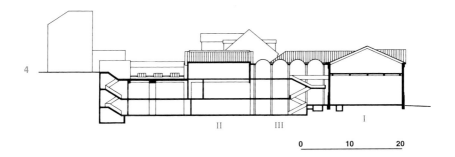

4

II   III   I

0   10   20

1

2

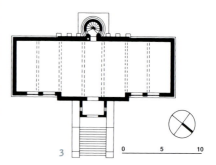

3

| 0 | 5 | 10 |

22 Listasafn Einars Jónssonar

Eftir að Einar Jónsson myndhöggvari hafði gefið ríkinu verk sín var hús þetta reist fyrir hann en það skyldi rúma safn, vinnustofu og íbúð. Einar hannaði húsið ásamt nafna sínum Erlendssyni húsameistara og útlit þess minnir sterklega á höggmynd. Byggingin er einstök og verður ekki líkt við neina aðra á Íslandi. Í höggmyndum sínum frá þessum tíma nýtir listamaðurinn form úr náttúru landsins, en í byggingunni sjást engin merki þeirra. Upphaflega myndaði grasi vaxinn torfbekkur eins konar sökkul undir efri hæðir hússins frá holtinu séð. Hugmyndin um staðsetningu hússins efst á Skólavörðuholtinu er einnig komin frá listamanninum sjálfum. Húsameistari ríkisins, Guðjón Samúelsson, gerði tillögur um skipulag efst á Skólavörðuholti þar sem gert var ráð fyrir fleiri opinberum byggingum auk Einarssafns, s. s. borgarhliði, þjóðminja-, náttúruminja- og listasafni sem og kirkju efst á holtinu. Að frátöldum safnhúsi Einars Jónssonar og Hallgrímskirkju, sem reis í stað þeirrar sem fyrirhuguð hafði verið, voru engar byggingar reistar samkvæmt þessum áætlunum. Stækkun safnsins er fyrirhuguð. Viðbygginguna hannaði Studio Granda, en í henni verða til húsa miðasala, verslanir, sýningarsalur, skrifstofur og snyrtingar.

1916–1923, Einar Jónsson, Einar Erlendsson
Njarðargata, Reykjavík
1 Séð úr norðaustri • Nordostansicht • Northeast side
2 Inni í safninu • Innenraum • Interior
3 Grunnteikning • Grundriss • Ground plan
4 Þversnið • Querschnitt • Cross-section
5 Skipulag Skólavörðuholtsins • Planung Skólavörðu-
   holt • Development plan for Skólavörðuholt

Einar Jónsson Museum

Nachdem der Künstler Einar Jónsson seine Werke in einer Schenkung dem Land übergeben hatte, errichtete man für ihn dieses Gebäude mit Museum, Studio und Wohnung. Das von Einar Jónsson zusammen mit Architekt Einar Erlendsson entworfene Gebäude erscheint wie eine Skulptur. Es ist ein einzigartiges Gebäude, welches mit keinem anderen in Island vergleichbar ist. Während er in seinen Bildern und Skulpturen jener Zeit auf Formen aus der Natur Islands zurückgriff, wandte er diese in seiner Architektur nicht an. Ursprünglich bildete eine mit Gras bewachsene Torfstufe eine Art Sockel für die oberen Geschosse. Auch die Idee für den Standort auf der Anhöhe Skólavörðuholt stammt vom Künstler selbst. Weitere städtebauliche Planungen für eine Reihe von öffentlichen Gebäuden auf der Anhöhe wurden von Staatsarchitekt Guðjón Samúelsson erarbeitet, die außer der Kunstsammlung von Einar Jónsson ein Stadttor, ein Volkskunde-, Naturkunde- und Kunstmuseum, sowie eine Kirche auf der Spitze des Hügels vorsahen. Außer dem Einar Jónsson Museum und der Hallgrímskirche, die an der Stelle der vorgesehenen Kirche steht, wurden keine Gebäude nach dieser Planung ausgeführt. Eine Erweiterung des Einar Jónsson Museums ist in Planung. In dem von Studio Granda entworfenen Anbau sollen Ticketschalter, Läden, Galerie, Büro und Toiletten untergebracht werden.

The Einar Jónsson Museum

After sculptor Einar Jónsson donated his works to the nation, this house was built for him, as a home, studio and gallery. Einar Jónsson himself designed the buildings in collaboration with architect Einar Erlendsson, and its appearance is reminiscent of a sculpture. It is a unique building, unlike any other in Iceland. In his works of this period, the sculptor used motifs from Icelandic nature, but the museum building shows no such references. Originally a grassy turf bank formed a "foundation" to the upper floors, as seen from the hilltop. The idea of placing the house on the hilltop at Skólavörðuholt was also the artist's own.

State Architect Guðjón Samúelsson made a proposal for the development of Skólavörðuholt which provided for other public buildings in addition to the Einar Jónsson Museum, such as a gateway to the city, and a museum of history, natural history and art, as well as a church on the hilltop. With the exception of the Einar Jónsson Museum and Hallgrímskirkja, which was built later in place of the church proposed at that time, no buildings were constructed according to this proposal. There are plans for expanding the museum. The extension was designed by Studio Granda Architects and will house ticket sales, shops, a gallery, offices, and restrooms.

4

5

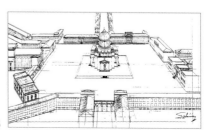

1

2

0   5   10

23 Austurstræti 9

Upphaflegar teikningar Jens Eyjólfssonar gerðu ráð fyrir fjórlyftu verslunarhúsi fyrir Egil Jacobsen kaupmann á þessari lóð í miðborg Reykjavíkur. Af ókunnum ástæðum urðu hæðirnar hins vegar aðeins tvær. Húsið er úr járnbentri steinsteypu og á því ríkulegt skreyti í formi skelja, stuðlabergssúlna og fíngerðs munsturs sem fellt er inn í framhliðina. Húsið er gott dæmi um meðferð Íslendinga á steinsteypu á þessum tíma. Einna helst er þarna að finna ein-

stök form úr júgendstíl, en húsið í heild verður vart talið til neins eins byggingarstíls. Vefnaðarvöruverslun Egils Jacobsen starfaði í húsinu til ársins 1998. Húsið var gert upp 1998 í samvinnu Conran Design Partnership í London og Teiknistofunnar ehf. Um tíma var rekinn þar alþjóðlegur veitingastaður með nýjum innréttingum. Nú starfar í byggingunni annað veitingahús og innréttingar Conrans hafa verið fjarlægðar.

1920–1921, Jens Eyjólfsson
Austurstræti 9, Reykjavík
1 Suðurhlið • Südansicht • South side
2 Grunnteikning jarðhæðar • Grundriss Erdgeschoss •
   Plan of ground floor
3 Snið • Schnitt • Section

Austurstræti 9

Die Originalpläne von Jens Eyjólfsson sahen auf dem Grundstück im Zentrum Reykjavíks ursprünglich ein viergeschossiges Geschäftsgebäude für den Bauherrn Egill Jacobsen vor. Das in Stahlbeton errichtete Gebäude wurde jedoch aus unbekannten Gründen nur mit zwei Geschossen realisiert. Es erhielt reiche Verzierungen in Form von Muschelschalen, Basaltsäulen und feinen Mustern, die in die Fassade integriert wurden, und ist ein Beispiel für den Umgang mit dem Baustoff Beton in Island zu jener Zeit. Es weist am ehesten noch Motive des Jugendstils auf, lässt sich aber insgesamt keinem bestimmten Architekturstil zuordnen. Im Gebäude war das Stoffgeschäft von Egill Jacobsen untergebracht. Im Jahr 1998 wurde es von Conran Design Partnership/ London in Zusammenarbeit mit Teiknistofan ehf. renoviert und einige Zeit als internationales Restaurant in zeitgenössischem Design genutzt. Im Gebäude befindet sich zwischenzeitlich ein anderes Restaurant, die Conran-Einrichtung wurde entfernt.

Austurstræti 9

Jens Eyjólfsson's original designs provided for a four-floor building for merchant Egill Jacobsen on this site in central Reykjavik. For unknown reasons, the building was built only on two floors. It is a reinforced-concrete structure, lavishly ornamented with motifs of shells, columnar basalt, and delicate patterns set into the facade. The building is an excellent example of Icelandic use of concrete at that time. While it displays individual Art Nouveau features, the building can hardly be classified in any one architectural style. The Egill Jacobsen draper's shop remained in the building until 1998. The house was renovated in 1998 by Conran Design Partnership/London in collaboration with Teiknistofan ehf. For a while it housed an international restaurant with a contemporary design. Today there is another restaurant operating in the building and the Conran interior design has been removed.

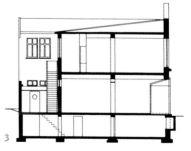

3

1

2

24 Austurbæjarskóli

Fyrstu teikningar að skólahúsinu gerði Sigurður Guðmundsson arkitekt vorið 1924 þegar hann var við nám í Kaupmannahöfn, en Reykjavíkurborg hafði samið við hann um hönnun skólans. Hann hætti námi og stofnsetti fyrstu einkareknu arkitektastofu landsins. Þegar hér var komið sögu var steinsteypa orðin algengasta byggingarefni Íslendinga og mun útbreiddari en í nágrannalöndunum. Austurbæjarskólinn er einnig úr þessu efni og hafði í upphafi eitt fyrsta flata steypta þak á Íslandi. Grunnhugmynd skólahússins er einföld í sniðum og endurspeglar hreina norræna klassík. Arkitektinn staðsetti bygginguna við norðausturmörk lóðarinnar og sneri kennslustofunum í átt að birtu og útsýni. Í aðalhlutanum, í miðju hússins, var kennslustofunum komið fyrir og öðrum vistarverum í hliðarálmunum tveimur sem eru samhverfar um miðálmuna. Skólinn var vel búinn – með sundlaug, eldhúsi með matsal og kennslustofum fyrir sérgreinar.

1924–1930, Sigurður Guðmundsson
Vitastígur, Reykjavík
1 Úr suðaustri • Südostansicht • Southeast side
2 Horninngangur • Eckeingang • Corner entrance
3 Grunnteikning jarðhæðar • Grundriss Erdgeschoss •
   Plan of ground floor

Oststadtschule

Austurbæjarskóli Elementary School

Die ersten Entwürfe für diese Grundschule machte der Architekt Sigurður Guðmundsson im Frühjahr 1924 während seines Studienaufenthaltes in Kopenhagen, als er von der Stadt Reykjavík den Auftrag für den Entwurf erhalten hatte. Er brach sein Studium ab und eröffnete das erste private Architekturbüro in Island. Hier war zu dieser Zeit Beton zum üblichen Baustoff geworden und weiter verbreitet als in den Nachbarstaaten. Auch die Schule wurde in Beton errichtet und hatte ursprünglich eines der ersten Betonflachdächer in Island. Die einfache Grundidee reflektiert den reinen nordischen Klassizismus. Das Gebäude plazierte er entlang der nordöstlichen Grundstücksgrenze und ordnete die Klassenräume so an, dass sie ausreichend Tageslicht und einen guten Ausblick hatten. Im mittleren Hauptteil waren die Klassenräume vorgesehen, die übrigen Räume in den beiden symmetrisch angehängten Seitenflügeln. Zur modernen Ausstattung der Schule gehörten unter anderem ein Schwimmbad, eine Küche mit Speiseraum und fachbezogene Klassenräume.

The first designs for the schoolhouse were made by architect Sigurður Guðmundsson in 1924, when he was studying in Copenhagen. Municipal authorities had commissioned him to design the building. He abandoned his studies and established Iceland's first private architectural studio. By this time, concrete had become the most common building material used by Icelanders, far more widely used than in neighbouring countries. This school building is also made of concrete; originally it had one of Iceland's first flat concrete roofs. The ground plan of the building is simple, reflecting pure Nordic classicism. The architect placed the building at the northeastern edge of the plot, with classrooms arranged to have good natural light and a view. Classrooms were placed in the main, central, part of the building, and other facilities in the symmetrical wings. The school was exceptionally well equipped by the standards of the time, boasting a swimming pool, kitchen and dining room, and classrooms for specialist subjects.

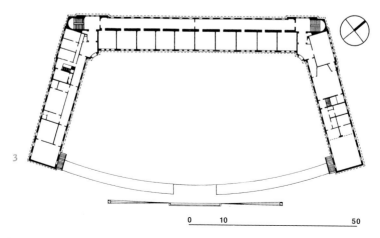

3

0   10   50

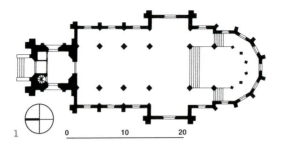

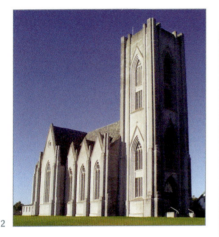

25 Landakotskirkja

Hin nýgotneska kirkja á Landakotstúninu í Reykjavík er ein fárra kaþólskra kirkna á Íslandi. Nokkrir franskir prestar höfðu stofnað kaþólska kirkju á Íslandi á síðari hluta 19. aldar og stjórn kirkjunnar fól húsameistara ríkisins að reisa steinsteypta gotneska kirkjubyggingu. Að utan virðist kirkjan mjög hefðbundin og minnir á hlaðnar byggingar, en hún er, að þakinu frátöldu, öll úr steinsteypu. Burðarsúlurnar voru líka steyptar og til þess notuð mót og stálstyrking, og þar eð hinir dæmigerðu gotnesku styrktarstöplar voru óþarfir var yfirborð súlnanna munstrað með stuðlabergskletta að fyrirmynd. Að innan er kirkjan um 30 m löng og 12 m breið og er kynt með heitu lofti. Af fjárhagsástæðum var turninn reistur án turnspíru. Landakotskirkja er líklega fyrsta stóra guðshús á Íslandi úr járnbentri steinsteypu.

1925–1929, Guðjón Samúelsson
Túngata, Reykjavík
1 Grunnteikning • Grundriss • Ground plan
2 Séð úr norðri • Nordansicht • From north
3 Kirkjan inni • Innenansicht • Interior
4 Súlumunstur • Säulenprofilierung • Pattern of pillars

Katholische Kirche in Landakot

Church of Christ, Landakot

Die neugotische Kirche auf dem Landakot-Hügel in Reykjavík ist eine der wenigen katholischen Kirchen in Island. Einige französische Priester hatten im späten 19. Jahrhundert eine Katholische Gemeinde in Island gegründet, nachdem dort seit 1874 Glaubensfreiheit bestand. Der Kirchenvorstand beauftragte den Staatsarchitekten Guðjón Samúelsson, eine gotische Kirche in Beton zu errichten. Während das Äussere noch sehr konservativ und eher wie ein Mauerwerksbau erscheint, wurde die Kirche, bis auf das Dach, völlig aus Beton errichtet. Mit Hilfe von Schalungen und Stahlbewehrung betonierte man die tragenden Säulen, und da das für die Gotik typische Strebewerk nicht notwendig war, nahm man eine Profilierung der Oberfläche nach dem Vorbild von Basaltfelsen vor. Der Innenraum ist etwa 30 m lang und 12 m breit und wird mit Warmluft beheizt. Aus finanziellen Gründen wurde der Turm ohne die geplante Turmspitze ausgeführt. Die Kirche ist vermutlich das erste große in Stahlbeton errichtete Gotteshaus in Island.

The Neo-Gothic cathedral at Landakot in Reykjavik is one of a handful of Catholic churches in Iceland. A few French priests had founded a Catholic ministry in Iceland in the late 19th century, after the nation had been granted freedom of worship in 1874. The church authorities commissioned the State Architect to design a concrete Gothic church. The exterior of the church appears entirely traditional, similar in appearance to stone churches. It is, however, with the exception of the roof, entirely built of concrete. The weight-bearing pillars were also cast in concrete, using siding and steel reinforcements; since the characteristic flying buttresses of the Gothic style were redundant, the surface of the pillars was ornamented with patterns inspired by columnar basalt. The interior of the cathedral is 30 m long and 12 m wide. It has hot-air heating. For reasons of economy, the tower was built without a spire. The cathedral at Landakot is probably the first large church built in Iceland of reinforced concrete.

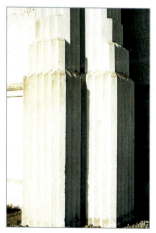

4

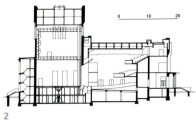
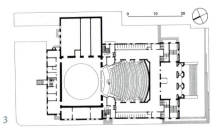

26 Þjóðleikhúsið

Guðjón Samúelsson, húsameistari ríkisins, var ekki sérlega ánægður með staðsetningu Þjóðleikhússins við hlið Safnahússins, en hún var valin af fjárhagsástæðum. Sömuleiðis reyndist fjárhagslega ógerlegt að hrinda í framkvæmd hugmynd hans um að gera bygginguna að „ævintýraborg". Hann ákvað því að reisa eins konar álfabústað, hamraborg, sem baktjald viðburðanna á sviðinu. Hann krýndi gluggana á framhliðinni og sviðturninum með súlnasamstæð-um sem minntu á náttúrleg form stuðla-bergsins, en með notkun þeirra vildi hann stuðla að þróun „séríslenskrar" byggingarlistar. Einnig skreytti hann jaðra loftsins í áhorfendasalnum með sömu formum, svo að það minnir á hellisloft. Steining útveggja með mulningi úr innlendum steintegund-um var nýjung: Grófum kornum úr hvítu kvarsi, kalksteini og gljásvartri hrafntinnu var blandað saman og mulningnum þrýst í múrhúðina, og á framhliðinni var bætt við glitrandi seólíti. Þessi nýja tækni, sem löguð var að íslenskum aðstæðum, varði steypuna fyrir veðrun og mildaði auk þess grófa ásýnd steypunnar. Hún breiddist hratt út og varð eitt helsta kennimerki íslensks fúnk-sjónalisma. Eftir að múrhúðun byggingar-innar lauk 1933 varð að fresta framkvæmd-um vegna fjárskorts, og var þeim síðan lokið á árunum 1944–1951.

1928–1950, Guðjón Samúelsson
Hverfisgata 19, Reykjavík
1 Séð úr suðri • Südansicht • South side
2 Langsnið • Längsschnitt • Longitudinal section
3 Grunnteikning jarðhæðar • Grundriss Erdgeschoss • Plan of ground floor
4 Stuðlabergsskreyti • Basaltformation • Columnar basalt pattern

Nationaltheater

Mit dem aus Kostengründen gewählten Standort für das Nationaltheater neben der Landesbibliothek war Staatsarchitekt Guðjón Samúelson nicht sehr glücklich, und auch seine Idee, das Gebäude als eine Art „Märchenpalast" zu errichten, war finanziell nicht durchführbar. Er entschied sich daher für eine Art Elfenburg, ein Felsdomizil des Elfenvolkes, als Kulisse für das Bühnengeschehen. Mit Hilfe von Bündeln aus Säulenbasalt, Formationen aus der Natur mit welchen er eine „isländische" Architektur anstrebte, krönte er die Fenster der Hauptfassade und des Bühnenturms. Auch die Decke des Theatersaals schmückte er am Rand mit Basaltformationen, die dadurch wie eine Höhlendecke erscheinen. Der Außenputz aus heimischem Gestein war eine Neuerung: Grobe Körner aus weißem Quarz, Kalkstein und glasigem, schwarzen Obsidian wurden vermischt und in die Putzschicht eingedrückt, und zusammen mit etwas Zeolithkristall glitzerte die Fassade. Diese neue, an isländische Verhältnisse angepasste Technik schützte den Beton vor Witterungseinflüssen, machte Farbanstriche überflüssig und milderte gleichzeitig den groben Charakter der Betonoberflächen. Sie verbreitete sich schnell und wurde zu einem der Hauptmerkmale des isländischen Funktionalismus. Nach dem Verputzen des Gebäudes im Jahr 1933 mussten jedoch die Arbeiten wegen Geldmangels eingestellt werden, bis man schließlich von 1944 bis 1951 das Bauwerk fertigstellte.

National Theatre

State Architect Guðjón Samúelsson was not entirely happy with the location chosen for the National Theatre, next to the National Library; the choice was made for reasons of economy. It also proved financially impracticable to realise his vision of a "palace of wonders." Hence, seeking inspiration in Icelandic folklore, he decided to build a structure reminiscent of the rocky places where elves were reputed to live, which would be a backdrop to the events on the stage. The windows of the facade, and the tower over the stage, are crowned with pillars reminiscent of the natural forms of columnar basalt; by these means he aimed to promote an "Icelandic" architectural style. The edges of the ceiling in the auditorium are decorated in the same style, reminiscent of the vault of a cave. The coating of the exterior with ground Icelandic rock was new; coarsely-ground white quartz, limestone and shiny black obsidian were pressed into the plaster rendering, with the addition of glittering zeolite on the facade. This new roughcast technique, adapted to Icelandic conditions, protected the concrete from weathering, and also softened the harsh texture of the building material. Roughcast soon grew popular, and became one of the characteristic features of Icelandic functionalism. After the rendering was completed in 1933, work had to be suspended due to lack of funding. The theatre was completed in 1944–1951.

1

2

3

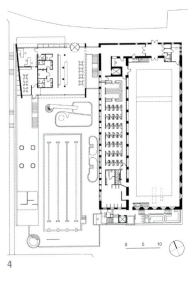

0 5 10

4

27 Sundhöll Reykjavíkur

Fyrstu sundlaugarbyggingu borgarinnar hannaði Guðjón Samúelsson upphaflega að fyrirmynd hefðbundinna íslenskra torfbæja með þremur burstum og þremur laugum til mismunandi nota. Í einni þeirra átti samkvæmt hugmynd hans að vera sjávarvatn. Eftir viðræður við borgaryfirvöld um fjár-

1929–1937, Guðjón Samúelsson
2016–2017, VA Arkitektar
Barónsstígur, Reykjavík

1 Vesturhlið og inngangur • Westansicht mit Eingang • West side with entrance
2 Kringlóttur gluggi • Rundfenster • Round window
3 Innisundlaug • Innenbecken • Indoor pool
4 Grunnteikning • Grundriss • Ground plan
5 Austurhlið og útisundlaug • Ostansicht mit Außenbecken • East side with outdoor pool
5 Frumdrög • Erster Entwurf • Original draft

mögnun mannvirkisins lagði húsameistarinn fram aðra tillögu sem var í einföldum, klassískum stíl og gerði einungis ráð fyrir einni laug. Sundhöllin var reist eftir þessari tillögu og er byggingin, sem er úr járnbentri steinsteypu, enn í dag hin glæsilegasta að öllum búnaði. Þegar smíði Sundhallarinnar lauk voru byggðar sundlaugar víðs vegar um land og heitt vatn úr jörðu notað þar sem þess var kostur.

Árið 2017 lauk stækkun Sundhallarinnar með nýjum aðalinngangi og útilaugasvæði (II). VA arkitektar hönnuðu viðbygginguna, sem lagar sig í hlutföllum og heildarskipan með formmáli samtímans að upprunalega hlutanum. Byggingin er mínimalísk og skýr, tengir innra rými og útisvæði og þeir sem framhjá fara hafa útsýni að útilauginni.

Schwimmhalle Reykjavík

Die erste Schwimmhalle für die Stadt (I) entwarf Guðjón Samúelsson ursprünglich im Stil der traditionellen Torfhöfe mit drei Giebeln und drei Becken für unterschiedliche Nutzungen. Eines der Becken sollte außerdem mit Meerwasser gefüllt werden. Nach Verhandlungen mit der Stadt bezüglich der Finanzierung wurde ein zweiter Vorschlag vom Architekten vorgelegt, der nur ein Becken vorsah und im einfachen klassizistischen Stil entworfen war. Das Gebäude wurde schließlich nach diesem Entwurf errichtet, und die Stahlbetonhalle ist auch heute noch hinsichtlich ihrer Ausstattung vorbildlich. Nach ihrer Fertigstellung wurden im ganzen Land Schwimmhallen errichtet, und wo es möglich war, wurde Thermalwasser genutzt.

Im Jahr 2017 wurde die Erweiterung der Schwimmhalle mit neuem Eingangsbereich und Außenbecken (II) fertiggestellt. Bei dem von VA Arkitektar entworfenen Anbau werden Maßstab und Ordnung des bestehenden Gebäudes in eine moderne Architektursprache abgeleitet. Das klar strukturierte, minimalistische Gebäude verbindet Innenräume und Außenbereich und erlaubt damit durch die Offenheit zur Straße den Passanten einen Blick auf das Außenbecken.

Reykjavik Swimming Hall

The first swimming pool in Reykjavik was designed by Guðjón Samúelsson. His first design was inspired by the traditional Icelandic turf farm, with three gables, each with a pool for different purposes, one of which was to contain sea water. After consulting with the city authorities on funding for the building, the architect submitted another design, a simple classical style with a single pool. This design was built and the Swimming Hall, which is constructed from reinforced concrete, is still a fully functioning, elegantly equipped pool. After the construction of the Swimming Hall many other public pools were built all over the country, using geothermal water where possible.

The Swimming Hall was enlarged in 2017, adding a new main entrance and an outdoor pool (II). VA arkitektar designed the extension, a contemporary building that is in line with the original building with regard to scale and arrangement. The clean lines and minimalist structure connect the interior and exterior, offering passers-by on the street a view of the outdoor pool.

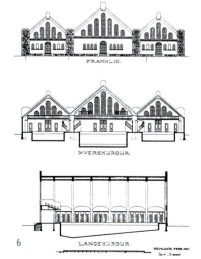

5

6

2

1

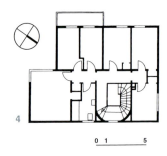

4

0 1   5

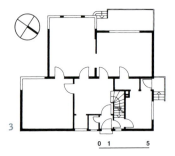

3

0 1   5

28 Íbúðarhús að Freyjugötu 46

Einbýlishús efnaðra Reykvíkinga voru fyrstu byggingar á landinu sem báru glöggt vitni um fegurð módernískrar húsagerðarlist-

1931–1932, Sigurður Guðmundsson
Hús Georgs Ólafssonar, Freyjugata 46, Reykjavík
1 Séð úr norðaustri • Nordostansicht • Northeast side
2 Séð úr suðvestri • Südwestansicht • Southwest side
3 Grunnteikning jarðhæðar • Grundriss Erdgeschoss • Plan of ground floor
4 Grunnteikning efri hæðar • Grundriss Obergeschoss • Plan of upper floor
5 Horngluggi • Eckfenster • Corner window
6 Snið • Schnittt • Section

ar. Flest þessara húsa teiknaði Sigurður Guðmundsson arkitekt á árunum 1929–31, þ. á m. þetta íbúðarhús Georgs Ólafssonar. Þau voru úr járnbentri steinsteypu og ýmsir þættir þeirra, s. s. flöt þökin, sólpallar, gluggakarmar úr málmi og horngluggar, eru meðal einkenna fúnksjónalismans í evrópskri húsagerðarlist á 3. áratugnum. Nær öll þessi hús, sem eru meðal fyrstu fulltrúa nútímabyggingarlistar á Íslandi, eru nú mjög breytt frá upprunalegri mynd og er Freyjugata 46 það hús Sigurðar sem best hefur haldið upphaflegum útlitseinkennum.

Wohnhaus Freyjugata 46

Die privaten Wohnhäuser der wohlhaben-
den Leute in Reykjavík waren die ersten
Gebäude in Island, die die Schönheit der
modernen Architektur klar zum Ausdruck
brachten. Die meisten davon entwarf der
Architekt Sigurður Guðmundsson in den
Jahren 1929 bis 1931, wie dieses Wohnhaus
für den Bauherrn Georg Ólafsson. Sie
waren aus Stahlbeton errichtet und wiesen
mit ihren Flachdächern, Sonnenterrassen,
Eckfenstern und Fensterflügeln aus Metall
viele Merkmale der europäischen funktio-
nalistischen Architektur der 1920er Jahre
auf. Fast alle dieser frühen modernen
Gebäude wurden zwischenzeitlich stark ver-
ändert. Von den Gebäuden des Architekten
Guðmundsson ist dieses noch am besten in
seinem ursprünglichen Zustand erhalten.

Freyjugata 46

Detached houses built by prosperous inhab-
itants of Reykjavik were the first Icelandic
buildings that testify to the beauty of mod-
ernistic architecture. Most of these hous-
es were designed by architect Sigurður
Guðmundsson in 1929–31, including this
house built for Georg Ólafsson. The houses
were of reinforced concrete; various of their
features, such as flat roofs, sun terraces,
metal window frames and corner windows,
are typical of functionalism in European
architecture in the 1920s. Almost all these
houses, which are among the first examples
of modern architecture in Iceland, have been
greatly altered from their original form. Of
Guðmundsson's houses, Freyjugata 46 is
best preserved with its original features.

5

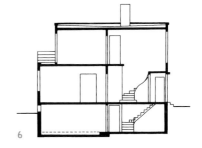

6

1

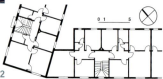

2

3

4

29 Verkamannabústaðir í Vesturbæ

Árið 1931 var fyrsta ríkisstyrkta samstæða verkamannabústaða reist í Reykjavík. Húsameistari ríkisins, Guðjón Samúelsson, teiknaði fyrstu byggingarnar við Hringbraut og Ásvallagötu sem þá voru í útjaðri bæjarins. Þetta eru samliggjandi tvílyft hús, hvert með fjórum íbúðum (a), og mynda húsa-

1931–1932, Guðjón Samúelsson
Hringbraut 74–90, Ásvallagata 49–65 (29a), Reykjavík
1936–1937, Gunnlaugur Halldórsson
Hringbraut 52–58, Brávallagata 42–50, Hofsvallagata 15–23 (29b), Reykjavík
1 Hringbraut 74–90
2 Hringbraut/Ásvallagata: Grunnteikning • Grundriss • Ground plan
3 Hofsvallagata: Séð úr suðaustri • Südostansicht • From southeast
4 Hofsvallagata: Grunnteikning • Grundriss • Ground plan
5 Afstöðukort • Lageplan • Location

raðirnar ramma um leikvöll og sameiginlega grasflöt í miðjunni. Að sunnanverðu stóðu húsin lítið eitt frá götunni með litlum görðum fyrir framan. Sex árum síðar fékk Gunnlaugur Halldórsson arkitekt það verkefni að byggja 70 nýjar verkamannaíbúðir í aðliggjandi götur. Hann brýtur upp hinn stranga ramma í skipulagi hverfisins og í stað þess að skipa húsunum hlið við hlið í samhangandi raðir skiptir hann þeim í fjórar aðskildar samstæður með opnum svæðum á milli sem gengið er inn á af götunum umhverfis (b). Við hvert hús er lítill suðurgarður og stígur að leikvelli í miðju svæðisins. Húsunum í endaröðinni við Hofsvallagötu er raðað skáhallt til þess að auka birtu í íbúðunum. Þetta hverfi er eitt fyrsta dæmi um íbúðarhús í Reykjavík sem skipulögð voru út frá sjónarmiði fúnksjónalisma og er því mikilvægur áfangi í skipulagsþróun borgarinnar.

Arbeiterwohnsiedlung Weststadt

Workers' Housing, West Reykjavík

Im Jahr 1931 wurde in Reykjavík die erste staatlich geförderte Arbeiterwohnsiedlung errichtet. Staatsarchitekt Guðjón Samúelsson entwarf die ersten Gebäude, die im Bereich der damals am Stadtrand liegenden Straßen Hringbraut und Ásvallagata lagen, als zweigeschossige, aneinandergereihte Gebäude mit jeweils vier Wohnungen (a). Sie bilden zusammen eine Blockrandbebauung mit Spielplatz und gemeinsamer Grünfläche in der Mitte. Auf den Südseiten wurden die Gebäude von der Straße zurückgesetzt und erhielten kleine Gärten vor dem Haus. Sechs Jahre später beauftragte man den Architekten Gunnlaugur Halldórsson mit dem Bau weiterer 70 Arbeiterwohnungen im angrenzenden Straßenviertel. Er löste sich von der Strenge der Blockrandbebauung, wie sie im Bebauungsplan vorgesehen war, und teilte sie in vier eigenständige Häusergruppen mit dazwischenliegenden Freiflächen (b) mit Zugang von der Straße. Jedes Haus hat auf der Südseite einen kleinen Garten und eine Wegverbindung zum zentral angelegten Spielplatz. Die Endreihe in der Hofsvallagata ist versetzt angeordnet, um die Sonneneinstrahlung in die Wohnungen zu verbessern. Diese Siedlung ist eines der ersten Beispiele für den nach funktionalistischen Richtlinien geplanten Wohnungsbau in Reykjavík und daher ein wichtiger Meilenstein in der städtebaulichen Entwicklung der Stadt.

In 1931 the first state-subsidised development of workers' housing was built in Reykjavik. The first buildings, on Hringbraut and Ásvallagata, were designed by State Architect Guðjón Samúelsson. These are contiguous two-storey buildings, each comprising four apartments (a); the rows of buildings enclose a playground and common garden in the centre of the development. On the south side, the houses were built at a slight distance from the street, with small front gardens. Six years later architect Gunnlaugur Halldórsson was commissioned to design 70 new workers' homes in adjacent streets. In his design he breaks away from the perimeter block structure proposed in the urban plan of the district. Instead of placing the houses side by side in a long row, he divides them up into four separate units with open areas between them, with access from the street (b). Each building has a small south-facing garden, and access by foot to a playground in the centre of the area. In the end row of houses on Hofsvallagata, the houses are arranged at an angle, in order to provide more light. This development is one of the first examples of residential buildings in Reykjavik based on functionalist principles, and is hence representative of an important stage in the development of the planning of the town.

1

30 Ásmundarsalur

Húsið var byggt fyrir myndhöggvarana Ásmund Sveinsson og Gunnfríði Jónsdóttur sem íbúðarhús og vinnustofa. Það er eitt fyrsta hús sinnar gerðar í Reykjavík í stíl fúnksjónalismans. Vinnustofa Ásmundar var upphaflega tvílyft og samfelldir gluggar á norðausturvegg allt upp á þak, en gluggaveggur þessi er eitt helsta sérkenni hússins. Ytra form byggingarinnar að þakinu meðtöldu er enn í nær upprunalegri mynd, en hið innra hefur því verið breytt verulega í samræmi við mismunandi notkun í áranna rás. Í áraraðir var Listasafn ASÍ til húsa í byggingunni en er nú flutt í annað húsnæði.

1933–1935, Sigurður Guðmundsson
Freyjugata 41, Reykjavík
1 Séð úr norðaustri • Nordostansicht • Northeast side
2 Snið • Schnitt • Section
3 Grunnteikning jarðhæðar • Grundriss Erdgeschoss •
   Plan of ground floor

Ásmundarsalur

Das für das Künstlerpaar Ásmundur Sveinsson und Gunnfríður Jónsdóttir errichtete Wohnhaus und Künstleratelier war eines der ersten Gebäude dieser Art in Reykjavík im Stil des Funktionalismus. Der ursprünglich zweigeschossige Atelierraum mit seiner nach Nordosten ausgerichteten, bis ins Dach gezogenen Verglasung bildete dabei das gebäudeprägende Element. Während die Fassaden und das Dach heute noch annähernd in der ursprünglichen Form erhalten sind, wurden im Inneren durch verschiedenartige Nutzungen im Lauf der Zeit wesentliche Veränderungen vorgenommen. Das Gebäude beherbergte viele Jahre das Kunstmuseum des Volkes, das sich heute an anderer Stelle befindet.

Ásmundarsalur

The house was built for sculptors Ásmundur Sveinsson and Gunnfríður Jónsdóttir, as their home and studio. It was one of the first buildings of its kind in Reykjavik in the functionalist style. The studio was originally on two storeys, with an atelier window on the northeast wall. This glass wall is one of the striking features of the building. The exterior of the building, including the roof, still remains almost unchanged, while the interior has been considerably altered in keeping with different uses of the building. The building housed the ASÍ Art Museum for several years, but it has now relocated.

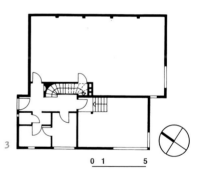

2

3

0 1   5

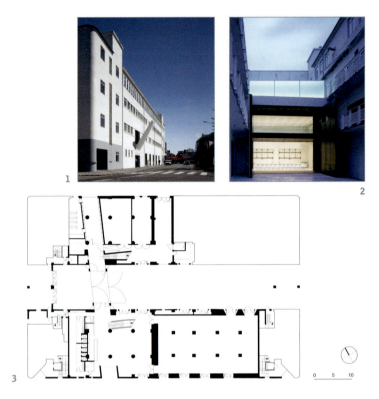

1

2

3

0 5 10

31 Listasafn Reykjavíkur

Safnið hefur aðsetur í hluta Hafnarhússins, sem var reist á árunum 1933–1939 sem iðnaðar- og pakkhús við Reykjavíkurhöfn. Höfnin var á fyrri hluta 20. aldar hlið Reykjavíkur að umheiminum og sú tenging er endurvakin í safninu. Arkitektar Studio Granda breyttu tveimur hæðum í suður-álmu byggingarinnar og þremur hæðum norðurálmunnar í sýningarsali umhverf-

is opið rými í miðjunni. Utan frá má sjá þessa notkun í hvítum lit á framhliðinni en aðrir veggir byggingarinnar eru málað-ir gráir. Inngangurinn er á suðurhliðinni og yfir honum mikið steypt skápak sem endurkastar birtunni inn í tvílyft anddyr-ið. Samliggjandi salir liggja út frá forsaln-um og mynda ásamt honum tengingu við bryggjusvæðið sem er enn undirstrikuð með veggklæðningu úr heitvölsuðu stáli og gólf-borðum úr svörtum hnotuviði. Á norðurhlið safnsins, við bryggjuendann, eru tveir stórir glerfletir á jarðhæð og annarri hæð og tvær miklar stálhurðir liggja frá bryggjusvæðinu að hinu opna innrými í miðjunni. Yfirbragð iðnaðarhússins er varðveitt í sýningarsölun-um þar sem gefur að líta verk íslenskra sem erlendra samtímalistamanna.

1933–1939, Sigurður Guðmundsson
1997–2000, Studio Granda
Tryggvagata 17, Reykjavík
1 Suðurhlið með inngangi • Südseite mit Eingang • South Side with entrance
2 Innigarður • Innenhof • Courtyard
3 Grunnteikning jarðhæðar • Grundriss Erdgeschoss • Plan of ground floor
4 Bryggjan • Der Pier • The Pier

Kunstmuseum Reykjavík

Das neue Kunstmuseum nimmt einen Teil des Büro- und Lagergebäudes ein, das zwischen 1933 und 1939 am Reykjavíker Hafendamm, dem Pier, erbaut wurde. Dieser Pier stellte zu Beginn des 20. Jahrhunderts für Reykjavik das Tor zur Welt dar. Diese Verbindung wird im Kunstmuseum wieder erweckt. Von dem Industriegebäude mit zentralem Innenhof bauten die Architekten des Büros Studio Granda zwei Geschosse des Südflügels und drei Geschosse des Nordflügels in Museumsräume um. Von außen ist diese Nutzung an der weißen Fassadenfarbe erkennbar, die übrigen Wände des Gebäudes sind grau gestrichen. Der Eingang befindet sich auf der Südseite und wird durch einen Beton-Baldachin markiert, der das Licht in die zweigeschossige Lobby reflektiert. Innen bildet die Lobby zusammen mit weiteren aneinandergereihten Räumen den Pier, verstärkt durch die warmgewalzten Stahlbleche an den Wänden und den Böden aus schwarzem Walnussholz. Der Pier endet an der Nordfassade mit zwei großen Glasflächen in Erd- und Obergeschoss. Zwei große Stahltüren öffnen den Pier zum Innenhof. Der Charakter des Industriegebäudes blieb in den Museumsräumen erhalten, in denen zeitgenössische Werke isländischer und ausländischer Künstler ausgestellt werden.

Reykjavik Art Museum

The old harbour warehouse by the docks was built in 1933–1939 and now houses the Reykjavik Art Museum. In the early 20th century, the harbour was Reykjavik's gateway to the world, a function that has taken on a new guise with the art museum. Studio Granda Architects renovated the building, transforming the two upper floors in the south wing of the building and three floors of the northern wing into exhibition spaces around a central courtyard. This function is reflected in the use of white on the building's facade, while all other walls in the building are painted grey. The main entrance is on the south side and a massive concrete marquee reflects the light back into the two-storey lobby. Parallel rooms extend from the lobby, forming a connection to the old docks, and the concept is further underlined with cladding on the walls made of hot-rolled steel and black walnut floorboards. On the north side of the museum, at end of the pier, are two large glass surfaces, one on the ground floor and another on the second floor, in addition to two massive steel doors that open into the inner courtyard. The industrial character of the building continues in the exhibition spaces, where visitors can enjoy works by both Icelandic and international contemporary artists.

4

1

32 Byggingarsamvinnufélag Reykjavíkur

Hús þessi, sem Byggingarsamvinnufélag Reykjavíkur lét reisa, mynda eina elstu þyrpingu reykvískra íbúðarhúsa í hreinum fúnksjónalískum stíl. Hannaðar voru tvær mismunandi gerðir húsa: Tvíbýlishús sem Axel Sveinsson verkfræðingur teiknaði og sjálfstæð einbýlishús hönnuð af Þóri Baldvinssyni sem hafði numið arkitektúr í San Francisco. Einbýlishúsin einkenndust af hreinlínuformum módernismans, með flötu þaki og horngluggum. Flest voru húsin úr timbri en múrhúðuð af eldvarnarástæðum. Aðeins fá þeirra hafa varðveist með upprunalegum útlitseinkennum.

1934–1935, Þórir Baldvinsson, Axel Sveinsson
Hringbraut 92–104, Ásvallagata 52–64, 67–81,
Sólvallagata 51–63, Reykjavík
1 Einbýlishús • Einfamilienhaus • Detached house
2 Einbýlishús: Grunnteikning jarðhæðar •
   Einfamilienhaus: Grundriss Erdgeschoss • Detached
   house: plan of ground floor
3 Einbýlishús: Grunnteikning efri hæðar •
   Einfamilienhaus: Grundriss Obergeschoss • Detached
   house: plan of upper floor
4 Horngluggi • Eckfenster • Corner window

Baugenossenschaft Reykjavík

Diese von der Baugenossenschaft Reykjavík errichteten Häuser gehören zu den ersten Wohngebäuden in Reykjavík im Stil des Funktionalismus. Es wurden für die Bauherren zwei verschiedene Haustypen gebaut: Doppelhäuser, entworfen von Ingenieur Axel Sveinsson, und freistehende Einfamilienhäuser, deren Entwurf von dem in San Francisco ausgebildeten Architekten Þórir Baldvinsson stammt. Die Einfamilienhäuser wurden im reinen Stil der Moderne errichtet, mit Flachdach und Eckfenstern. Die meisten Gebäude waren aus Holz und wurden aus Brandschutzgründen verputzt. Nur wenige davon sind heute noch in ihrem ursprünglichen Zustand erhalten.

Reykjavík Building Cooperative

These houses, built by Byggingarsamvinnufélag Reykjavikur (the Reykjavik Building Cooperative), form one of the oldest groups of homes in Reykjavik built in the pure functionalist style. Two types of home were designed; a duplex designed by engineer Axel Sveinsson, and a detached house designed by Þórir Baldvinsson, who had studied architecture in San Francisco. The detached houses are characterised by the clear-cut cubic forms of modernism, with a flat roof and corner windows. Most of the houses were built of timber and rendered against the risk of fire. Only a handful of these houses have survived with their original features.

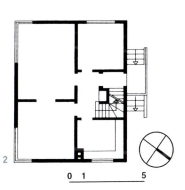

2

0 1   5

4

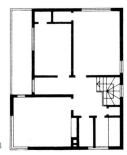

3

1

2

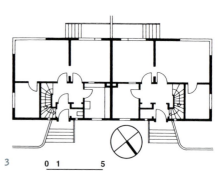

3   0 1   5

33 Hús byggingarsamvinnufélagsins Félagsgarðs

Árið 1935 var haldin samkeppni arkitekta um hönnun íbúðarhúsnæðis fyrir byggingarsamvinnufélagið Félagsgarð í Reykjavík, og var hún ein fyrsta samkeppni sinnar tegundar á Íslandi. Flest húsin við Hávallagötu voru reist eftir teikningu Gunnlaugs Halldórssonar sem hlaut fyrstu verðlaun.

Í mótun veggja, þaka og þakbrúna lagaði arkitektinn formmál nútímabygginga að veðurfarsaðstæðum og verkhefð landsins. Langflest húsanna voru byggð fyrir millistéttarfjölskyldur með fastar tekjur og eru meðal bestu dæma nútímahúsagerðarlistar á Íslandi millistríðsáranna.

1935–1936, Gunnlaugur Halldórsson
Hávallagata 21–53, 30–36
1 Götuhlið • Straßenansicht • Street facade
2 Inngangur • Eingang • Entrance
3 Grunnteikning jarðhæðar • Grundriss Erdgeschoss • Plan of ground floor
4 Grunnteikning efri hæðar • Grundriss Obergeschoss • Plan of upper floor

Baugenossenschaft Félagsgarður

Félagsgarður Building Cooperative

Im Jahr 1935 wurden Architekten eingeladen an einem Wettbewerb für die Häusergruppe einer Baugenossenschaft in Reykjavík teilzunehmen, einem der ersten Wettbewerbe dieser Art in Island. Nach dem Entwurf des ersten Preisträgers Gunnlaugur Halldórsson wurden die meisten Gebäude in der Hávallagata als Doppelhäuser errichtet. Bei der Ausbildung der Wände, Traufen und Dächer passte sich der Architekt mit dem Vokabular der Moderne an die klimatischen Bedingungen und handwerklichen Möglichkeiten in Island an. Die Häuser, die damals überwiegend von mittelständischen Familien mit sicherem Einkommen gebaut wurden, gehören zu den besten Beispielen der modernen Architektur der Vorkriegszeit in Island.

In 1935 architects were invited to take part in a competition to design homes for the Félagsgarður Building Cooperative in Reykjavik; this was one of the first competitions of its kind held in Iceland. Most of the houses on Hávallagata were built to the design of Gunnlaugur Halldórsson, who was awarded first prize. In the design of walls, roofs and eaves, the architect adapted the formal language of modern architecture to Icelandic climatic conditions and building traditions. Most of the houses were built for middle-class families who were financially secure, and they are among the best examples of modern Icelandic architecture in the inter-war years.

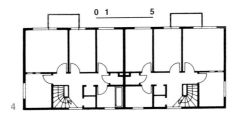

4

34 Háskóli Íslands

Aðalbygging Háskólans (I) er frá síðustu starfsárum Guðjóns Samúelssonar, húsameistara ríkisins, og ber vott um áhrif frá alþjóðlegum fúnksjónalisma, klassískri hefð og íslenskri náttúru. Byggingin er steinsteypt og útveggir hennar steindir með íslenskri kvarsblöndu. Gólfið í forsalnum er lagt stórum hellum úr Öskjuhlíð og í lofti hans er hvelfing klædd silfurbergi. Í miðri bygging-

unni, sem er 73,2 m löng og 13,8 m breið, er hátíðarsalur. Í húsinu eru, auk kennslu- og vinnurýma, Háskólakapellan og skrifstofur.

Byggingu Háskólatorgs (II) við hlið Aðalbyggingar lauk árið 2007 en um hönnun þess sá Arkitektastofan Hornsteinar. Það tengist öðrum húsakynnum háskólasvæðisins með neðanjarðargöngum og myndar þannig lifandi miðpunkt svæðisins alls. Ein hinna bygginganna er Veröld, hús Vigdísar, sem Arkitektasofan Andrúm hannaði og hýsir Stofnun Vigdísar Finnbogadóttur í erlendum tungumálum (III). Kjarni hússins er opið rými þar sem starfsfólk og nemendur geta hist. Byggingarefnið er steinsteypa en framhliðin klædd íslensku lerki. Á torginu sunnan við húsið stendur stakt tré, tákn vináttu og virðingar. Húsinu var í apríl 2017 gefið nafnið Veröld.

1936–1940, Guðjón Samúelsson Aðalbygging
2007, Hornsteinar Háskólatorg
2017, Andrúm Veröld, hús Vigdísar
Sæmundargata/Brynjólfsgata, Reykjavík

1 Aðalbygging • Hauptgebäude • Main Building
2 Afstöðukort • Lageplan • Site plan
3 Háskólatorg • Universitätszentrum • University Centre
4 Veröld, hús Vigdísar Vigdísar Finnbogadóttir • Vigdís Finnbogadóttir Institut • Vigdís Finnbogadóttir Institute

Universität Islands

Das Hauptgebäude der Universität Islands (I) stammt aus der letzen Schaffensperiode des Staatsarchitekten Guðjón Samúelsson und wird geprägt vom internationalen Funktionalismus, von klassischer Tradition und von der isländischen Natur. Das Gebäude wurde in Beton errichtet und mit einer isländischen Quarzmischung verputzt. Der Bodenbelag im Foyer besteht aus großformatigen Steinplatten vom nahegelegenen Hügel Öskjuhlíð, und das Deckengewölbe ist mit Zeolithkristallen verkleidet. In der Mitte des 73,2 m langen und 13,8 m breiten Hauptgebäudes befindet sich die Aula. In dem Gebäude sind außerdem Unterrichtsräume, Büro und die Universitätskapelle untergebracht. Neben dem Hauptgebäude wurde 2007 das Universitätszentrum (II) fertiggestellt. Das vom Architekturbüro Hornsteinar entworfene Gebäude bildet den lebendigen Mittelpunkt der Universität mit unterirdischen Verbindungen zu anderen Universitätsgebäuden. Eines davon ist das 2017 eröffnete Vigdís Finnbogadóttir Institut für Fremdsprachen (III), das nach den Plänen des Architekturbüros Andrúm Arkitektar errichtet wurde. Kern des Gebäudes ist ein offener Raum, in dem sich Mitarbeiter und Studenten treffen können. Das Betongebäude erhielt eine Holzfassade aus Lärchenholz das aus isländischen Wäldern stammt. Der einzelne Platz auf dem Baum auf dem südlichen Platz wurde als Symbol für Freundschaft und Respekt gepflanzt.

University of Iceland

The main building of the University of Iceland (I) stems from the twilight years of Guðjón Samúelsson's career, and is evidently inspired by international functionalism, classical tradition, and Icelandic nature. The exterior of this concrete structure is covered with an Icelandic quartz mixture. The flooring in the entrance hall consists of large stone slabs from the nearby Öskjuhlíð, and the domed ceiling is inlayed with Iceland spar, a variety of calcite. The assembly hall, Aula, is in the centre of the building, which is 73.2 m long and 13.8 m wide. The building also houses lecture rooms, offices, and the University Chapel. The architectural office Hornsteinar designed an annex to the main building called Háskólatorg (university centre), which was completed in 2007. This addition is connected through underground walkways to other buildings on the university campus, forming a vibrant centre for the entire area. One of these other buildings is Veröld (III), housing the Vigdís Finnbogadóttir Institute of Foreign Languages, designed by the architectural office Andrúm. The heart of the building is an open space where staff and students can meet. The concrete building has a wooden facade made of Icelandic larch. A lone tree was planted in the square south of the tree as a symbol of friendship and respect.

3

4

1

2

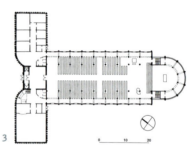

3

35 Hallgrímskirkja

Á grundvelli tillagna Guðjóns Samúelssonar, húsameistara ríkisins, um skipulag Skólavörðuholtsins var honum falið að reisa kirkju efst á holtinu árið 1937. Vinna við bygginguna hófst 1945. Hún er steinsteypt og ber einkenni gotnesks stíls í grunnmynd og ýmsum öðrum þáttum, s. s. gluggaformum. Líkt og í öðrum verkum sínum leitast arkitektinn við að móta eins konar íslenskan þjóðernisstíl í þessari byggingu, blöndu úr nýgotneskum stíl og formum úr íslenskri náttúru. Íslenskt stuðlaberg er kveikjan að formgerð kirkjuturnsins sem er 73 m hár. Kirkjan er steypt og húðuð hvítu graníti að utan til varnar gegn veðrun, en á þakinu eru koparplötur. Bygging kirkjunnar var að 40% fjármögnuð með gjafafé og var smíði hennar ekki lokið þegar arkitektinn lést. Eftirmenn hans í embætti húsameistara ríkisins, Hörður Bjarnason og Garðar Halldórsson, stýrðu vinnu við bygginguna eftir hans dag; hún var vígð 1986. Þýski orgelsmiðurinn Klais smíðaði orgelið sem tekið var í notkun 1992. Í kirkjunni eru sæti fyrir 1200 manns og er hún nú stærsta guðshús á landinu, og ennfremur vinsæll útsýnisstaður, enda gnæfir turn hennar yfir höfuðborgina. Hún er helguð minningu sálmaskáldsins Hallgríms Péturssonar.

1937–1986, Guðjón Samúelsson, Hörður Bjarnason, Garðar Halldórsson
Skólavörðuholt, Reykjavík
1 Vesturhlið • Westansicht • West side
2 Kirkjan inni • Innenansicht • Interior
3 Grunnteikning jarðhæðar • Grundriss Erdgeschoss • Plan of ground floor
4 Stuðlabergssúlur • Basaltstruktur • Basalt structure

Hallgrímskirche

Auf der Grundlage seiner städtebaulichen Entwürfe für die Anhöhe Skólavörðuholt wurde der Staatsarchitekt Guðjón Samúelsson 1937 mit dem Bau einer Kirche beauftragt. Im Jahr 1945 begann der Bau der Betonkirche, die in Grundriss und einigen Elementen, wie beispielsweise den Fenstern, gotischen Charakter aufweist. Wie auch bei anderen Bauwerken strebte der Architekt bei der Hallgrímskirche eine Art Nationalstil an und versuchte die neugotische Architektur mit Motiven der isländischen Landschaft zu verbinden. Bei der Struktur des 73 m hohen Kirchturms ließ er sich vom isländischen Säulenbasalt inspirieren. Die Betonkonstruktion wurde vor Ort betoniert und auf der Außenseite mit weißem Granitputz vor Witterung geschützt. Die Dacheindeckung besteht aus Kupferblech. Durch die Finanzierung des Kirchenbaus zu 40% aus Spendengeldern dauerte die Bauzeit bis über den Tod des Architekten hinaus. Seine Nachfolger im Amt, Hörður Bjarnason und Garðar Halldórsson, überwachten die Fertigstellung bis zur Einweihung im Oktober 1986. Im Jahr 1992 wurde die vom deutschen Orgelbauer Johannes Klais gebaute Konzertorgel in Betrieb genommen. Mit 1200 Sitzplätzen ist die nach dem Pastor und Dichter Hallgrímur Pétursson benannte Kirche heute das größte Gotteshaus in Island und mit seinem die Hauptstadt überragenden Turm auch ein beliebter Aussichtspunkt.

Hallgrímskirkja

On the basis of a proposal made by State Architect Guðjón Samúelsson for the development of Skólavörðuholt, he was commissioned in 1937 to design a church for the hilltop site. Work began on the building in 1945. The church, which is of concrete, shows Gothic influence in its ground plan and various other features, e.g. the shape of windows. As in his other work, the architect here aims to create a kind of Icelandic national style, bringing together Neo-Gothic style and motifs from Icelandic nature. The form of the 73 m tower is inspired by Icelandic columnar basalt formations. The church is of concrete, coated with white granite for protection against the elements, and the roof is of copper sheeting. Donations met about 40% of the construction costs.

The architect died before the construction of the church was completed, and his successors in the post of State Architect, Hörður Bjarnason and Garðar Halldórsson, supervised the continuation of the project. The church was consecrated in 1986. An organ from the German Klais company was installed in 1992. The church, which seats 1,200 people, is the largest in Iceland. The tower, which stands high above the city, is also a popular place to enjoy the view. The church is dedicated to the memory of 17th-century devotional poet Hallgrímur Pétursson.

4

1

2

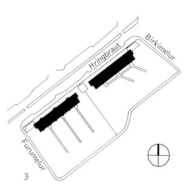

3

36 Fjölbýlishús við Hringbraut

Í upphafi síðari heimsstyrjaldar þróaði Einar Sveinsson arkitekt, húsameistari Reykjavíkur, ný búsetuform í umboði bæjarins. Fram til þessa höfðu íbúðarhús staðið þétt og þröngt, en Einar gerði ráð fyrir fjölbýlishúsum sem stæðu hvert fyrir sig með nokkru millibili, án þess þó að íbúðum fækkaði. Þannig var reynt að mæta húsnæðisþörf þeirra sem fluttu af landsbyggðinni í

bæinn um þessar mundir, halda verðinu lágu og jafnframt sjá til þess að allar íbúðir nytu sólar í jafnríkum mæli. Fjölbýlishúsin tvö við Hringbraut voru hluti af skipulagi hans fyrir Melahverfið sem þá var í útjaðri bæjarins. Milli fram- og afturveggja eru aðeins 9,5 m, en í hvoru húsi eru 48 íbúðir og gluggar í hverju herbergi í þeim öllum svo að þau njóta dagsbirtu og beinnar útloftunar. Frekari nýjungar voru skásett gluggaskot í hverri íbúð og bogmyndaðar svalir með innbyggðum blómakössum. Þessar tvær byggingar eru fyrstu fjölbýlishús sinnar tegundar sem varð mjög útbreidd í Reykjavík á 6. áratugnum.

1942–1944, Einar Sveinsson, Ágúst Pálsson
Hringbraut 37–47, Reykjavík
1 Séð úr norðaustri • Nordostansicht • Northeast side
2 Séð úr suðaustri • Südostansicht • Southeast side
3 Afstöðumynd • Lageplan • District plan
4 Grunnteikning • Grundriss • Ground plan

Mehrfamilienhäuser Hringbraut

Apartment Buildings, Hringbraut

Zu Beginn des zweiten Weltkrieges entwickelte der Architekt und Stadtbaumeister Einar Sveinsson im Auftrag der Stadt Reykjavík neue Wohnformen, die die bisher dichte Aneinanderreihung von Wohnhäusern durch freistehende Mehrfamilienhäuser ersetzen sollte, ohne jedoch die Anzahl der Wohnungen zu reduzieren. So konnte er dem Wohnungsbedarf der Bevölkerung, die zu der Zeit von den ländlichen Gebieten in die Stadt zog, gerecht werden, die Erschließungskosten gering halten und gleichzeitig alle Wohnungen gleichermaßen mit Sonnenlicht versorgen. Die beiden Mehrfamilienhäuser an der Hringbraut waren dabei Teil seiner städtebaulichen Planung für das Melar-Gebiet, welches damals noch am Stadtrand lag. In den nur 9,5 m tiefen Gebäuden wurden jeweils 48 Wohnungen untergebracht, und alle Räume in jeder Wohnung erhielten Tageslicht und direkte Belüftung über Fenster. Weitere Neuerungen waren die schrägen Fensternischen in jeder Wohnung und gerundete Balkone mit eingebauten Blumentrögen. Die beiden Mehrfamilienhäuser sind die ersten Wohngebäude dieser Art, die 1950–1960 in Reykjavík weit verbreitet waren.

In the early years of World War II, architect Einar Sveinsson, Reykjavik City Architect, developed a new form of housing on behalf of the city authorities. Prior to this, residential developments had been low-rise and dense, but Sveinsson envisaged widely-spaced apartment buildings, providing the same number of homes. This was an attempt to meet the housing needs of the many who were migrating to Reykjavik from the rural regions at this time, while keeping costs low and ensuring that all apartments would have equal access to natural light. The two apartment buildings on Hringbraut were part of his development plan for the Melar district, which was then at the periphery of the town.

The distance between the front and rear wall of the buildings is only 9.5 metres; each building comprises 48 apartments, with windows in every room, providing natural light and ventilation. Innovations of the design included living room window niches projecting out of the facade at an oblique angle, and curved balconies with built-in flower-boxes. These two buildings constitute the first apartment-block development of its kind, which was to become very common in Reykjavik in the 1950s.

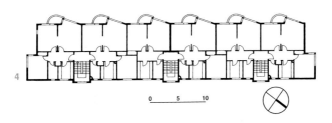

4

0   5   10

1

2

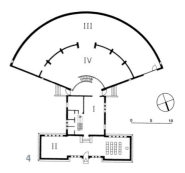

3

4

37 Ásmundarsafn

Ásmundur Sveinsson myndhöggvari reisti sér tvílyft hús (I) árið 1942. Í því var íbúð hans og undir steypukúplinum á efri hæðinni var komið fyrir vinnustofu. Hugmyndina að byggingunni átti listamaðurinn sjálfur og var hún mjög mótuð af áhrifum grískrar og tyrkneskrar húsagerðar, enda áleit hann hana hæfa skóglausu landslagi Íslands mun betur en hinar skandinavísku timburbyggingar. Í þessu samhengi er kúpulbygging hans athyglisverð og einstök tilraun í sögu íslenskrar húsagerðarlistar. Árið 1946 byggði hann í samvinnu við Jónas Sólmundsson smið einlyfta vinnustofu (II) og nýtti enn fyrirmyndir úr byggingarlist Miðjarðarhafslanda, í þetta sinn egypskt grafhýsi. Í sérstakri bogalaga skemmu (III), sem hann reisti 1955–59 ásamt Einari Sveinssyni arkitekt, geymdi hann verk sín og opnaði hana almenningi sama ár og smíðinni lauk. Manfreð Vilhjálmsson arkitekt hannaði nýjan sýningarsal (IV) 1987 sem tengibyggingu milli kúpuls og skemmu með það að leiðarljósi að raska heildarmyndinni sem minnst. Litlir ferningslaga gluggar opna gestum útsýn á höggmyndirnar í garðinum. Í byggingum þessum er nú safn verka listamannsins Ásmundar Sveinssonar.

1942–1959, Ásmundur Sveinsson, Einar Sveinsson
1987–1991, Manfreð Vilhjálmsson
Sigtún, Reykjavík
1 Heildarútlit • Gesamtansicht • Overall view
2 Skemma • Aufbewarungsraum • Store
3 Tengibygging • Verbindungsgebäude • Connecting structure
4 Grunnteikning jarðhæðar • Grundriss Erdgeschoss • Plan of ground floor
5 Snið • Längsschnitt • Section

Ásmundur Sveinsson Museum

Der Bildhauer Ásmundur Sveinsson errichtete 1942 ein zweigeschossiges Gebäude (I), in dem er für sich eine Wohnung und unter der Betonkuppel im Obergeschoss sein Atelier einrichtete. Die Idee für das Gebäude stammte von dem Bildhauer selbst und stand stark unter dem Einfluss griechischer und türkischer Architektur, die seiner Ansicht nach der baumlosen Landschaft Islands eher entsprach als die skandinavische Holzarchitektur. Unter diesem Aspekt ist sein Kuppelgebäude ein bemerkenswertes und einzigartiges Experiment in der Architekturgeschichte Islands. In Zusammenarbeit mit dem Kunsttischler Jónas Sólmundsson baute er 1946 ein eingeschossiges Studio an (II), wieder nach dem Vorbild mediterraner Architektur, dieses Mal im Stil einer ägyptischen Grabstätte. In einem separaten bogenförmigen Gebäude (III), welches er 1955–59 zusammen mit dem Architekten Einar Sveinsson errichtete, bewahrte er seine Arbeiten auf und machte sie 1959 der Öffentlichkeit zugänglich. Der Architekt Manfreð Vilhjálmsson entwarf 1987 einen neuen Ausstellungsraum (IV) als Verbindungsbau zwischen Kuppel und Aufbewahrungsraum mit dem Ziel, die Eigenständigkeit des Ensembles so wenig wie möglich zu stören. Kleine quadratische Fenster erlauben den Besuchern Blicke zu den Skulpturen im Garten. Der Gebäudekomplex beherbergt heute das gesamte Werk des Künstlers Ásmundur Sveinsson.

Ásmundur Sveinsson Museum

In 1942 sculptor Ásmundur Sveinsson built himself a two-storey house (I), which was his home, with a studio under a concrete dome on the upper floor. The concept of the building was the artist's own, strongly influenced by Greek and Turkish architecture, which he felt was far more suited to Iceland's treeless landscape than the Scandinavian style of wooden building. In this context, the domed building is an interesting and unique experiment in Icelandic architecture. In 1946 he built, in collaboration with builder Jónas Sólmundsson, a single-storey studio (II), again inspired by Mediterranean architecture, in this case the Egyptian mausoleum. In a separate crescent-shaped building (III), constructed in 1955–59, designed by the artist in collaboration with architect Einar Sveinsson, he stored his work. This was opened to the public the same year as it was completed. In 1987 a new exhibition gallery (IV) was designed by Manfreð Vilhjálmsson, linking together the domed building and the crescent-shaped annex, with the objective of altering the overall appearance of the structure as little as possible. Small square windows provide a view of the sculptures in the surrounding garden. These buildings contain the oeuvre of sculptor Ásmundur Sveinsson.

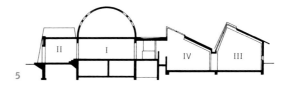

5

1

2

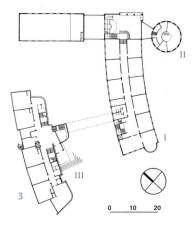

3

0   10   20

38 Melaskóli

Skólahúsið er helsta verk Einars Sveins-sonar arkitekts sem skipaður var húsameist-ari Reykjavíkur árið 1934. Hann var fyrstur Íslendinga til að nema arkitektúr í þýskum háskóla og verk hans voru undir áhrifum fúnksjónalismans. Skólinn var fyrsta bygg-ingin við Melatorg og með eilítið bogadregn-um formum meginálmunnar lagaði hann heildina að skipulagi hverfisins sem hann var einnig höfundur að (I). Efsta hæðin er inndregin og á henni svalir við kennslustof-

urnar. Hringlaga tvílyft bygging á austurhlið-inni myndar innganginn (II). Skólahúsið var á sínum tíma glæsilegasta opinbera bygg-ing í bænum og var líka nýtt fyrir athafnir á vegum bæjarins og móttöku erlendra stjórn-málaleiðtoga sem hingað komu. Á árunum 1997–99 var byggð ný bygging á lóð skól-ans. Nýbyggingin (III), sem er eftir Ögmund Skarphéðinsson arkitekt, tekur upp boga-form eldra hússins og þar með skipulags-leg einkenni umhverfisins. Nýja byggingin er sjálfstæð og tengist hinni eldri einungis með tengigangi, en í henni eru auk samkomusal-ar í miðju kennslustofur sem snúa í vestur. Vesturframhliðin er húðuð með graníti og að því leyti skyld íbúðarhúsunum í kring, en austurframhliðin opnast hins vegar eins og létt og loftkennt tjald að eldri byggingunni.

1944–1946, Einar Sveinsson, Ágúst Pálsson
1997–1999, Ögmundur Skarphéðinsson
Furumelur, Reykjavík
1 Séð úr suðaustri • Südostansicht • Southeast side
2 Hringbygging • Rundbau • Circular building
3 Grunnteikning jarðhæðar: • Grundriss Erdgeschoss • Plan of ground floor
4 Horngluggi • Eckfenster • Corner window

Bezirksschule Melar

Die Schule ist eines der ersten großen Projekte des Architekten Einar Sveinsson kurz nach seiner Berufung zum Stadtbaumeister von Reykjavík. Er war der erste in Deutschland ausgebildete isländische Architekt und seine Arbeiten standen unter dem Einfluss des Funktionalismus. Es war das erste Gebäude am Rondell Melatorg, und mit der leicht gebogenen Form des Hauptflügels (I) fügte er den Komplex in die von ihm entworfene städtebauliche Planung für dieses Gebiet ein. Das oberste Geschoss wurde zurückgesetzt und erhielt den Klassenräumen zugeordnete Balkone. Ein zweigeschossiger Rundbau an der Ostseite bildet den Eingang (II). Das zu seiner Zeit beeindruckendste städtische Gebäude wurde auch für Stadtempfänge genutzt und führenden Politikern aus dem Ausland gezeigt. 1997–99 wurde die Schule vergrößert. Der von Architekt Ögmundur Skarphéðinsson geplante Erweiterungsbau (III) nimmt die Rundung der bestehenden Schule und damit das städtebauliche Merkmal der Umgebung auf. Das neue Gebäude ist bis auf einen Verbindungsgang völlig vom bestehenden Komplex losgelöst und beherbergt außer der zentralen Aula nach Westen orientierte Klassenräume. Während die Westfassade mit ihrer granitverputzten Oberfläche dem Aussehen der umliegenden Wohnbebauung entspricht, öffnet sich die geschwungene Ostfassade wie ein leichter, durchlässiger Vorhang zur bestehenden Schule.

Melaskóli Elementary School

The schoolhouse is one of the major projects of Einar Sveinsson who was appointed City Architect in Reykjavik in 1934. He was the first Icelander to study architecture at a German university, and his work was influenced by functionalism. The school was the first building at the Melatorg roundabout; the slightly curved lines of the main building echo the overall plan of the district (I), which was also designed by Sveinsson. The upper floor is set back, with balconies outside the classrooms. A circular two-storey building on the eastern side forms the entrance (II). The school was at the time the most splendid public building in the town; it was also used for municipal receptions, and receptions for foreign politicians who visited Reykjavik. In 1997–99 a new building was erected on the school site. The annex (III), by Ögmundur Skarphéðinsson, echoes the curved form of the older building, and thus the planning concept of the district. The new building is separate, linked to the older building only by a corridor. It contains a central assembly hall and classrooms that face west. The western facade is coated with granite, and thus resembles the surrounding houses. The curtain-like eastern facade gives the impression of an opening toward the older building.

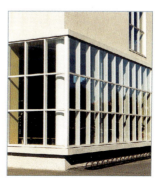

4

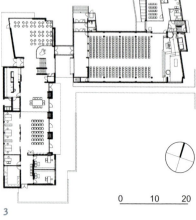

0   10   20

39 Neskirkja og safnaðarheimili

Þessi athyglisverða kirkja frá eftirstríðsár-
unum er verk Ágústs Pálssonar arkitekts.
Teikning hans hafði hlotið fyrstu verðlaun í
samkeppni árið 1942, en byggingunni lauk
ekki fyrr en 1957. Kirkjan er nokkru minni
en upphaflega teikningin gerði ráð fyrir
og má telja hana fyrstu módernísku kirkj-
una á Íslandi. Aðalskipið hækkar í þrepum
og er hæst yfir kórnum. Stór kross mynd-
ar hápunkt kirkjunnar, enda taldi arkitekt-

1944–1957 Ágúst Pálsson
2004, VA Arkitektar
Hagatorg, Reykjavík
1 Suðausturhlið kirkju • Südostansicht Kirche •
   Südostansicht Kirche
2 Norðvesturhlið • Nordwestansicht • Northeast side
3 Grunnteikning • Grundriss • Plan of ground floor
4 Austurhlið viðbyggingar • Ostansicht
   Gemeindezentrum • Annex east side

inn enga hagnýta ástæðu fyrir klukkuturni
á nútímakirkju. Innveggir og hliðarskip
standa skáhallt við meginás byggingarinn-
ar og þannig tekst arkitektinum að losa
kirkjuskipið undan þeirri ströngu sam-
hverfu, ílöngu skipan sem verið hafði dæmi-
gerð fyrir flest íslensk guðshús. Jafnframt
gat hann með þessu móti tryggt náttúrlega
lýsingu og góðan hljómburð. Árið 1999 voru
gerðar verulegar breytingar á kór kirkjunnar
með tilkomu nýs orgels, m.a. voru kórsvalir
við hlið altaris fjarlægðar.

Árið 2004 reis við hlið Neskirkju nýbygg-
ing (II) fyrir safnaðarheimili og skrifstofur
eftir teikningum VA arkitekta. Hún skyldi
með hófstilltu formmáli samtímaarkitekt-
úrs mynda viðbót við hina svipsterku kirkju.
Salarkynnin eru opin og hagkvæm og nýtast
söfnuði og fleirum vel í margþættum tilgangi.

Kirche von Nes und Gemeindezentrum

Ein bemerkenswertes Gebäude aus der Nachkriegszeit ist diese Kirche des Architekten Ágúst Pálsson, der mit dem Entwurf den ersten Preis bei einem Wettbewerb im Jahr 1942 gewann. Die erst 1957 fertiggestellte Kirche ist etwas kleiner als im ursprünglichen Entwurf vorgesehen und kann als die erste isländische Kirche der Moderne bezeichnet werden. Das Hauptschiff steigt in Stufen an bis zum höchsten Punkt über dem Chor. Ein großes Kruzifix bildet die Spitze der Gebäudes, da es nach Auffassung des Architekten keinen funktionellen Grund für einen Glockenturm in einer modernen Kirche gab. Durch entlang der Hauptachse schräg gestellte Wände und Seitenschiffe gelang es dem Architekten, das Kirchenschiff von der steifen symmetrischen länglichen Struktur zu befreien, die für die meisten isländischen Gotteshäuser typisch war. Gleichzeitig konnte er damit die natürliche Belichtung und eine gute Akustik gewährleisten. Beim Einbau einer neuen Orgel im Jahr 1999 wurden am Chor wesentliche Veränderungen vorgenommen, z.B. wurde der Balkon neben dem Altar entfernt.

Das neue Gemeindezentrum (II) mit Büros neben der Kirche wurde 2004 nach dem Entwurf des Architekturbüros VA Arkitektar erbaut. Es soll das bestehende, markante Kirchengebäude in zurückhaltender, moderner Architektur ergänzen. Die Innenräume sind offen und funktional und ermöglichen so eine vielfältige kirchliche und kommunale Nutzung.

Nes Church and the Community Centre

This interesting church from the postwar years was designed by architect Ágúst Pálsson. His design had won first prize in a competition held in 1942, but the building was not completed until 1957. The church is somewhat smaller than envisaged in the original design, and it may be regarded as Iceland's first modernistic church. The roof of the nave is stepped, being highest over the chancel. At the top of the building is a large cross; the architect felt there was no practical reason for a bell tower on a modern church. The side walls are placed at an angle to the central axis of the church, and thus the architect succeeds in liberating the nave from the strict symmetrical rectangular form that had typified Icelandic churches. He could also, by these means, ensure natural light and good acoustics. In 1999 the chancel was substantially altered with the installation of a new organ. A choir gallery next to the altar, for instance, was removed.

A new building designed by VA Arkitektar to house the community centre and offices (II) was built next to the church in 2004. The restrained, modern architecture complements the prominent church building. The interiors are open and practical, designed to accommodate a wide range of church and communal functions.

4

1

2

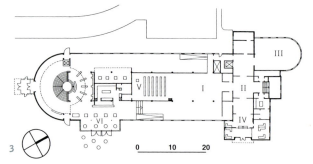

3

0   10   20

40 Þjóðminjasafn Íslands

Alþingi gaf íslensku þjóðinni safnhúsið til minningar um 17. júní 1944 þegar íslenska lýðveldið var stofnað. Byggingin er úr járnbentri steinsteypu og undir sterkum áhrifum frá fúnksjónalismanum sem birtast í skýrum láréttum og lóðréttum línum einstakra byggingarhluta. Aðalbyggingin er á þremur hæðum og liggur á norður-suður-ási. Þar eru sýningarsalir safnsins. Norðan við þá eru forsalir fyrir sýningarsvæðið sem gengið er að um aðalstiga (II). Yfir þeim er þrí-

lyftur turn með vinnuherbergjum sem gnæfir yfir aðalbygginguna. Bogasalurinn (III), sem er byggður við norðanmegin, sem og inngangsbyggingin (IV) að sunnanverðu, eru tvílyft. Steyptir veggirnir eru aðeins 14–16 cm þykkir og mjög styrktir. Ytri múrhúð þeirra er ljós og þakin grjótmulningi, einkum úr kvarsi, sem verndar gegn veðri og vindum. Ögmundur Skarphéðinsson arkitekt hefur teiknað viðbyggingu og breytingar á húsinu sem eiga einkum að bæta inngangsaðstöðu sem orðið var ábótavant. Áætlað er að reisa viðbyggingu við suðurhlið gömlu aðalbyggingarinnar með nýjum inngangi (V) sem lagar sig í stærð og formi að eldri hlutanum. Glæsilegir stigar opna gestinum leið inn í breytta sýningarsali og aðra viðbyggingu með veitingasal á austurhliðinni (VI).

1945–1952, Sigurður Guðmundsson, Eiríkur Einarsson
1999–2001, Ögmundur Skarphéðinsson
Suðurgata 41, Reykjavík
1 Suðurhlið • Südansicht • South side
2 Kringlóttur gluggi • Rundfenster • Round window
3 Grunnteikning • Grundriss • Ground plan

Nationalmuseum

Zur Erinnerung an den 17. Juni 1944, den Tag an dem die isländische Republik ausgerufen wurde, schenkte das Parlament dem Land dieses Museumsgebäude. Der Stahlbetonbau mit seinen horizontalen und vertikalen Baukörpern ist stark vom Funktionalismus geprägt. Der dreigeschossige Hauptteil (I) liegt in Nord-Süd-Richtung und beherbergt die Ausstellungsräume. Nördlich davon liegen die Vorräume der Ausstellungsbereiche, die über die Haupttreppe erschlossen werden (II). Ein darüberliegender, dreigeschossiger Turm mit Arbeitsräumen überragt das Hauptgebäude. Der nördlich angebaute „Bogensaal" (III) sowie das südlich angrenzende Eingangsgebäude (IV) sind zweigeschossig. Die nur 14–16 cm dicken Betonwände sind stark bewehrt, und der helle Außenputz mit einer Oberfläche aus gemahlenem Gestein, vor allem Quarz, schützt die Außenwände vor der Witterung. Der von Architekt Ögmundur Skarphéðinsson geplante Um- und Erweiterungsbau soll vor allem die bisher unzureichende Eingangssituation verbessern und sieht auf der Südseite des bestehenden Hauptteils einen Anbau mit neuem Eingang (V) vor, der sich in Größe und Gestalt in den bestehenden Komplex einfügt. Eine eindrucksvolle Treppenanlage führt den Besucher in die umgebauten Ausstellungsräume und zu einem weiteren Anbau mit Cafeteria an der Ostseite (VI).

National Museum

The National Museum building was a gift to the Icelandic people from Alþingi (parliament) to mark the foundation of the modern republic on 17 June 1944. The building is of reinforced concrete, and strongly influenced by functionalism, as may be seen in the clear horizontal and vertical lines of individual parts of the building. The main building is on three floors, on a north-south axis. The exhibition rooms are located here. At the north end are lobbies leading to the exhibition rooms, with access via the main staircase (II). Above them is a three-storey tower containing workrooms, which rises high above the main building. Bogasalur (III), an exhibition room with curved walls at the northern side, and the entrance area (IV) on the south, are two storeys high. The concrete walls, which are only 14–16 cm thick, are heavily reinforced. The exterior rendering is light in colour, with ground rock, mainly quartz, for protection against the elements. Architect Ögmundur Skarphéðinsson has designed an annex and alterations to the building, mainly intended to improve access, which has been poor. The annex is to be built at the southern side of the existing building, with a new entrance (V) in harmony with the size and form of the older part. An impressive staircase will provide access to re-designed exhibition rooms, and to another annex containing a restaurant on the eastern side (VI).

2

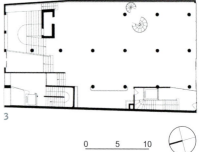

3

1

0   5   10

41 Austurstræti 5

Meðal fyrstu dæma eftirstríðsáranna um skýra og móderníska rýmisskipan er fyrrverandi afgreiðslusalur Búnaðarbankans við Austurstræti. Byggingin stendur á mjórri lóð milli Austurstrætis og Hafnarstrætis og meðal skilyrða sem sett voru fyrir hönnuninni var að öll salarkynni yrðu aðgengileg frá báðum götum. Arkitektinn þróaði í verkinu nýja grunnhugmynd, nútímalegan og bjartan afgreiðslusal sem jafnframt var gönguleið milli tveggja gatna: Efri hæðirnar lét hann

hvíla á steyptum súlum og skapaði opið og frjálslegt rými með framhlið úr gleri sem tryggir mestu hugsanlegu dagsbirtu í þessum langa, djúpa sal. Byggingin var í alla staði nútímaleg, einnig innréttingar og lýsing. Danski hönnuðurinn Børge Mogensen hannaði húsgögn á skrifstofu bankastjóra og Skarphéðinn Jóhannsson arkitekt innréttingar í bankasal. Veggmálverk og skreyti fól arkitektinn framsæknum íslenskum listamönnum. Framhliðin við Austurstræti hefur að mestu leyti haldið sér, en innréttingu í afgreiðslusal hefur verið breytt. Árið 2015 var afgreiðslusalnum breytt í verslun. Um hönnunina sá arkitektastofan Studio Granda í samráði við Minjastofnun Íslands. Við það tækifæri voru yfirborðsfletir endurbættir, upprunalegir litir notaðir og hringstiga komið fyrir.

1945–1948, Gunnlaugur Halldórsson
2015, Studio Granda
Austurstræti 5, Reykjavík
1 Séð frá Austurstræti • Ansicht Austurstræti •
   From Austurstræti
2 Verslun • Ladengeschäft • Shop
3 Grunnteikning jarðhæðar • Grundriss Erdgeschoss •
   Plan of ground floor

Austurstræti 5

Zu den ersten Beispielen aus der Nachkriegszeit mit klarer, moderner räumlicher Anordnung gehört die ehemalige Kundenhalle der isländischen Landwirtschaftsbank. Das Gebäude steht auf einem schmalen Grundstück zwischen den Straßen Austurstræti und Hafnarstræti, und der Zutritt von beiden Straßen zu sämtlichen Räumen war eine Bedingung für den Entwurf. Der Architekt entwickelte ein neues Konzept für eine moderne, helle Kundenhalle, die den Zugang von beiden Straßen ermöglichte. Er stellte die oberen Geschosse auf eine Stützenkonstruktion aus Beton und schuf einen freizügigen Raum mit Fassadenflächen aus Glas, die ein Höchstmaß an Tageslicht in den langen, tiefen Raum bringen. Das Gebäude war in jeder Hinsicht modern, auch die Inneneinrichtung und die Beleuchtung. Der dänische Designer Børge Mogensen entwarf die Möbel im Büro des Bankdirektors, Architekt Skarphéðinn Jóhannsson die Inneneinrichtung in der Kundenhalle. Die Wandmalereien und Dekorationen ließ der Architekt von avantgardistischen isländischen Künstlern ausführen. Die Fassade zur Austurstræti ist heute noch weitgehend unverändert erhalten, die Inneneinrichtung in der Kundenhalle wurde jedoch zwischenzeitlich ersetzt.

Die Kundenhalle wurde 2015 nach den Plänen des Architekturbüros Studio Granda in Zusammenarbeit mit dem Isländischen Amt für Kulturerbe in ein Ladengeschäft umgebaut. In diesem Zusammenhang wurden die vorhandenen Oberflächen verbessert, ehemalige Farbgebung wieder verwendet und die Wendeltreppe ersetzt.

Austurstræti 5

The building stands on a narrow plot between Austurstræti and Hafnarstræti, and one of the specifications for the design was that all facilities be accessible from both streets. The architect developed in this design a new idea, for a modern, bright service area which would also provide access between the two streets. The upper floors were built on concrete pillars, creating an open, free space with a facade of glass to maximise natural light in the long, deep space. The building was entirely modern, including fittings and lights. Danish designer Børge Mogensen designed the furniture in the bank director's office, and Skarphéðinn Jóhannsson the fittings in the customer service area. A mural and other ornament was commissioned from avant-garde Icelandic artists. The facade on Austurstræti remains largely unchanged, but the fittings in the customer service area have been altered.

The former customer service hall of Búnaðarbanki Íslands (Agricultural Bank) in Austurstræti is one of the first postwar examples of clear, modernist spatial organisation. In 2015, the service hall was converted into a shop designed by Studio Granda Architects in collaboration with The Cultural Heritage Agency of Iceland. This re-invention included renovating existing surfaces, using the original colour palette and adding a spiral staircase.

1

2

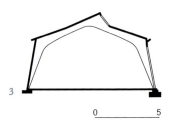

3

0 _____ 5

42 Verbúðirnar við Grandagarð

Hafnarstjórn fékk árið 1945 leyfi til að byggja geymsluskemmur við Reykjavíkurhöfn. Fyrirhugað var að reisa við Grandagarð 130 metra langa röð af slíkum skemmum til að geyma í veiðarfæri og annan búnað. Jafnframt áttu byggingarnar að veita skjól fyrir brimrótinu úr norðvestri. Fyrstu 20 húsin, Grandagarður 15–57, voru byggð árin 1946–1949 eftir teikningum Eiríks Einarssonar arkitekts og 1955 var hafist handa við byggingu 20 húsa í viðbót við Grandagarð 59–99, sem lauk árið 1960. Skemmurnar eru einlyftar, steinsteyptar – þökin líka – og einangraðar að innan. Hluti verbúðanna, Grandagarður 15–35, 39–77 og 79–93, var friðaður árið 2009.

1945–1960, Eiríkur Einarsson
Grandagarður, Reykjavík
1 Austurhlið • Ostansicht • East side
2 Inngangur í verbúð • Eingang Lagerhaus • Entrance
3 Þversnið • Querschnitt • Cross section
4 Afstöðukort • Lageplan • Site plan

Lagerhäuser Grandagarður

Grandagarður Warehouses

Im Jahr 1945 erhielt die Hafenverwaltung eine Baugenehmigung für die Errichtung von Lagerhäusern im Hafen von Reykjavík. Die Idee bestand darin, entlang der Grandagarður-Straße eine 130 Meter lange Reihe von Lagerhäusern für die Aufbewahrung von Hafen- und Fischereiausrüstung zu errichten. Diese sollten gleichzeitig Schutz bieten vor der rauen See auf der Nordwestseite. Nach Plänen des Architekten Eiríkur Einarsson wurden in den Jahren 1946 bis 1949 die ersten 20 Häuser erbaut, Grandagarður 15–57. Im Jahr 1955 begann der Bau von 20 weiteren Lagerhäusern, Grandagarður 59–99, die 1960 fertiggestellt wurden. Die eingeschossigen Lagerhäuser wurden, einschließlich der Dächer, in Beton errichtet und auf der Innenseite gedämmt. Seit 2009 stehen Teile der Lagerhaus-Zeile, Grandagarður 15–35, 39–77 und 79–93, unter Denkmalschutz.

In 1945 the port authorities acquired a building permit for warehouses by Reykjavik harbour. The idea was to build a 130 m long row of warehouses along Grandagarður to store fishing equipment and other gear. The buildings would also provide shelter from rough seas on the north-west side. The first 20 houses, Grandagarður 15–57, were built in 1946–1949 according to the design of the architect Eiríkur Einarsson, and in 1955 work started on the construction of 20 houses at Grandagarður 59–99 that were completed in 1960. The warehouses are single storey, concrete buildings – even the roofs – and insulated from within. Parts of the warehouse row, Grandagarður 15–35, 39–77, and 79–93, were listed for conservation in 2009.

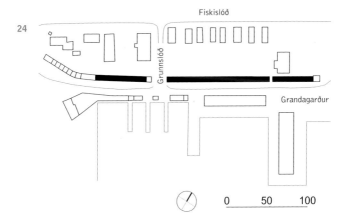

1

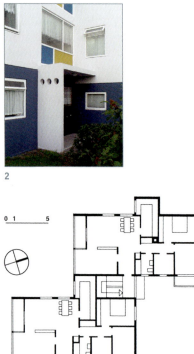

2

0 1   5

3

43 Fjölbýlishús við Skaftahlíð

18 starfsmenn Stjórnarráðs Íslands fólu arkitektinum að hanna fjölbýlishús sem skyldi tryggja íbúunum helstu kosti sérbýlis. Sigvaldi skipti því byggingunni í sex sjálfstæðar en samliggjandi einingar, hverja með þremur íbúðum á jafnmörgum hæðum, og var þeim þannig fyrir komið að

1955, Sigvaldi Thordarson
Skaftahlíð 12–22, Reykjavík
1 Suðurhlið • Südansicht • South side
2 Inngangur • Eingang • Entrance
3 Grunnteikning • Grundriss • Ground plan
4 Austurhlið • Ostansich • East side
5 Staðsetning • Lageplan • Location

allar íbúðir nutu sólarljóss frá öllum hliðum. Stigagöngunum kom hann fyrir við skilveggi íbúðanna og lét einungis eina íbúð opnast á hverri hæð. Hluta eldhússins var ennfremur komið fyrir í tengibyggingunni milli eininganna. Steyptir útveggirnir eru ópússaðir og málaðir í litum sem voru einkennandi fyrir höfund hússins, svonefndum „Sigvaldalitum". Fjölbýlishús þetta er meðal þekktustu verka arkitektsins og gott dæmi um íslenska húsagerðarlist á eftirstríðsárunum sem var undir miklum áhrifum frá evrópskum byggingum. Byggingin er afar vönduð og eru margar íbúðanna enn í eigu upphaflegra eigenda eða afkomenda þeirra.

Mehrfamilienhaus, Skaftahlíð

Apartment Building, Skaftahlíð

18 Mitglieder vom Angestelltenverein des Regierungspräsidiums gaben ein Mehrfamilienhaus in Auftrag, welches für die Bewohner die Vorteile eines Einfamilienhauses haben sollte. Der Architekt teilte daher das Mehrfamilienhaus in sechs eigenständige, jedoch zusammengefasste Einheiten mit je drei übereinanderliegenden Wohnungen auf, die so zueinander versetzt sind, dass jede Wohnung Sonnenlicht aus allen Richtungen erhält. Die Treppenhäuser ordnete er jeweils an den Wohnungstrennwänden an und erschloss pro Geschoss nur jeweils eine Wohnung. In diesem Verbindungsteil liegt auch ein Teil der Küche. Die betonierten Außenwände des Gebäudes sind unverputzt und erstmals mit den für Sigvaldi Thordarson typischen Farben gestrichen, die später „Sigvaldi-Farben" genannt wurden. Das Mehrfamilienwohnhaus gehört zu den bekanntesten Werken des Architekten und ist ein gutes Beispiel für die unter europäischem Einfluss stehende Nachkriegsarchitektur in Island. Das Gebäude ist von hoher Qualität, und die meisten Wohnungen befinden sich heute noch im Besitz der ursprünglichen Eigentümer oder deren Nachfahren.

A group of 18 government officials commissioned the architect to design an apartment building which would offer most of the advantages of detached homes. The architect Sigvaldi Thordarson therefore divided the building into six autonomous but contiguous units, each comprising three apartments, one on each floor; these were so placed that every apartment enjoyed natural light from all sides. He placed the staircases at the dividing walls of the apartments, with only one apartment entrance on each floor. Part of the kitchen was also in this connecting area. The concrete exterior walls are not rendered, but painted in the colours which typify the architect's work and became known as "Sigvaldi's colours". This apartment building is among the best-known of the architect's work, and an excellent example of postwar architecture in Iceland, which was greatly influenced by European trends. The quality of construction is high, and most of the apartments are still owned by their original owners, or their descendants.

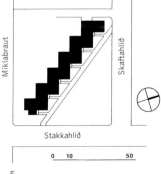

5

4

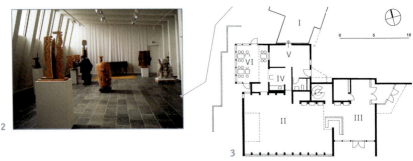

1

2

3

44 Listasafn Sigurjóns Ólafssonar

Fyrsta vinnustofa Sigurjóns Ólafssonar myndhöggvara var í hermannabragga sem var áfastur litla steinhúsinu sem fjölskyldan bjó í. Árið 1961 teiknaði Skarphéðinn Jóhannsson arkitekt timburhús (I) norðan við steinhúsið og 1963 bjarta og rúmgóða vinnustofu (II) sem kom í stað braggans.

1961–1963, Skarphéðinn Jóhannsson
1985–1988, Ögmundur Skarphéðinsson
Laugarnestangi 70, Reykjavík
1 Suðurhlið • Südansicht • From the south
2 Sýning • Ausstellung • Exhibition
3 Grunnteikning jarðhæðar • Grundriss Erdgeschoss • Plan of ground floor
4 Snið • Schnitt • Section
5 Kaffistofa • Cafeteria • Coffee shop

Vegna þess hve byggingarefnið var lélegt og vegna veðurskilyrða voru verk listamannsins hins vegar tekin að skemmast þegar hann lést árið 1982. Ögmundur Skarphéðinsson arkitekt, sem var falið að gera safnið upp og byggja við það, gerði sér far um að laga nauðsynlegar viðbætur að þeim hlutum sem fyrir voru svo úr yrði samstæð heild. Þannig hannaði hann viðbyggingu með anddyri (III) og skrifstofu yfir því. Í gamla steinhúsinu, sem var gert upp í upprunalegum stíl, er eldhúsaðstaða (IV) og starfsmannaherbergi (V). Efri hluti hússins var rifinn og bjartur sýningarsalur byggður í hans stað. Sjávarmegin var bætt við glerhýsi með kaffistofu (VI). Safnið með verkum listamannsins, sem þarna er til húsa, var stofnað 1984.

Sigurjón Ólafsson Museum

Sein erstes Studio hatte der Bildhauer Sigurjón Ólafsson in einer Militärbaracke, die an das kleine Steinhaus der Familie angebaut war. Der mit Sigurjón befreundete Architekt Skarphéðinn Jóhannsson errichtete 1961 nördlich des Steingebäudes ein Holzhaus (I) und im Jahr 1963 ein helles und geräumiges Studio (II), welches die Baracke ersetzte. Aufgrund der schlechten Bausubstanz und Witterungseinflüsse waren jedoch die Werke des Künstlers bei dessen Tod im Jahr 1982 bereits in Mitleidenschaft gezogen. Der mit der Renovierung und Erweiterung beauftragte Architekt Ögmundur Skarphéðinsson strebte an, die notwendigen Anbauten in Anlehnung an die bestehenden Gebäude zu errichten und mit diesen in Einklang zu bringen. So entstand ein Anbau mit Foyer (III) und darüberliegendem Büro. In dem alten Steinhaus, welches im ursprünglichen Stil renoviert wurde, befindet sich eine Teeküche (IV) sowie ein Personalraum (V). Der obere Gebäudeteil wurde abgerissen und durch einen hellen Ausstellungsraum ersetzt. Auf der Meerseite ergänzte man einen Glasanbau mit Cafeteria (VI). Heute beherbergt das frühere Ateliergebäude das 1984 eröffnete Sigurjón Ólafsson Museum.

Sigurjón Ólafsson Museum

Sculptor Sigurjón Ólafsson's original studio was an old military Nissen hut from World War II, attached to a small house in which the family lived. In 1961 architect Skarphéðinn Jóhannsson designed a wooden house (I) to the north of the original one, and in 1963 a bright, spacious studio (II) to replace the Nissen hut. Due to the poor quality of building material, and to weather conditions, the artist's works were, however, beginning to suffer damage when he died in 1982. Architect Ögmundur Skarphéðinsson, who was commissioned to renovate the building and extend it as a museum of the artist's work, set out to make the necessary additions harmonise with the existing buildings, to create a consistent whole. He designed an annex with an entrance (III), and an office above it. In the old house, which was restored to its original form, is a kitchen (IV) and staff room (V). The upper part of the building was demolished, and replaced by a bright exhibition room. On the seaward side, a glazed annex was added, which is a coffee-shop (VI). The former studio was opened as the Sigurjón Ólafsson Museum in 1984.

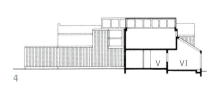

4

5

1

2

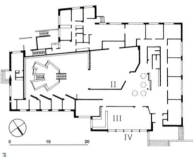

3

45 Norræna húsið

Norræna húsið stendur í nágrenni gamla miðbæjarins í Reykjavík, á lágri upphækkun við litla tjörn í landi háskólans. Hönnuður þess er finnski arkitektinn Alvar Aalto. Húsið er ætlað sem íslensk miðstöð fyrir norræna menningarstarfsemi og fyrir deildir í norrænum tungumálum við Háskóla Íslands. Þegar árið 1963 var Aalto falin hönnun hússins, án þess að áður hefði verið efnt til samkeppni um hana. Hann teiknaði einlyfta steinsteypubyggingu með ytra

byrði úr hvítmáluðum múrsteini sem situr á stallaðri upphækkun. Ofan á jarðhæðinni er fleyglaga yfirbygging þakin bláum keramikflísum og líkja útlínur þessa efri hluta eftir línum lágra fjallanna umhverfis. Yfirbyggingin eykur hæð miðhlutans, en þar er staðsett bóksafn (I) með „lesgryfju", sem er dæmigerð fyrir Aalto, og fyrirlestrasalur (II). Aðrir hlutar hússins eru forsalur (III) með dagsbirtu um loftglugga, kaffistofa (IV), skrifstofur tungumálakennara, fundarsalur, vinnuherbergi bókasafns og gestaíbúðir með sérinngangi. Með yfirlætislausum aðferðum ljær Aalto húsinu glæsileik, og líkt og margar aðrar byggingar hans leggur þessi áherslu á notagildið en er jafnframt hlýleg og vingjarnleg og lagar sig fullkomlega að landslaginu umhverfis.

1965–1968, Alvar Aalto
Sæmundargata, Reykjavík
1 Norðurhlið • Nordansicht • North side
2 Nærmynd • Detail • Detail
3 Grunnteikning • Grundriss • Ground plan
4 Langsnið • Längsschnitt • Longitudinal section

Nordisches Haus

The Nordic House

In der Nähe des alten Stadtzentrums von Reykjavík, am Rande eines kleinen Sees auf dem Universitätsgelände, liegt dieses von dem finnischen Architekten Alvar Aalto entworfene Gebäude. Es ist für die skandinavische Sprachabteilung der Universität bestimmt und soll als isländisches Zentrum für die nordische Kultur dienen. Ohne einen Architektenwettbewerb durchzuführen wurde Aalto bereits 1963 mit der Planung beauftragt. Er entwarf ein eingeschossiges Betongebäude mit einer Oberfläche aus weiß gestrichenen Ziegeln auf einem leicht erhöhten Erdsockel. Aus diesem Gebäude ragt ein keilförmiger, mit blauen Keramikkacheln verkleideter Aufbau, dessen Konturen die Silhouette der niedrigen Berge der Umgebung nachzeichnen. Dieser Aufbau verleiht dem zentralen Bereich, in dem die Bibliothek (I) mit der für Aalto typischen „Lesegrube" und ein Vortragssaal (II) untergebracht sind, zusätzlich Höhe. Im übrigen Bereich befinden sich eine mit Oberlichtern belichtete Eingangshalle (III), Cafeteria (IV), sowie Büros der Sprachlehrer, Konferenzraum, Arbeitszimmer der Bibliothek und Wohnungen für Gäste mit separatem Eingang. Mit sparsamen Mitteln verleiht Aalto dem Betonbau Eleganz, und wie viele seiner Bauten ist auch dieser funktional, aber menschenfreundlich, und fügt sich fein abgestimmt und harmonisch in die Landschaft ein.

The Nordic House is located near to the old town centre of Reykjavik, on a slightly raised plot by a pond on the University of Iceland campus. Designed by Finnish architect Alvar Aalto, it was designed to serve as a centre for Nordic cultural activities in Iceland, and for the Nordic language departments of the University of Iceland. Aalto was commissioned to design the building in 1963, with no prior competition. He designed a single-storey, concrete building with a surface of white-painted bricks, on a slightly elevated earth base. Above the ground floor structure is a wedge-shaped upper section, faced in blue ceramic tiles, whose outlines echo the shapes of the mountains on the horizon. This upper section provides a loftier central space, where the library (I) is located, with a "reading pit", typical of Aalto's work, and an auditorium (II). The building also has a lobby (III) lit by skylights, a cafeteria (IV), offices for language tutors, a conference room, and apartments for guests, with a separate entrance. By understated means Aalto endows the building with splendour. As in the case of many of his other buildings, the emphasis of the Nordic House is on functionality, but it is also warm and friendly, and conforms perfectly to the surrounding landscape.

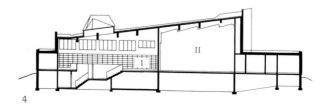

4

1

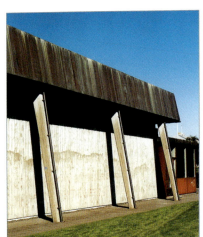

2

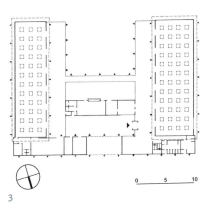

3

0 5 10

46 Kjarvalsstaðir – Listasafn Reykjavíkur

Í tilefni af 80 ára afmæli Jóhannesar S. Kjarvals listmálara ákváðu borgaryfirvöld að reisa byggingu sem nota skyldi til að sýna verk hans í tengslum við sýningarsal félags myndlistarmanna. Samkomulag varð um að byggja tvo stóra sali með sambyggðri veitingastofu. Í október 1965 voru tillögur Hannesar Kr. Davíðssonar arkitekts,

sem ráðinn hafði verið til verksins, samþykktar í meginatriðum. Arkitektinn hafði numið fag sitt í Kaupmannahöfn og voru teikningar hans mótaðar af ýmsum einkennisþáttum í byggingarlist eftirstríðsáranna. Notkun rúðunets sem grunnmælikerfis, opin rými og alglerjaðir veggfletir voru tjáningarform frjálsrar rýmissköpunar sem hafði sterk áhrif á íslenska byggingarlist á næstu árum. Byggingin er stór, að mestu úr járnbentri steinsteypu og þakið úr stáli. Í henni eru haldnar listsýningar og þar er aðsetur Listasafns Reykjavíkur. Austurálma hússins er helguð verkum Jóhannesar S. Kjarvals sem lést árið 1972.

1966–1973, Hannes Kr. Davíðsson
Flókagata, Reykjavík
1 Suðurhlið • Südansicht • South side
2 Nærmynd • Detail • Detail
3 Grunnteikning • Grundriss • Ground plan
4 Inngangur • Eingang • Entrance
5 Snið • Schnitt • Section

Kunstgalerie Reykjavík Kjarvalsstaðir

Kjarvalsstaðir – Reykjavík Art Museum

Anlässlich des 80. Geburtstages des Malers Jóhannes S. Kjarval beschloss die Stadt ein Gebäude zu errichten, in dem seine Werke ausgestellt werden sollten in Verbindung mit einer Galerie für die Vereinigung isländischer Künstler. Man einigte sich auf zwei große Hallen mit einem angefügten Restaurantgebäude. Im Oktober 1965 wurde den Plänen des beauftragten Architekten Hannes Kr. Davíðsson im Grundsatz zugestimmt. Der Entwurf des in Kopenhagen ausgebildeten Architekten war geprägt durch die typischen Merkmale der Architektur der Nachkriegszeit. Die Anwendung eines Grundrasters, offene Räume und vollverglaste Wandflächen waren Ausdruck einer freien Gestaltung, die die Architektur in Island in den folgenden Jahren stark beeinflusste. Das große Gebäude wurde überwiegend in Stahlbeton errichtet und besitzt ein Stahldach. Die Kunstgalerie ist heute Zentrum für Kunstausstellungen und beherbergt die Städtische Kunstsammlung. Der Ostflügel ist dem Werk von Jóhannes S. Kjarval gewidmet, der im Jahr 1972 starb.

On the occasion of the 80th birthday of painter Jóhannes S. Kjarval, the city authorities decided to commission a building where his work would be displayed, in conjunction with an exhibition gallery for the Association of Icelandic Artists. Agreement was reached on building two large exhibition rooms, with an adjoining restaurant/cafeteria. In October 1965, the proposal submitted by architect Hannes Kr. Davíðsson, who had been commissioned to design the building, was approved in principle. The architect trained in Copenhagen and his designs were influenced by various typical features of postwar architecture. The use of a grid-based system, open spaces and glass walls were forms of expression of the free spatial creation that had great influence on Icelandic architecture in the following years. The building is large, mostly built of reinforced concrete, with a steel roof. Art shows are held in the building and it is one of three locations of the Reykjavik Art Museum. The east wing is devoted to the work of Jóhannes S. Kjarval, who died in 1972.

4

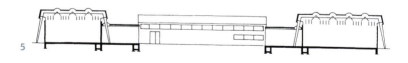

5

1

2

3

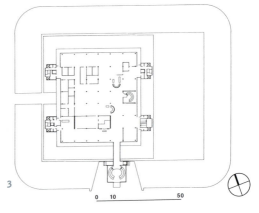

0   10   50

47 Þjóðarbókhlaðan

Starfsemi þjóðbókasafns krefst mikils sveigj-
anleika og mótaði sú krafa að mestu lögun
og gerð byggingarinnar. Til þess að nýtanleg-
ur gólfflötur verði sem mestur og gönguleið-
ir á sama gólfi sem stystar er húsið sem næst
ferningslaga. Húsið ber nokkurn virkissvip,
með turnum og gluggarifum, síki og brú, enda

dýrmæti innanveggja, þjóðararfurinn. Hraun-
veggur, sem skilur að hús og umferðar-
götur, gefur einnig tilfinningu fyrir vernd.
Aðalinngangur í bókasafnið er um forskála
og síkisbrú og er þá komið inn í húsið á ann-
arri hæð.

Hið almenna háskólabókasafn er að
mestu á þriðju og fjórðu hæð en handrita-
og þjóðdeild á fyrstu hæð. Bóka- og öryggis-
geymslur og tæknirými eru í kjallara.
Innanhúss er lögð áhersla á rólegt og þægi-
legt umhverfi fyrir safngesti og starfsmenn.
Þessu markmiði er reynt að ná með efnis-
og litavali, lýsingu og vönduðum sérhönnuð-
um húsbúnaði.

1974–1994, Manfreð Vilhjálmsson,
Þorvaldur S. Þorvaldsson (1974–1984)
Arngrímsgata 3, Reykjavík
1 Suðurhlið • Südansicht • South side
2 Nærmynd • Detail • Detail
3 Grunnteikning jarðhæðar • Grundriss Erdgeschoss •
   Plan of ground floor
4 Inngangur • Eingang • Entrance

National- und Universitätsbibliothek

National and University Library

Die Struktur und Form des in der Nähe der Universität errichteten Bibliotheksgebäudes resultieren hauptsächlich aus der Forderung nach Flexibilität. Um eine maximale Nutzfläche mit möglichst geringer Erschließungsfläche zu erhalten ist die Grundfläche des Hauptgebäudes fast quadratisch. Mit seinen 4 Türmen, den Fensterschlitzen, dem Wassergraben und der Brücke erinnert das Gebäude an eine Festung und spiegelt damit den Wert dessen wider, was darin untergebracht ist: Das literarische Erbe Islands. Eine Mauer aus Lavasteinen zwischen der Bibliothek und den Straßen verstärkt diesen Eindruck einer Schutzanlage. Der Haupteingang ist von einem Anbau aus über eine Brücke zu erreichen, die über den Wassergraben führt. Man betritt das Gebäude im 1. Geschoss.

Während die Universitätsbibliothek überwiegend im 2. und 3. Geschoss untergebracht ist, findet man im Erdgeschoss Handschriften und seltene Bücher. Das Magazin, ein gesicherter Aufbewahrungsraum und die technischen Einrichtungen befinden sich im Kellergeschoss. Im Innenraum wurde durch Material- und Farbauswahl, Beleuchtung und hochwertige, maßgearbeitete Inneneinrichtung eine angenehme Atmosphäre für Besucher und Mitarbeiter geschaffen.

Flexibility was a crucial requirement in the design for Þjóðarbókhlaðan (the National and University Library), adjacent to the University of Iceland. In order to achieve maximum usable space in a minimum area and minimise distances on the same floor, the building is almost square. With its four towers, window slits, moat and bridge, the building is reminiscent of a fortress, reflecting the value of what it contains – the nation's literary heritage. A wall of lava rock, between the library building and roads, also expresses the concept of protection. The library's main entrance is via an annex and a bridge over the moat; the library is entered on the first floor.

The main university library is housed largely on the second and third floors, while manuscript and rare books departments are on the ground floor. Stacks, secure storage and plant are in the basement. Indoors, emphasis is placed upon providing a quiet and pleasant environment for library users and staff, by means of choice of materials and colours, lighting and high-quality tailor-made fittings.

4

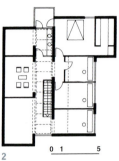

1

2

0 1   5

3

0 1   5

4

48 Rað- og einbýlishús í Frostaskjóli og Granaskjóli

Árið 1980 hélt Reykjavíkurborg samkeppni um tillögur að íbúðarhúsum sem falla skyldu inn í áður mótað skipulag arkitektanna Hróbjarts Hróbjartssonar og Geirharðs

1980–1983, Guðmundur Kr. Guðmundsson, Ólafur Sigurðsson og Dagný Helgadóttir / Ingimundur Sveinsson og Egill Guðmundsson / Helgi og Vilhjálmur Hjálmarssynir
Frostaskjól, Granaskjól, Reykjavík
1 Einbýlishús • Einfamilienhaus • Detached house
2 Einbýlishús: Grunnteikning efri hæðar • Einfamilienhaus: Grundriss Obergeschoss • Detached house: plan of upper floor
3 Raðhús • Reihenhaus • Terrace house
4 Raðhús: Grunnteikning jarðhæðar • Reihenhaus: Grundriss Erdgeschoss • Terrace house: plan of ground floor
5 Afstöðukort • Lageplan • Location

Þorsteinssonar er gerði ráð fyrir litlum þyrpingum sjálfstæðra einbýlis- og raðhúsa sem hver um sig hefði eigin aðkeyrslu og leikvöll í miðju. Þrír hópar arkitekta þróuðu grundvallargerðir rað- og einbýlishúsa, byggðar á verðlaunatillögum úr samkeppninni, sem tilvonandi eigendur, flestir ungt fjölskyldufólk, gátu valið úr og útfært eftir þörfum og fjárhagsstöðu. Ein einbýlishúsagerðin einkennist t. d. af opnu svæði í miðju hússins sem hleypir inn dagsbirtu um gluggaveggi. Í raðhúsunum var hægt að velja um mismörg svefnherbergi. Húsin í hverfinu voru byggð úr hinum hefðbundnu íslensku efnum, steinsteypu, timbri og bárujárni, og bjartir litirnir gera þau hlýleg útlits í samræmi við heildarhugmyndina um fjölskyldu- og barnvæn búsetuform.

Einfamilien- und Reihenhaussiedlung Frostaskjól und Granaskjól

Detached and Terrace Houses, Frostaskjól and Granaskjól

Im Jahr 1980 führte die Stadt Reykjavík einen Wettbewerb durch für eine Wohnbebauung, die sich an dem bestehenden Bebauungsplan der Architekten Hróbjartur Hróbjartsson und Geirharður Þorsteinsson orientieren sollte. Dieser Plan sah kleine Gruppen freistehender Einfamilienhäuser und Reihenhäuser vor, die jeweils eine eigene Zufahrt und in der Mitte einen Spielplatz hatten. Drei Architektenteams entwikkelten Grundtypen für Einzel- und Reihenhäuser, unter welchen sich die meist jungen Familien je nach Bedürfnis und finanzieller Situation ihr Gebäude wählen und ausbauen konnten. Ein Einfamilienhaustyp beispielsweise ist geprägt durch eine verglaste Erschließungszone in der Mitte des Gebäudes, die Licht ins Gebäudeinnere leitet. Bei den Reihenhaustypen konnte die Anzahl der Schlafräume variiert werden. Die Gebäude der Siedlung wurden mit den traditionellen Baumaterialien Beton, Holz und Wellblech erbaut und erhielten durch ihre helle Farbgestaltung ein freundliches Aussehen entsprechend dem Gesamtkonzept der familien- und kinderfreundlichen Wohnform.

In 1980 the City of Reykjavik held a competition for proposals for residential development adapted to an existing local plan by architects Hróbjartur Hróbjartsson and Geirharður Þorsteinsson which provided for small clusters of autonomous detached and terrace houses, with their own driveways, and a central playground. Three groups of architects produced basic types of terrace and detached houses, based on the results of the competition, which could be chosen and adapted by prospective owners, mostly young people with families, in keeping with their preferences and budget. One of the detached house designs, for instance, was characterised by a central open area, with glass walls to admit plenty of light. In the terrace houses, it was possible to choose different numbers of bedrooms. The houses were built of traditional Icelandic construction materials, concrete, wood and corrugated iron. Bright colours give them a warm ambience, in keeping with the concept of a family- and child-friendly environment.

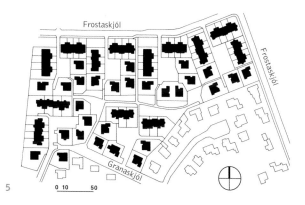

5

0 10   50

1

2

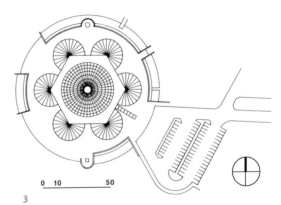

0 10   50

3

49 Perlan

Öskjuhlíð er 61 m á hæð og þar af leið-
andi kjörin fyrir geymslu- og dreifistöð heita
vatnsins í borginni, en hún hefur nýtt heitt
vatn úr jörðu frá árinu 1928. Byggingin,
sem að hluta til er mynduð af sex heita-
vatnsgeymum, er táknræn fyrir jarðhita-
orku landsins, nýtingu mannsins á henni og

1985–1991, Ingimundur Sveinsson
Öskjuhlíð, Reykjavík
1 Séð úr suðri • Südansicht • South side
2 Inngangur • Eingang • Entrance
3 Afstöðukort • Lageplan • Location
4 Inni • Innenansicht • Interior
5 Snið • Schnitt • Section

lykilhlutverk hennar í íslensku samfélagi.
Milli sex álklæddra geyma, sem hver um sig
tekur allt að 4 milljónir lítra af heitu vatni,
rís 14 m hár kúpull úr stáli og gleri. Undir
glerkúplinum er veitingahús á snúningsskífu
og útsýnispallur umhverfis sem býður gest-
um stórfenglegt útsýni yfir höfuðborgina
og nágrenni hennar. Um stálrörin í grind-
inni sem heldur kúplinum uppi streymir vatn,
heitt á veturna til kyndingar og á sumrin kalt
til kælingar. Þetta veldur því að loft og hita-
stig innandyra er alltaf hið þægilegasta. Í
miðrými hússins, með pálmatrjám og tölvu-
stýrðum „hver", eru haldnar sýningar, kaup-
stefnur og móttökur, sem og tónleikar.

Perlan

Der Hügel Öskjuhlíð ist mit 61 m Höhe ein idealer Standort als Depot und Verteilstelle für die Heißwasserversorgung der Stadt Reykjavík, die seit 1928 das heiße Wasser aus der Erde nutzt. Das Gebäude, das zum Teil aus 6 Heißwassertanks besteht, ist symbolisch für die geothermale Energie des Landes, ihre Nutzung durch den Menschen und ihre lebenswichtige Rolle in der isländischen Gesellschaft. Zwischen sechs aluminiumverkleideten Wassertanks, die jeweils bis zu 4 Millionen Liter heißes Wasser fassen können, erhebt sich eine 14 m hohe Kuppel aus Stahl und Glas. Unter ihr verbirgt sich ein Wintergarten mit dem Drehrestaurant Perlan und einer Aussichtsplattform, die den Gästen einen fantastischen Blick über die Hauptstadt und die Umgebung bietet. Durch das Stahlgerüst aus Hohlprofilen, welches die Glaskuppel trägt, fließt im Winter heißes Wasser zur Beheizung und im Sommer kaltes Wasser zur Kühlung. Dadurch herrscht im Gebäude immer ein angenehmes Klima. Im Wintergarten mit Palmen und computergesteuertem „Geysir" finden neben Ausstellungen, Messen und Empfängen auch Musikveranstaltungen statt.

Perlan (The Pearl)

Öskjuhlíð hill is 61 m high, and thus an ideal location for a storage and distribution centre for the city's heating system, which has provided space heating from geothermal sources since 1928. The structure, partly formed by a cluster of six hot-water storage tanks, may be regarded as symbolic of the country's geothermal resources, man's utilisation of them, and their key role in Icelandic society. In the space between the tanks, each with a capacity of 4 million litres, rises a 14-metre glass-and-steel dome. Beneath it is a rotating restaurant, and around it a viewing platform which commands panoramic views of the city and its surroundings. Water flows through the steel piping that supports the dome: hot for heating in winter, cold for cooling in summer. This means that the interior temperature is always comfortable. The central atrium, with palm trees and a computerised "geyser," is used for exhibitions, trade fairs, receptions and also concerts.

4

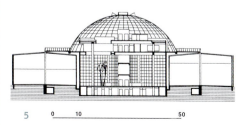

5

0   10   50

1

2

3

50 Þjónustubygging á tjaldstæðinu í Laugardal

Í hönnun þessarar byggingar sannar arkitekt-
inn enn á ný hæfni sína til að sameina hefð-
bundnar byggingaraðferðir og samtímatækni
og sýna þannig fram á að grunnhugmynd-
ir úreldast aldrei. Hér gerir hann byggingar-
form torfbæjarins gamla að fyrirmynd sinni
– án þess að sveitarómantíkin nái yfirhönd-
inni: Einföld burðargrind úr veðurvörðum

harðviði ber uppi þakið og útveggir, hlaðn-
ir úr torfi, mynda tóft utan um hana á þrjá
vegu. Í suðurátt opnast húsið að tjaldstæð-
inu sjálfu. Byggingin er lág og burstalaga
rispök sem liggja hlið við hlið, þakin áli og
gegnsæjum gerviefnisplötum, veita dagsbirtu
inn og skapa eins konar „tjaldstemmningu".
Gönguleið (I) skiptir svæðinu undir þakinu
þar sem annars vegar eru upphituð herbergi,
s. s. móttaka (II), snyrtiherbergi og sturtur
(III), en hinum megin eldunaraðstaða og sæti
(IV). Í þeim hluta þjónustuhúsanna (I) sem
reistur var 1989 eru snyrtingar og sturtur.
Árið 2014 reis ný bygging (II) í sama stíl þar
sem afgreiðslan er til húsa sem og stór setu-
skáli. Á útisvæðinu (III) milli bygginganna er
grilladstaða og sæti fyrir gesti.

1985–1989, Manfreð Vilhjálmsson
2014, VA Arkitektar
Sundlaugavegur 34, Reykjavík
1 Setuskáli • Aufenthaltsbereich • Annex lounge area
2 Norðurhlið • Nordansicht • North side
3 Göngustígur • Fußweg • Footway
4 Móttaka • Rezeption • Annex check-in
5 Grunnteikning • Grundriss • Ground plan

Campingplatzgebäude Laugardalur

Auch bei diesem Entwurf zeigt sich die Qualität der Arbeit des Architekten in der Fähigkeit, traditionelle und zeitgenössische Bautechnik zu verknüpfen und damit die Zeitlosigkeit fundamentaler Konzepte zu verdeutlichen. Ohne ins Rustikale abzugleiten nimmt er die Konstruktion des traditionellen Torfhofes zum Vorbild für seine Idee: Eine einfache Ständerkonstruktion aus wetterfestem Hartholz trägt das Dach, und aus Torfsoden aufgeschichtete Wälle bilden auf drei Seiten die äußere Begrenzung. Nach Süden öffnet sich das Gebäude zum Zeltplatz hin. Die aneinandergereihten Satteldächer des niedrigen Gebäudes sind gedeckt mit Aluminium und lichtdurchlässigen Kunststoffplatten und erzeugen dadurch eine Art „Zeltstimmung". Ein Fußweg (I) teilt den überdachten Bereich, an dem sich einerseits die beheizten Räume wie Empfang (II), WCs und Duschräume (III), auf der anderen Seite Kochgelegenheiten und Sitzplätze (IV) befinden. In dem 1989 errichteten Teil des Gebäudes (I) sind WCs und Duschräume untergebracht. Im Jahr 2014 wurde ein weiteres Gebäude in gleicher Konstruktion ergänzt (II), in dem sich die Rezeption und ein großer Aufenthaltsbereich befinden. Der Platz zwischen den Gebäuden (III) bietet Grill- und Sitzmöglichkeiten..

Service Facilities at the Laugardalur Campsite

In the design of this building, the architect demonstrates yet again his ability to combine traditional construction methods and modern technology, thus proving that essential concepts never go out of date. Here he takes the structural form of the turf house as his prototype, without falling prey to pastoral sentimentality. A simple supporting structure of weatherproofed hardwood supports the roof, and on three sides exterior turf walls form a boundary. To the south the building opens out to the campsite itself. The building is low, and the ridged parallel roofs, covered with aluminium and transparent sheets of man-made material, provide natural light, creating a tent-like atmosphere. The area under the roof is divided by a footway (I), with heated rooms on one side, such as the reception area (II), lavatories and showers (III), and on the other side unheated cooking facilities and seating (IV). The part of the building (I) erected in 1989 houses restrooms and showers. In 2014 another building (II) in the same style was constructed to house the reception and a large common room. The outdoor area (III) between the buildings offers barbeque facilities and seating for residents.

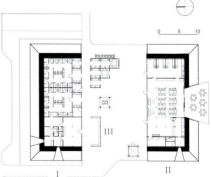

1

2

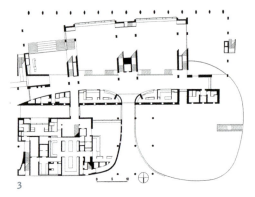

3

51 Ráðhús Reykjavíkur

Ráðhúsið er afrakstur verðlaunateikning-
ar í samkeppni sem haldin var 1987 og er
verk arkitektastofunnar Studio Granda. Það
stendur á bakka tjarnarinnar í hjarta bæj-
arins og þungamiðja þess er miðlæg göngu-
braut sem liggur úr vestri í gegnum bygging-
una og heldur áfram í austurátt yfir brú utan
hússins. Tengsl þess við gatnakerfi borgar-
innar árétta hlutverk þess sem opinberrar
byggingar fremur en stjórnunar- og skrif-

stofuhúss. Byggingin er í rauninni tvískipt:
Skrifstofuhlutinn er gegnsær og snýr að
Tjörninni, en fundaaðstaðan í norðurhlutan-
um er mun lokaðri ásýndum. Ljós og skugg-
ar gegndu mikilvægu hlutverki í hönnuninni,
og byggingin öll endurspeglar mismunandi
grunnþætti árstíðanna. Einkum er þetta
sýnilegt á norðurhliðinni sem er blaut og
mosavaxin, svo og á suðurhliðinni þar sem
súlur á sporöskjulöguðum grunni rísa upp úr
vatnsfletinum og bera uppi kúpt álþak. Við
val á byggingarefni styðjast arkitektarnir við
staðbundna hefð: Þau nýta slétta hráa stein-
steypuna, sem hefur átt hvað ríkastan þátt
í að móta ásýnd borgarinnar, og einnig bár-
aða málmklæðningu sem vörn gegn veðrun.

1987–1992, Studio Granda
Tjarnargata / Vonarstræti, Reykjavík
1 Austurhlið • Ostansicht • East side
2 Göngubraut • Fußweg • Footway
3 Grunnteikning • Grundriss • Ground plan
4 Snið • Schnitt • Section
5 Norðurhlið • Nordansicht • North side

Rathaus Reykjavík

Reykjavík City Hall

Das Rathaus von Reykjavík stammt von einem 1987 preisgekrönten Wettbewerbsentwurf des Architekturbüros Studio Granda. Am Ufer des Sees Tjörnin liegt es im Zentrum der Stadt und ist um einen zentralen Fußweg organisiert, der von Westen durch das Gebäude führt und durch eine Brücke nach Osten hin erweitert wird. Durch die Anbindung an das vorhandene Wegenetz der Stadt ist es eher ein öffentliches Gebäude als ein reines Verwaltungs- und Bürogebäude. Der Komplex ist in zwei Teile gegliedert: in den transparenten, zum See hin orientierten Behördentrakt und das nördliche, verschlossen wirkende Versammlungsgebäude. Licht und Schatten spielten eine große Rolle bei diesem Entwurf, und so spiegelt das Gebäude den Charakter der unterschiedlichen Jahreszeiten wider. Dies wird insbesondere bei der nassen, moosbewachsenen Nordwand und bei der Südfassade deutlich, vor der eine Reihe elliptischer Stützen im Wasser steht und das gewölbte Aluminiumdach trägt. Bei der Auswahl der Materialien greifen die Architekten auf die Traditionen des Landes zurück: Sie verwenden glatten, rohen Beton, der das Gesicht der Stadt größtenteils mitgeformt hat, sowie Blechverkleidung, die in Island lange Zeit zum Schutz vor der Witterung eingesetzt wurde.

The City Hall, built according to prize-winning designs submitted to a competition held in 1987, is the work of Studio Granda. The building stands on the bank of the Lake in the heart of the city, and is planned around a central footway that runs from the west through the building and continues eastwards via an exterior bridge. Its connections to the street system of the city emphasise its function as a public building, rather than as an administrative and office building. The building in fact comprises two parts: the office section is transparent, facing the pond, while the meeting facilities in the northern section are more enclosed. Light and shadow play an important part in the design, and the whole building reflects different seasonal features. This is especially noticeable on the north side, which is wet, with mossy growth, and also on the south facade, where pillars on an oval base rise from the surface of the water to support a curved aluminium roof. In their choice of building materials, the architects look to local traditions: they use smooth exposed concrete, which has played a crucial role in shaping the appearance of the city, and also corrugated metal for protection against the elements.

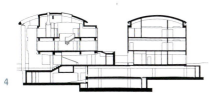

4

5

1

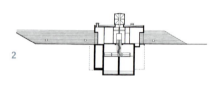

2

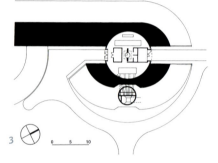

3

52 Dælustöðvar

Við strendur Reykjavíkur standa allnokkr-
ar dælustöðvar fyrir frárennsliskerfi borg-
arinnar. Við hönnun stöðvanna varð ekki
einungis að gæta þess að þær tækju tillit
til hins landfræðilega viðkvæma strand-

1989, Björn Stefán Hallsson, Jón Þór
Þorvaldsson
Laugalækur, Reykjavík (52a)
1991–1993, Björn Stefán Hallsson, Baldur Ó.
Svavarsson, Jón Þór Þorvaldsson
Faxaskjól, Reykjavík (52b)

svæðis sjálfs heldur einnig bygginganna í
nágrenninu, og sömuleiðis að þær löguðu
sig að áhrifamiklu útsýninu á þessum stöð-
um. Arkitektunum hefur í hönnun sinni tek-
ist að uppfylla þessi skilyrði: Þannig er
bygging Laugarnesstöðvarinnar (52a) grasi
vaxin að fyrirmynd hefðbundinna íslenskra
torfbæja. Upphækkaður glerteningur, vitinn,
myndar miðju stöðvarinnar. Dælustöðin við
Faxaskjól (52b) liggur eins og eyja undan
grýttri ströndinni og tengist gangbrautakerf-
inu með stíg sem endar á útsýnispalli uppi á
byggingunni. Þeir hlutar hússins sem hýsa
tæknibúnað eru, eins og ströndin sjálf, þakt-
ir stórgrýti og því tæpast sýnilegir sem slík-
ir. Stöðin er í heild þægileg blanda af nauð-
synlegri tækni og smekklegri aðlögun að
umhverfinu.

Pumpstationen

An Reykjavíks Küstenstreifen befinden sich eine Reihe von kleinen Pumpstationen des Abwassernetzes der Stadt. Die Anlagen mussten sich jedoch nicht nur in diese landschaftlich empfindliche Uferzone einfügen, sondern auch die nahe Bebauung und das beeindruckende Panorama an diesen Stellen berücksichtigen. Die Architekten haben es verstanden, diese Vorgaben in ihr Konzept einfließen zu lassen: Für die Station in Laugalækur (52a) beispielsweise entwarfen sie einen mit Gras bewachsenen Baukörper in Anlehnung an die traditionellen isländischen Torfhöfe. Ein erhabener Glaswürfel, der Leuchtturm, markiert das Zentrum der Anlage. Die Station in Faxaskjól (52b) liegt wie eine vorgelagerte Insel am steinigen Strand und ist mit einem Weg, der in einer Aussichtsplattform auf dem Gebäude endet, an das Fußwegenetz angeschlossen. Die Gebäudeteile mit den technischen Anlagen sind, wie das Ufer, mit Steinen bedeckt und treten somit kaum als solche in Erscheinung. Die Pumpstationen stellen insgesamt eine angenehme Kombination dar aus notwendiger Technologie und behutsamer Integration in die Umgebung.

Pumping Stations

Along the Reykjavik shoreline stand a number of pumping stations that serve the city's drainage system. In the design of the stations, account had to be taken not only of the geographically sensitive coast itself, but also of adjacent buildings. The stations also had to be in harmony with the impressive views from these locations. The architects have in their designs succeeded in meeting all these criteria: thus the Laugarnes pumping station (52a) is grass-covered, like the traditional turf house. A raised glass cube, like a lighthouse, forms the centre of the station. The Faxaskjól pumping station (52b) lies like an island off the rocky shore, and is connected to the network of footpaths along the coast via a path that leads to a viewing platform on top of the building. The parts of the structure that house machinery are covered rocks, and hence hardly visible as such. The station is, as a whole, a pleasant combination of necessary technology and tasteful adaptation to the environment.

5

4

6

1

2

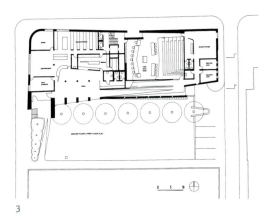

3

53 Hús Hæstaréttar Íslands

Studio Granda sigraði í samkeppni arkitekta sem haldin var árið 1993 um hönnun Hæstaréttarhússins. Húsið stendur á hæð í nágrenni sjávar. Það er umkringt ýmsum áberandi byggingum öðrum og svo virðist sem einfalt rétthyrnt form þess breytist undir áhrifum þeirra. Húsið lagar sig í hæð og breidd að nærliggjandi stjórnarbyggingum,

en sá hluti þess sem snýr að Þjóðleikhúsinu lækkar og mjókkar. Bogalaga norðvesturhornið veitir óheft útsýni til sjávar. Gróft basalt með koparklæðningu setur strangan svip á norður- og vesturhliðar hússins, en sökkullinn suðvestanmegin, á þeirri hlið sem snýr að borginni, er slípaður og nær upp að þaki. Loks er koparklæddur veggurinn garðmegin skáhallur og liggur út á grasflötina. Skábraut liggur inn í bygginguna og áfram í eilitlum halla upp með suðurhliðinni inn í þann hluta hússins sem er opinn gestum. Handan við hann fara fram þeir þættir starfseminnar sem ekki eru opnir almenningi, og er gengið þangað inn frá norðurhlið hússins.

1987–1992, Studio Granda
Lindargata 2, Reykjavík
1 Vesturhlið • Westansicht • West side
2 Nærmynd • Detail • Detail
3 Grunnteikning • Grundriss • Ground plan
4 Snið • Schnitt • Section
5 Suðurhlið• Südansicht • South side
6 Skábraut• Rampe • Ramp

Oberster Gerichtshof

Supreme Court of Iceland

Das Architekturbüro Studio Granda gewann mit dem Entwurf für den Obersten Gerichtshof im Jahr 1993 den ersten Preis eines national ausgelobten Wettbewerbs. Auf einem Hügel gelegen, in der Nähe des Meeres und von prominenten Gebäuden umgeben, scheint sich die schlichte rechtwinklige Gestalt unter deren Einfluß zu verformen. In Höhe und Breite an die westlich angrenzenden Verwaltungsbauten angepasst, wird es zum Nationaltheater hin niedriger und schmaler. Die nordwestliche abgerundete Ecke bietet uneingeschränkten Ausblick zum Meer. Während rauher Basaltstein mit darüberliegender Kupferverkleidung die strenge Nord- und Westfassade prägt, wird der Sockel an der Südwestecke zur Stadt hin angeschliffen und bis zum Dach hochgezogen. Auf der Gartenseite schließlich ist die Kupferfassade abgeschrägt und geht über in die angrenzende Rasenfläche. Eine Rampe leitet den Besucher ins Innere, wo sie sich sanft ansteigend entlang der Südfassade fortsetzt und in den öffentlichen Bereich führt. Dahinter liegt der von der Nordseite aus erschlossene nichtöffentliche Teil des Gerichtsbetriebes.

Studio Granda won a competition for architects held in 1993 to design a building for the Supreme Court. The building stands on a hill near the sea. It is surrounded by various other striking buildings, and its simple rectangular shape seems to be influenced by their proximity. The building's height and width take account of the adjacent government buildings, while on the side that faces the National Theatre the building is lower and narrower. The curved northwestern corner commands an unobstructed view of the sea. Rough-hewn basalt and copper siding lend the northern and western sides a severe aspect; the stone base on the southwestern side facing the city is polished and reaches up to the cornice. A copper-clad wall on the garden side slopes out to the lawn. A ramp leads into the building and onwards at a slight slope into the public areas. On the other side are those facilities that are not open to the public, to which access is from the north side.

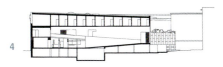

4

5

6

54 Rauði kross Íslands

Aðalbygging Rauða krossins á Íslandi er afrakstur samkeppni sem boðið var til árið 1996, en þar hlaut teikningin fyrstu verðlaun. Húsið stendur á hornlóð og að því liggur ný gata með skrifstofubyggingum og heilbrigðisstofnunum. Tilvonandi húseigandi óskaði eftir að eðli starfseminnar, mannúðar- og hjálparstarf, kæmi fram í útliti byggingarinnar. Arkitektarnir í Glámu/Kím hönnuðu hús sem einkennist af ytra yfirlætisleysi og gagnsæju skipulagi hið innra. Byggingarefnin eru notuð af hugkvæmni og yfirvegun og vinnsla þeirra vönduð: Steyptir útveggirnir eru einangraðir að utan og þaktir blöndu úr múrhúð, graníti og afgangssalla úr steinullarframleiðslu. Lóðréttar þiljur úr rauðum sedrusviði marka aðalinnganginn (I), móttökuna (II) og bókasafnið (III). Herbergjunum á jarðhæðinni sem opin eru almenningi er komið fyrir umhverfis inngarð (IV) sem jafnframt skapar sjónræna tengingu við skrifstofurnar á annarri hæð. Á jarðhæð eru ennfremur fundarsalir (V), gestaíbúð (VI), tækniaðstaða (VII) og geymslur (VIII). Í hönnun hússins sameinast fegurð og hagkvæmni með glæsilegum hætti.

1996–1997, Gláma/Kím arkitektar
Efstaleiti 9, Reykjavík

1 Séð úr suðaustri • Südostansicht • Southeast side
2 Inngarður • Innenhof • Garth
3 Inngangur • Eingang • Entrance
4 Grunnteikning • Grundriss • Ground plan

Rotes Kreuz Island

Icelandic Red Cross

Das Hauptgebäude des Roten Kreuzes in Island ging als erster Preis aus einem eingeladenen Wettbewerb im Jahr 1996 hervor. Das Grundstück liegt an einer Straßenkreuzung, und die angrenzende neue Straße führt zu Büros und Heilstätten. Der Auftraggeber wünschte, dass sich in dem neuen Gebäude der Charakter der humanitären Institution widerspiegelt. Die Architekten des Büros Gláma/Kím entwarfen ein Gebäude, welches sich durch seine zurückhaltende äußere Form und eine transparente Organisation im Inneren auszeichnet. Die qualitätvoll verarbeiteten Baumaterialien wurden bewusst eingesetzt: Die Außenwände aus Ortbeton sind außenseitig gedämmt und verputzt mit einer Mischung aus Mörtel, Granit und Resten aus der Steinwollproduktion. Eine senkrechte Schalung aus rotem Zedernholz markiert den Haupteingang (I), den Empfang (II) und die Bibliothek (III). Die öffentlichen Räume im Erdgeschoss gruppieren sich um einen Innenhof (IV), der gleichzeitig einen optischen Bezug zu den Büros der Hauptverwaltung im 2. Geschoss herstellt. Im Erdgeschoss befinden sich außerdem Konferenzräume (V), eine Gästewohnung (VI) sowie Technik- (VII) und Lagerräume (VIII). Die Architektur des Gebäudes vereint auf beispielhafte Art Ästhetik und Funktionalität.

The Icelandic Red Cross headquarters is the result of a competition held in 1996, in which the design won first prize. The building stands on a corner site on a new street with office and health service buildings. The prospective owner of the building specified that the nature of the Red Cross' work, i.e. humanitarian and aid work, should be expressed in the appearance of the building. The architects of Gláma/Kím designed a building characterised by a simple exterior appearance, and transparent interior planning. The building materials are used inventively and with deliberation, and handled with care. The concrete exterior walls are insulated on the outside, and coated with a mixture of plaster, granite, and rock-dust, a by-product of rock-wool manufacture. Vertical red cedar panelling distinguishes the main entrance (I), reception (II) and library (III). The public ground-floor rooms are arranged around an enclosed garden or garth (IV) which also establishes visual connection to the management offices on the upper floor. Also on the ground floor are conference rooms (V), a guest apartment (VI), technical facilities (VII) and storage (VIII). The design of the building combines beauty and function in a splendid manner.

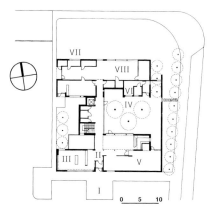

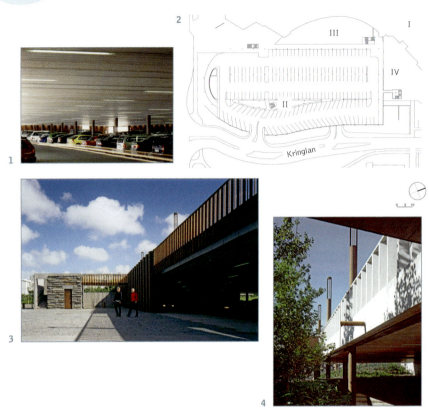

55 Bílageymsla Kringlunnar

Við suðurenda verslunarmiðstöðvarinnar Kringlunnar er bílageymslan með garði og opnu rými. Arkitektastofan Studio Granda vann með Kristni E. Hrafnssyni myndlistarmanni að hönnuninni. Til þess að miðla milli hins fyrirferðarmikla verslunarkjarna og húsanna umhverfis var stefnt að því að fremur mætti líta á bílageymsluna sem landslag

en byggingu. Í þeim tilgangi var hæðum bílastæðahússins komið fyrir skáhallt á náttúrlega legu landsins. Form austurhliðarinnar á bílageymslunni lagar sig að stefnu götunnar Kringlan. Þannig myndast í efri hlutanum rými fyrir trén sem vaxa upp af þeim neðri. Burðarsúlurnar á neðri stæðahæðinni eru úr stáli og úr þeim eru myndaðir ljósastaurar á efri hæðinni. Í stað þess að koma bílageymslunni fyrir í beinu framhaldi af verslunarhúsinu sjálfu var hafður garður (III) vestan megin milli bygginganna og opið svæði (VI) norðarvert við þær. Með þeim hætti verða til opin útirými umhverfis bílageymsluna. Stigaturnarnir úr blágrýti mynda mótvægi við ryðgað yfirborð handriða og veggflata.

1999, Studio Granda, Kristinn E. Hrafnsson
Kringlan, Reykjavík

1 Neðra bílastæði • Unteres Parkdeck • Lower deck
2 Afstöðumynd • Lageplan • Site plan
3 Stigagangur • Treppenturm • Stair-tower
4 Rými fyrir tré og birtu • Deckenöffnung • Space for trees and light
5 Aðgangur að garði • Zugang zum Garten • Access to the garden

Parkhaus Kringlan

Kringlan Car Park

Am südlichen Ende des Einkaufszentrums Kringlan liegt das Parkhaus mit Garten und öffentlichem Platz. Das Architekturbüro Studio Granda entwarf das Parkhaus in Zusammenarbeit mit dem Künstler Kristinn E. Hrafnsson. Um zwischen der Größe des Einkaufszentrums (I) und der umliegenden Bebauung zu vermitteln, sollte das Parkhaus nicht als Gebäude sondern eher als Landschaft betrachtet werden. Aus diesem Grund wurden die Parkdecks schräg gegen den natürlichen Geländeverlauf angelegt. Die Ostseite des Parkplatzes folgt dabei in seiner Form dem neuen Verlauf der Kringlan-Straße. Damit entsteht auf der oberen Ebene eine Öffnung für die Bäume (II), die aus dem unteren Deck emporwachsen. Die tragenden Stahlsäulen der unteren Parkebene werden auf dem Oberdeck zu Leuchten ausgebildet. Anstatt das Parkhaus direkt an das Einkaufszentrum anzubauen, wurde auf der Westseite zwischen den Gebäuden ein Garten (III) und auf der Nordseite ein öffentlicher Platz (VI) angelegt. Auf diese Weise entstehen offene, luftige Bereiche rund um das Parkhaus. Die Treppentürme aus Basalt bilden einen Kontrast zu den rostigen Oberflächen der Wand- und Brüstungselemente.

At the southern end of the shopping centre Kringlan there is a car park with a garden and an open space. Studio Granda Architects collaborated with artist Kristinn E. Hrafnsson in the design. To mediate between the bulky shopping centre and the surrounding residential houses, the aim was to create a car park that would seem more like a landscape than a building. To that end, the parking decks were laid diagonally against the natural terrain. The shape of the eastern facade of the car park follows the lay of the street Kringlan. This creates an opening (II) on the upper deck for the trees rising from the lower level. The supporting steel columns for the lower level also serve as lampposts on the upper level. Instead of constructing the car park as a direct extension of the shopping centre, a garden (III) was designed on the western side between the buildings and a public square (VI) on the northern side. This creates airy, open spaces around the car park. The basalt stairwells form a contrast to the rusty surfaces of walls and railings.

5

56 Þjónustumiðstöðin í Nauthólsvík

Ylströndin í Nauthólsvík nýtur góðs af heitu umframvatni úr miðlunartönkum Hitaveitunnar. Þjónustumiðstöðin var byggð árið 2001 eftir teikningum arkitektastofunnar Arkibúllan. Byggingin er L-laga með verönd og sundlaug, grafin inn í hlíðina og lagar sig þannig vel að umhverfinu. Á þakinu eru opnar þaksvalir en í rýmunum undir þeim sturtur og snyrtingar. Á opnunartíma baðstaðarins eru fernar tvöfaldar dyr á framhliðinni opnar til að auðvelda hinum fjölmörgu gestum aðgengi. Hlaðnir glerveggir veita birtu inn í sturtuklefana á jarðhæðinni. Baðgestir geta slakað á í 38° heitu vatninu í lauginni meðan börnin leika sér á ströndinni. Byggingarefnin í framhliðinni voru valin til þess að standast vetrarveður. Sveigður steyptur veggurinn á inngangshliðinni er hamraður og myndar tengingu við mjúk setbergslögin sem finna má í grenndinni.

2001, Arkibúllan
Ylströnd Nauthólsvík, Reykjavík
1 Suðvesturhlið • Südwestansicht • Southwest side
2 Grunnteikning • Grundriss • Plan of ground floor
3 Baðaðstaða • Badebetrieb • Pool area
4 Þversnið • Querschnitt • Cross section
5 Þaksvalir • Dachterrasse • Roof garden

Nauthólsvík Service-Gebäude

Nauthólsvík Service Centre

Das Bad am geothermischen Strand von Nauthólsvík wird vom überschüssigen warmen Wasser aus dem Heizsystem von Reykjavík betrieben. Hier wurde im Jahr 2001 nach dem Entwurf des Architekturbüros Arkibúllan ein Service-Gebäude errichtet. Das L-förmige Gebäude mit Veranda und Pool wurde in den Hang eingegraben und fügt sich so behutsam in das Gelände ein. Auf dem Dach befindet sich eine öffentlich zugängliche Terrasse. In den Räumen darunter sind Duschen und Toiletten untergebracht. Während des Badebetriebes sind die vier großen Doppeltüren in der Fassade geöffnet um Platz für die zahlreichen Badegäste zu schaffen. Über Glassteinwände werden die im Erdreich liegenden Duschräume mit Tageslicht versorgt. Die Gäste können im 38°C warmen Pool entspannen während ihre Kinder am Strand spielen. Die Materialien für die Fassade wurden so gewählt, dass sie auch den Witterungsbedingungen in den Wintermonaten standhalten. Die gebogene Betonwand im Bereich des Zugangs ist gehämmert und stellt eine Verbindung zum örtlich vorkommenden, weichen Sedimentgestein her.

The geothermal beach in Nauthólfsvík is enhanced with excess geothermal water from Reykjavik's heating system. The service centre was built in 2001 in accordance to the design of the architectural office Arkibúllan. The L-shaped building is adapted to the landscape by building it into the slope. It has a terrace and pool in front, another terrace on the roof over the changing rooms that have showers and lavatories. During opening hours, the four double doors at the front are open to enable access for the numerous bathers. Walls out of glass blocks let in light to the shower rooms on the ground floor. Bathers can relax in the 38°C warm pool and children can play on the beach. The construction materials for the facade where selected for their properties to withstand weather conditions in winter. The curved concrete wall at the entrance area is hammered and echoes the soft sedimentary rocks in the surrounding landscape.

5

4

1

2

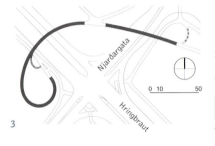

3

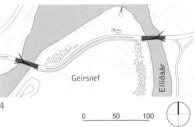

4

57 Tvær göngubrýr

Þegar sex akreina hraðbraut (Miklabraut–Hringbraut) hafði verið lögð gegnum Reykjavíkurborg endilanga reyndist nauðsynlegt að koma á nýju neti gönguleiða. Tillaga Studio Granda í samstarfi við verkfræðistofuna Línuhönnun sigraði í samkeppni sem efnt var til um hönnun þess árið 2003. Göngubrýrnar þrjár eru allar eftirspenntar staðsteyptar brýr, bognar í plani með þunnri steypuplötu og handriðum úr ryðfríu stáli. Þær hvíla á súlum úr ryðfríu stáli sem fylltar eru með steypu. Með þessari byggingaraðferð var unnt að reisa brýrnar án hefðbundins mótauppsláttar og laga form

2006, Studio Granda/Línuhönnun
Hringbraut/Njarðargata, Reykjavík (57a)
2013, Teiknistofan Tröð
Elliðaár, Reykjavík (57b)
1 Hringbraut
2 Hringbraut
3 Hringbraut afstöðumynd • Lageplan • Site plan
4 Elliðaár afstöðumynd • Lageplan • Site plan
5 Elliðaár
6 Elliðaár

þeirra að aðliggjandi stígakerfi og umferðaræðum. Byggingu þeirra lauk árið 2006 og þær hafa síðan hlotið ýmsar viðurkenningar, m.a. Íslensku steinsteypuverðlaunin 2010.

Göngu- og hjólabrýrnar tvær yfir Elliðaárnar bera vott um þá þróun sem nú á sér stað á Íslandi á sviði sjálfbærs umferðarskipulags til framtíðar. Hér er eins og í tilviki áðurnefndra brúa um að ræða sigurtillögu, en Teiknistofan Tröð bar sigur úr býtum í samkeppni sem efnt var til 2012. Grunnhugsunin að baki hönnuninni tengist þremur meginstoðum sjálfbærrar þróunar: sjálfbærni til framtíðar í efnahagslegu, félagslegu og umhverfislegu tilliti. Brúarhönnunin myndar fjórflötung úr einum löngum burðarstólpa og tveimur stuttum. Þetta styrkja undirstöðuform dregur úr efnisnotkun og kostnaði. Til þess að raska sem minnst jafnvægi laxins í ánni voru valin LED-ljós sem lýsa einungis á brautirnar sjálfar. Byggingu brúnna lauk 2014 og þær hlutu Vörðuna, viðurkenningu Vegagerðarinnar, ári síðar.

Zwei Fußgängerbrücken: Hringbraut und Elliðaár

Two Pedestrian Bridges: Hringbraut and Elliðaár

Der Bau der sechsspurigen Stadtautobahn (Miklabraut–Hringbraut) im Herzen von Reykjavík erforderte ein neues System von Fußgängerwegen. Den 2003 ausgelobten Wettbewerb gewann der Entwurf des Architekturbüros Studio Granda in Zusammenarbeit mit den Ingenieuren Línuhönnun. Die Konstruktion der drei Fußgängerbrücken besteht aus einem kreisförmigen Kern aus nachgespannten Kabeln mit dünner Betondecke und Edelstahl-Geländern. Das Element liegt auf mit Beton gefüllten Edelstahl-Säulen. Auf diese Weise konnten die Brücken ohne Änderung der Konstruktion den örtlichen Gegebenheiten angepasst und gebogen werden. Die im Jahr 2006 fertiggestellten Brücken erhielten mehrfache Auszeichnungen, unter anderem den Isländischen Betonpreis 2010.

Die beiden Fußgänger- und Fahrradbrücken über die Elliðaár sind Beispiele für die aktuelle Entwicklung im Bereich nachhaltiger Verkehrsplanung in Island. Auch dieser Entwurf des Büros Teiknistofan Tröð ging als Sieger aus einem Wettbewerb hervor, der 2012 ausgelobt wurde. Die Planung basiert auf den drei Regeln der nachhaltigen Entwicklung: ökologische, soziale und ökonomische Nachhaltigkeit. Die Brückenkonstruktion bildet die Form eines Tetraeders. Diese stabile Grundstruktur führt zu einem reduzierten Material- und Kostenaufwand. Um die Lachse im Fluss nicht zu beeinträchtigen wurde eine LED-Beleuchtung gewählt, die nur die Wegflächen beleuchtet. Die im Jahr 2013 fertiggestellten Brücken erhielten 2014 den Isländischen Varðan-Preis.

The construction of a six-lane motorway (Miklabraut-Hringbraut) cutting through the heart of Reykjavik required a new system of pedestrian walkways. The proposal from Studio Granda Architects in collaboration with Línuhönnun consulting engineers won the 2003 competition. The three pedestrian bridges were all cast in situ and have a circular core of post-tensioned cables surmounted by a thin concrete deck with stainless steel handrails. They rest on concrete filled stainless steel columns. This construction method meant that the bridges could be bent and adapted to suit the footpaths and traffic ways without changing the design. The construction was completed in 2006, and the bridges have since received various awards, including the Icelandic Concrete Award 2010.

The two pedestrian and bicycle bridges over the Elliðarár river are examples of the current development taking place in Iceland regarding sustainable traffic planning. This design by Teiknistofan Tröð won first prize in the 2012 competition. The main concept of the design in based on the three principles of sustainable development: ecological, social, and economic sustainability. The bridge design forms a tetrahedron out of one long pole and two short. This stable basic structure reduces the amount of building materials and costs. To minimise the impact on the salmon in the river, LED-lighting was installed that only illuminates the course. The bridges were completed in 2014 and received the Road Administration Award Varðan in the following year.

5

6

1

2

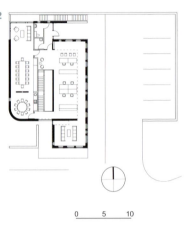

3

0   5   10

58 Þjónustubygging við Gufuneskirkjugarð

Þjónustubyggingin í aðalkirkjugaði Reykja-
víkur í Gufunesi sýnir að einnig á slíkum
stöðum skiptir byggingarlist máli. Arki-
tektastofan Arkibúllan hannaði húsið, sem
er tvílyft, en það er fyrsti áfangi fyrirhugaðr-
ar húsasamstæðu og myndar innganginn að

kirkjugarðssvæðinu. Arkitektarnir hönnuðu
á Hallsholti miðlæga byggingu úr blágrýti,
sem gnægð er af á svæðinu, með óreglu-
lega staðsettum gluggum. Steyptur hvítmál-
aður byggingarhluti skagar upp úr dökk-
um blágrýtisveggjunum. Hvít framhliðin á
neðri hæðinni myndar sömuleiðis andstæðu
við svarta klettana í grenndinni. Inngangur
og skrifstofur eru á efri hæð, á þeirri neðri
vinnu- og tæknirými. Listræna útfærslu
innan húss önnuðust listakonurnar Berghall
í samstarfi við arkitektana. Þjónustuhúsið
var fullgert árið 2008 og áformað er að
reisa fleiri byggingar á svæðinu: kirkju, kap-
ellu og bálstofu.

2008, Arkibúllan, Berghall
Hallsvegur 13, Reykjavík

1 Austurhlið • Ostansicht • East Side
2 Grunnteikning efri hæðar • Grundriss Obergeschoss •
   Plan of upper floor
3 Norðurhlið • Nordansicht • North Side
4 Langsnið • Längsschnitt • Longitudinal Section
5 Vegglistaverk • Künstlerisch gestaltete Wand •
   Artistic design

Gufunes Friedhofsgebäude

Gufunes Cemetery Service Centre

Das Friedhofsgebäude auf dem Reykjaviker Hauptfriedhof in Gufunes zeigt, dass auch an solchen Orten Wert auf Architektur gelegt wird. Das vom Architekturbüro Arkibúllan geplante zweigeschossige Gebäude ist das erste eines geplanten Komplexes und bildet den Eingang zum Friedhofsgelände. Auf dem von Basaltblöcken übersäten Hügel entwarfen die Architekten einen zentralen Baukörper aus lokalem Basalt mit unregelmäßigen, punktuellen Fenstern. Ein weißer Betonblock überragt das dunkle Steingebäude. Auch das untere Geschoss bildet mit seiner weißen Fassade einen Kontrast zu den schwarzen Felsblöcken im Gelände. Der Eingangsbereich und die Büros befinden sich im oberen Geschoss, auf der unteren Ebene sind Technik- und Arbeitsräume untergebracht. Die künstlerische Gestaltung der Innenräume entstand in Zusammenarbeit der Architekten mit den Künstlerinnen Berghall. Das Gebäude wurde 2008 fertiggestellt, weitere Bauwerke wie eine Kirche, eine Kapelle und ein Krematorium sind geplant.

The service centre in Reykjavik's principal cemetery in Gufunes shows that architecture is also important in such places. The two-storey building, designed by the architectural office Arkibúllan, is the first building in a planned complex and forms the entrance to the cemetery site. The architects designed a central building of local basalt with irregularly placed windows. A concrete, white painted part of the building rises from the dark basalt walls. The white facade of the ground floor also contrasts with the black rocks in the surroundings. The entrance area and offices are on the upper floor, and the lower level houses work and tech-rooms are below. The artistic layout of the interiors was carried out by the artists Berghall in collaboration with the architects. The service centre was completed in 2008, and plans are for building a church, a chapel, and a crematorium on the site.

5

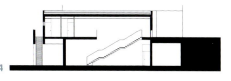

4

0　　5　　10

59 Harpa, tónlistar- og ráðstefnuhús

Tónlistar- og ráðstefnuhúsið Harpa er hluti af umfangsmiklu verkefni Reykjavíkurborgar um þróun hafnarsvæðisins og tengingu þess við miðborgina. Birta og gegnsæi eru lykilþættir í hönnun hins 28.000 fm stóra mannvirkis, sem var í höndum Henning Larsen Architects í samstarfi við Batteríið Arkitekta. Byggingin samanstendur af tveimur meginhlutum sem mynda saman L-form. Útveggirnir eru einkar óvenjulegir, hannað-

2007–2011, Henning Larsen Architects,
Batteríið Arkitektar, Ólafur Elíasson
Austurbakki 2, Reykjavík
1 Suðurhlið • Südansicht • South Side
2 Anddyri • Foyer • Lobby
3 Grunnteikning 2. hæð • Grundriss 2. Geschoss •
   Floor plan level 2
4 Eldborg

ir í náinni samvinnu við Ólaf Elíasson myndlistarmann. Um 6.000 sexstrendar glerrúður mynda kristalskennda heild sem endurspeglar ljósið og styrkir þannig samtalið milli byggingarinnar, borgarinnar og landslagsins umhverfis. Úr húsinu hafa gestir óhindrað útsýni yfir haf og fjallahring. Á jarðhæðinni eru verslanir, minni fundasalir og veitingasalur auk anddyrisins (I) en á annarri hæð er að finna þrjá misstóra sali hlið við hlið, Eldborg (II), Silfurberg (III) og Norðurljós (IV), sem eru notaðir fyrir ráðstefnur, tónleika og margvíslega aðra menningarviðburði. Á fyrstu hæð er fjölnotasalurinn Kaldalón. Skrifstofur, æfingarými og búningsklefar eru í innri hluta byggingarinnar (V). Þetta tilkomumikla mannvirki hefur hlotið ýmis verðlaun og viðurkenningar, m.a. Mies van der Rohe-verðlaunin 2013.

Harpa Konzert- und Konferenzzentrum

Das Konzert- und Konferenzzentrum ist Teil eines umfangreichen Hafenentwicklungs-projektes der Stadt Reykjavík, das den Hafen mit dem Stadtzentrum verbinden soll. Licht und Transparenz sind die Schlüsselelemente des 28.000 qm großen Komplexes, der vom Architekturbüro Henning Larsen Architects in Zusammenarbeit mit Batteríið Arkitektar geplant wurde. Er besteht aus zwei Baukörpern, die L-förmig zueinander angeordnet sind. Die außergewöhnlichen Fassaden wurden in enger Zusammenarbeit mit dem Künstler Ólafur Elíasson entwor-fen. Die kristalline Struktur der rund 6.000 hexagonal geformten Glasfassadenelemente reflektiert das Licht und unterstützt so den Dialog zwischen dem Gebäude, der Stadt und der umliegenden Landschaft. Der Komplex, der den Besuchern einen freien Blick über das Meer und die Berge bietet, verfügt über eine Ankunfts- und Foyerfläche (I). In der Mitte befinden sich die drei unter-schiedlich großen, nebeneinander liegen-den Hallen Eldborg (II), Silfurberg (III) und Norðurljós (IV), die für Konferenzen, Musik- und Kulturveranstaltungen ver-schiedener Art genutzt werden. Im obe-ren Geschoss ist die multifunktionale Halle Kaldalón untergebracht. Büros, Verwaltung, Proberaum und Umkleiden befinden sich im hinteren Teil des Gebäudes (V). Der spek-takuläre Komplex wurde mehrfach ausge-zeichnet, unter anderem mit dem Mies van der Rohe Preis 2013.

Harpa Concert Hall and Conference Centre

Harpa Concert Hall and Conference Centre is a part of an extensive development pro-ject of Reykjavik City to connect the har-bour area to the city centre. Light and trans-parency are key elements in this 28000 sq.m building designed by Henning Larsen Architects in collaboration with Batteríið Architects. The building is composed of two main structures forming an L-shape. The highly unusual facade was designed in close collaboration with the artist Ólafur Elíasson. Around 6000 hexagonal "quasi bricks" form the crystalline glass struc-ture that reflects the light, boosting the dia-logue between the building, the city, and the surrounding landscape. Visitors can enjoy unobstructed views of the sea and the moun-tains from the building. The entrance (I) on the ground floor leads to shops, a café, and smaller conference rooms, on the sec-ond floor are three different halls – Eldborg (II), Silfurberg (III), and Norðurljós (IV) – that are used for conferences, concerts, and various cultural events. The multifunction-al hall Kaldalón is on the first floor. Offices, rehearsal rooms, and changing rooms are located at the back of the building (V). This spectacular building has received sever-al awards including the Mies can der Rohe Award 2013.

Aðrar byggingar

60 Íbúðarhús Ingólfsstræti 21

Húsið var steypt 1903 og er annað tveggja elstu steinsteyptu íbúðarhúsa í Reykjavík. Þótt byggingarefnið væri nýtt var hefðbundnu byggingarlagi hlaðinna steinhúsa haldið. Hitt elsta húsið er í Bankastræti 6.

61 Áhorfendastúka Laugardalslaugar

Einar Sveinsson arkitekt nýtti möguleika byggingarefnisins til fullnustu við smíði áhorfendapalla Laugardalslaugar sem var reist 1960–63. Hann mótar bygginguna í samræmi við eiginleika efnisins.

62 Kirkja Óháða safnaðarins

Með þessari kirkju við Háteigsveg hannaði Gunnar Hansson arkitekt árið 1957 eitt fyrsta guðshús á Íslandi í nútímastíl. Með hreinum formum kirkjunnar og sterkum grunnlitum veggflatanna sem eru einkennandi fyrir íbúðarhús sjötta áratugarins segir hann skilið við ríkjandi hefð í kirkjubyggingum.

63 Mjólkursamsalan

Þessi umfangsmikla húsasamstæða að Bitruhálsi 1, sem arkitektarnir Guðmundur Kr. Guðmundsson og Ólafur Sigurðsson hönnuðu, var reist á árunum 1981–86. Hlutar hennar eru neðanjarðar og það, ásamt grasgrænum þökunum, veldur því að hún lagar sig einkar vel að umhverfinu.

Weitere Gebäude

Other Buildings

Wohnhaus Ingólfsstræti 21

Dieses im Jahr 1903 aus Ortbeton errichtete Wohnhaus gehört zu den ersten beiden Beton-Wohnhäusern in Reykjavík. Trotz des neuen Baustoffs hatte man die klassische Bauweise des Mauerwerkbaus beibehalten. Das zweite Wohnhaus steht in der Bankastræti 6.

Ingólfsstræti 21

Built in 1903, this is one of the two oldest concrete residential buildings in Reykjavik. Although the new construction material was used, the traditional design of the stone house was maintained. The other such building is at Bankastræti 6.

Zuschauertribüne Schwimmbad Laugardalur

Der Architekt Einar Sveinsson schöpfte bei der 1960–63 errichteten Tribüne im Freibad die Möglichkeiten der Baumaterialien aus. Die Gebäudeform steht im Einklang mit den Eigenschaften des Materials.

Grandstand, Laugardalur Swimming Pool

Einar Sveinsson exploited the potential of the building material to the full in the grandstand of the Laugardalur Swimming Pool, constructed in 1960–63. The structure is formed in harmony with the qualities of the material.

Kirche der Unabhängigen Gemeinde

Mit dieser Kirche im Háteigsvegur errichtete Architekt Gunnar Hansson 1957 einen der ersten modernen Kirchenbauten in Island. Mit ihren klaren Formen und den in kräftigen Grundfarben gestrichenen Wandflächen, die charakteristisch sind für den Wohnungsbau der 1950er Jahre in Reykjavík, löst sie sich vom traditionellen Kirchenbau.

Independent Church

With this church on Háteigsvegur, architect Gunnar Hansson designed one of the first modern churches in Iceland in 1957. By the pure forms of the church and the strong colours of the walls, typical of the homes of the 1950s, he distances himself from traditional church design.

Vertrieb für Molkereiprodukte

Dieser große, von den Architekten Guðmundur Kr. Guðmundsson und Ólafur Sigurðsson entworfene Gewerbekomplex in Bitruháls 1 wurde 1981–86 errichtet. Ein Teil der Gebäude ist unterirdisch angeordnet und fügt sich so zusammen mit den begrünten Dächern gut in die Umgebung ein.

Reykjavík Dairy Products

The large complex at Bitruháls 1, designed by Guðmundur Kr. Guðmundsson and Ólafur Sigurðsson, was built in 1981–86. Parts of the structure are under ground; this, together with the grass-green roofs, means that it blends successfully into its surroundings.

64 Hamraskóli, Dyrhömrum

Arkitektarnir Guðmundur Gunnarsson og Sveinn Ívarsson hönnuðu skólahúsið sem var reist árið 1991. Byggingin er steypt, hefur létt og bjart yfirbragð og var einangruð sérlega vel til að draga úr kyndingu og þar með kostnaði.

65 Dælustöðin Bolholti

Teikning arkitektanna Pálmars Kristmundssonar og Björns Skaftasonar að dælustöð Hitaveitunnar í Bolholti hlaut fyrstu verðlaun í samkeppni 1991. Húsið er 3 x 6,5 m að stærð, klætt ryðfríu stáli og með bogmynduðum útveggjum. Smíði þess lauk árið 1995.

66 Leikskólinn Borgarholti

Leikskólinn að Vættaborgum 28 var reistur 1996–97. Ingimundur Sveinsson arkitekt hannaði hann að fyrirmynd smáþorps með torgi í miðju og litlum húsum umhverfis. Yfir torginu er hvítt tjald sem skýlir leiksvæðinu fyrir veðri og vindum og er jafnframt tenging við sjálfan leikvöllinn.

67 Engjaskóli, Borgarholti

Teikning að skólanum fékk fyrstu verðlaun í samkeppni 1995, en húsið var reist 1996–97. Höfundar eru arkitektarnir Baldur Ó. Svavarsson og Jón Þór Þorvaldsson. Grunnhugmyndin byggist á „götu" milli tveggja bygginga sem er tengi- og samskiptasvæði og nýtur óbeinnar lýsingar gegnum vænglaga þak.

Hamrarschule, Dyrhamrar

Diese von Architekt Guðmundur Gunnarsson und Sveinn Ívarsson entworfene Grund- und Hauptschule wurde im Jahr 1991 erbaut. Das leichte und helle Gebäude aus Beton erhielt eine gute Wärmedämmung, um den Energiebedarf und somit die Unterhaltskosten zu reduzieren.

Thermalwasser-Pumpstation

Die Architekten Pálmar Kristmundsson und Björn Skaftason gingen mit ihrem Entwurf für diese geothermale Pumpstation in der Bolholt-Straße als erste Preisträger aus einem Wettbewerb im Jahr 1991 hervor. Das im Grundriß 3 x 6,5 m große Gebäude mit gebogenen Außenwänden ist mit rostfreiem Stahl verkleidet und wurde 1995 fertiggestellt.

Kindertagesstätte Borgarholt

Architekt Ingimundur Sveinsson entwarf das 1996–97 in Vættaborgir 28 errichtete Gebäude nach dem Prinzip eines Dorfes mit einem zentralen Platz und darum angeordneten kleinen Häusern. Der mit einem weißen Zelt überdeckte Platz bietet nicht nur eine wettergeschützte Spielfläche sondern stellt gleichzeitig die Verbindung zum Spielplatz dar.

Engjarschule, Borgarholt

Die bei einem Wettbewerb 1995 mit dem ersten Preis ausgezeichnete Grundschule wurde von den Architekten Baldur Ó. Svavarsson und Jón Þór Þorvaldsson 1996–97 errichtet. Das Konzept beruht auf einer zwischen zwei Gebäuden angelegten „Straße" als Verbindungs- und Kommunikationsbereich, die über ein flügelförmiges Dach indirekt belichtet wird.

Hamraskóli Elementary School, Dyrhamrar

The schoolhouse was designed by architects Guðmundur Gunnarsson and Sveinn Ívarsson, and built in 1991. The building is of concrete, with a light, bright ambience. It has a high level of insulation in order to minimise heating costs.

Bolholt Pumping Station

A design by architects Pálmar Kristmundsson and Björn Skaftason for a pumping station for the Reykjavik district heating utility won first prize in a competition in 1991. The building is 3 x 6.5 metres, clad in stainless steel with curved exterior walls. Construction was completed in 1995.

Borgarholt Kindergarten

The kindergarten at Vættaborgir 28 was built in 1996–97. Architect Ingimundur Sveinsson's design is based on the concept of a village, with small buildings clustered around a piazza. Over the piazza is a white tent-roof, which provides protection from the elements and creates a link to the playground.

Engjaskóli Elementary School, Borgarholt

The design for the school won first prize in a competition in 1995, and it was built in 1996–97. Architects are Baldur Ó. Svavarsson and Jón Þór Þorvaldsson. The basic concept is of a "street" between two buildings as an area of linkage and interaction, indirectly lit via a wing-like roof.

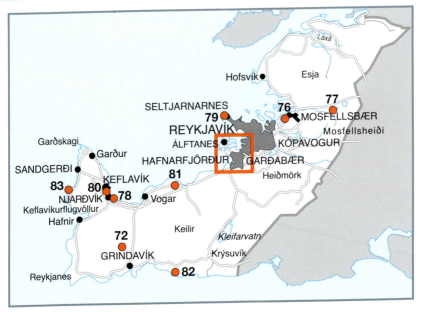

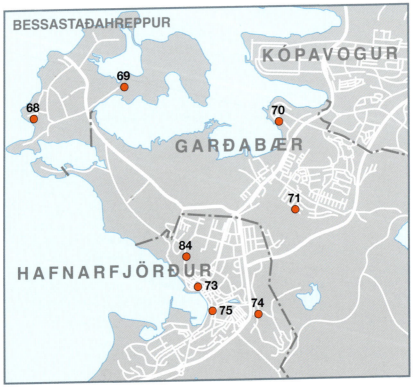

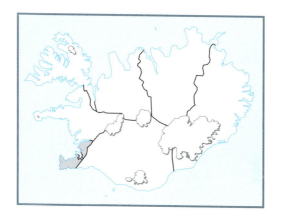

SUÐVESTURLAND

SÜDWESTISLAND

SOUTHWEST ICELAND

1

2

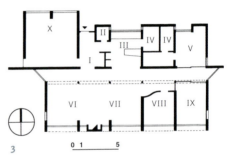

3

0 1   5

68 Íbúðarhús að Litlabæjarvör 4

Við fyrstu sýn virðist einbýlishús þetta ofur venjuleg bygging sinnar tegundar sem tekur mið af sólargangi: Íveruherbergi snúa í suður, önnur herbergi út að götunni, í norður. Hins vegar er tenging þessara húshluta óvenjuleg: Arkitektinn sem jafnframt er eigandinn kaus að greina þá að með háum vegg úr steypu. Langur glerflötur, sem liggur eftir þakinu og með skilveggnum endilöngum og niður til gólfs, greinir vegginn frá íbúðar-

rýminu og hleypir þannig sól og dagsbirtu inn í innstu kima hússins. Ljósir litir innanhúss auka þessi áhrif, sem og stórir suðurgluggar íveruherbergjanna sem veita stórkostlegt útsýni til sjávar. Í norðurhlutanum, sem snýr að götunni og er tiltölulega lokaður, eru anddyri (I), snyrting (II), eldhús (III), geymslur (IV) og baðherbergi (V), sunnan við glerjað miðrýmið eru setustofa (VI), borðstofa (VII), barnaherbergi (VIII) og hjónaherbergi (IX). Úr anddyrinu er gengið inn í tvöfaldan bílskúr (X). Skýr og einföld grunnteikningin sýnir að hér er viðfangsefnið ein af frumþörfum mannsins sem er sérlega mikilvæg á Íslandi vegna legu þess: Líf með ljósi og sól.

1993, Guðni Pálsson
Litlabæjarvör 4, Bessastaðahreppur
1 Suðurhlið • Südansicht • South side
2 Inni • Innenansicht • Interior
3 Grunnteikning • Grundriss • Ground plan
4 Þversnið • Querschnitt • Cross-section

Wohnhaus Litlabæjarvör 4

Auf den ersten Blick erscheint das Einfamilienwohnhaus wie ein ganz gewöhnliches Gebäude, welches sich am Lauf der Sonne orientiert: Die Nebenräume liegen auf der Nordseite zur Straße hin, die Wohnräume im Süden. Ungewöhnlich ist jedoch deren Nahtstelle: Mit einer hohen Wandscheibe aus Beton teilt der Architekt und Bauherr die Funktionsbereiche. Ein langes Glasband, welches über die gesamte Dachlänge und die Wände bis zum Fußboden verläuft, trennt die Wandscheibe vom Wohnbereich und holt auf diese Weise Sonne und Tageslicht in das Innerste des Gebäudes. Die hellen Oberflächen der Bauteile verstärken diesen Effekt, ebenso wie die großen Südfenster in den Wohnräumen, die einen herrlichen Ausblick zum Meer bieten. In dem zur Straße hin relativ geschlossenen nördlichen Teil befinden sich Diele (I), WC (II), Kochen (III), Abstellräume (IV) und Bad (V), südlich der glasüberdeckten Erschließungszone sind Wohnen (VI), Essen (VII), Kinderzimmer (VIII) und Elternzimmer (IX) untergebracht. Eine Doppelgarage (X) ist von der Diele aus zugänglich. Der klare und einfache Entwurf macht ein Grundbedürfnis der Menschen zum Thema, welches in Island aufgrund seiner geographischen Lage besonders ausgeprägt ist: Leben mit Licht und Sonne.

Litlabæjarvör 4

At first sight this detached house would appear to be a typical building of its kind, taking the path of the sun into account: living areas are south-facing, while the other rooms face north, towards the road. The interface between these two parts, however, is unusual: the architect/owner opted to divide the two sections by means of a tall concrete wall. A long plane of glass along the length of the roof and along the dividing wall down to the floor separates the partition from the living space, allowing sun and light into the innermost part of the building. The light colours of the interior intensify this effect, as do the large south-facing windows of the living area, commanding splendid sea views. In the northern part that faces the road, and is relatively enclosed, are the lobby (I), lavatory (II), kitchen (III), storage (IV) and bathroom (V), while to the south of the glazed central area are the living room (VI), dining room (VII), child's bedroom (VIII) and master bedroom (IX). The hall provides access to a double garage (X). The clear and simple groundplan shows that the theme here is one of basic human needs, an especially important one in Iceland due to its geographic location: Life with light and sun.

4

1

2

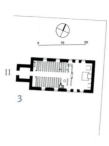

3

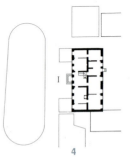

4

69 Bessastaðastofa og kirkja

Eftir tilraunir í steinhúsasmíð í Viðey og á Hólum ákváðu valdamenn að reisa skyldi fleiri steinbyggingar á Íslandi. Í frumdrögum að íbúðarhúsi (I) fyrir þáverandi amtmann, Magnús Gíslason, minnir það að stærð og lögun á Viðeyjarstofu. Teikning Bessastaðastofu er þó ekki eins skýr og einföld og sú af húsinu í Viðey og ennfremur er ríkari áhersla lögð á samsvörun milli grunnmynd-

ar og framhliðar en minni á regluega skipan glugga. Veggirnir eru úr íslensku grágrýti, múrhúðaðir og ljósir að lit. Áður en húsið varð forsetabústaður gerði Gunnlaugur Halldórsson arkitekt á því ýmsar breytingar. Nú er það notað fyrir móttökur á vegum forseta Íslands.

L. Thodal amtmaður hafði sannfært dönsku ríkisstjórnina um að reisa skyldi steinkirkju á Bessastöðum utan um timburkirkjuna sem fyrir var. Nýju útveggirnir úr íslensku grágrýti voru hlaðnir 1777–95. Klukkurturninn var ekki byggður fyrr en 1823. Húsameistari ríkisins, Guðjón Samúelsson, breytti innréttingu kirkjunnar 1945–47 og árið 1998 var ytra borð hennar lagfært undir stjórn arkitektanna Þorsteins Gunnarssonar og Garðars Halldórssonar. Byggingarnar eru friðaðar.

Wohnsitz und Kirche in Bessastaðir

Residence and Church, Bessastaðir

Nach den Versuchsbauten von Viðey und Hólar beschlossen die Verantwortlichen, weitere Steingebäude in Island zu errichten. Die Originalpläne für das Wohnhaus (I) des damaligen Gouverneurs Magnús Gíslason in Bessastaðir sind in Form und Größe dem Viðey-Haus ähnlich. Fortlings Grundriss war jedoch nicht so klar und einfach, auch legte er mehr Wert auf die Übereinstimmung von Grundriss und Fassade und weniger auf die regelmäßige Anordnung der Fenster. Die Wände bestehen aus isländischem Dolorit und wurden verputzt und weiß getüncht. Bevor man das Gebäude im Jahr 1944 als Präsidentensitz der modernen isländischen Republik nutzte, wurden von Architekt Gunnlaugur Halldórsson verschiedene Veränderungen vorgenommen. Heute dient es dem isländischen Präsidenten als Empfangsgebäude. Zu dem Bau einer Steinkirche in Bessastaðir, die um die bestehende Holzkirche gebaut werden sollte, hatte der Gouverneur L. Thodal die dänische Regierung überredet. Die neue äußere Wand aus isländischem Dolorit wurde 1777–95 errichtet. Der Glockenturm entstand erst im Jahr 1823. Staatsarchitekt Guðjón Samúelsson modernisierte 1945–47 den Innenraum der Kirche, und im Jahr 1998 wurde unter der Leitung der Architekten Þorsteinn Gunnarsson und Garðar Halldórsson die Fassade restauriert. Sowohl das Wohnhaus als auch die Kirche stehen unter Denkmalschutz.

After experiments had been made with building in stone on Viðey island and at Hólar, the authorities decided to build more stone structures in Iceland. The original design for a residence (I) for Regional Governor Magnús Gíslason is reminiscent of Viðey House in size and shape. The design for Bessastaðir, however, is not as clear and simple as the design of Viðey House, and more emphasis is placed upon coordination of groundplan and facade, and less on the regular placing of windows. The walls are of Icelandic basalt, rendered and light in colour. Before the house was converted for use as presidential residence on the foundation of the modern Icelandic republic in 1944, various alterations were made by architect Gunnlaugur Halldórsson. Today it is used for receptions hosted by the president.

The stone church was built after Regional Governor L. Thodal convinced the Danish government to have a new church built around the existing wooden church. New exterior walls of Icelandic basalt were constructed in 1777–95. The tower was not built until 1823. The church fittings were renovated in 1945–47 by State Architect Guðjón Samúelsson, and in 1998 the church exterior was restored under the supervision of architects Þorsteinn Gunnarsson and Garðar Halldórsson. Both residence and church are listed buildings.

1

2

3

70 Íbúðarhús að Mávanesi 4

Smíði þessa einbýlishúss minnir á hina fornu íslensku torfbæi þar sem veggirnir voru úr torfi og grjóti og innan þeirra sjálfstæð trégrind sem hélt uppi þakinu. Í stað torfveggjanna notaði arkitektinn sjónsteypu og ennfremur er innra skipulag opið og rýmisnýting sveigjanleg í samræmi við tilhneigingar í húsagerð eftir 1960 (I). Húsið stendur í halla og lokaður veggur byrgir vegfarendum sýn inn í það. Handan hans er samfelldur gluggaveggur sem skapar náin tengsl milli garðs og stofu. Árið 1985 hannaði arkitektinn viðbyggingu norðanmegin (II) sem lagar sig að eldri hluta hússins.

1964, 1985, • Manfreð Vilhjálmsson
Mávanes 4, Garðabær
1 Vesturhlið • Westansicht • West side
2 Innimynd úr viðbyggingu • Innenansicht Anbau • Interior of annex
3 Verönd • Terrasse • Veranda
4 Grunnteikning • Grundriss • Ground plan
5 Snið • Schnitt • Section

Wohnhaus Mávanes 4

Das konstruktive System dieses Einfamilien-
wohnhauses erinnert an die traditionellen
Torfhöfe in Island, die Wände aus Torf und
Stein hatten und innerhalb dieser Wände
ein eigenständiges Holzgerüst besaßen, wel-
ches das Dach trug. Anstelle der Torfwände
benutzte der Architekt Sichtbeton, und
darüberhinaus organisierte er einen offe-
nen Grundriss mit flexibler Raumnutzung,
die dem Architekturtrend nach 1960 ent-
sprachen (I). Das Gebäude steht an einem
Hang und wird durch eine Mauer gegen
Einblicke geschützt. Dahinter befindet sich
eine Glasfassade, die eine enge Verbindung
zwischen Wohnbereich und Garten herstellt.
Im Jahr 1985 entwarf der Architekt einen
Anbau an der Nordostseite (II), der sich an
das bestehende Gebäude anpasst.

Mávanes 4

The design of this detached house is remi-
niscent of the old Icelandic turf house, with
exterior walls of turf and rock, containing
a separate interior wooden framework that
supported the roof. Instead of turf walls the
architect uses exposed concrete, and the
organisation of the groundplan is open and
use of space is flexible, in keeping with archi-
tectural developments after 1960 (I). The
house is built on a slope, and a wall pre-
vents it from being overlooked. Beyond this
is a glass wall that creates a strong con-
nection between living room and garden. In
1985 the architect designed an extension to
the north of the house, harmonising with the
older part.

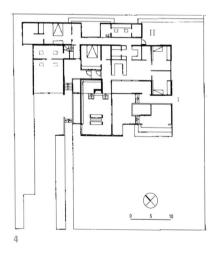

4

5

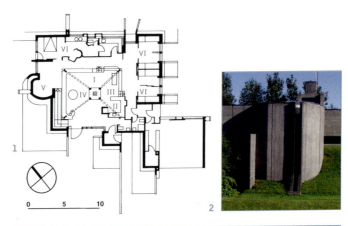

2

3

71 Íbúðarhús að Bakkaflöt 1

Einbýlishús þetta er svar arkitektsins við menningu landsins og lifnaðarháttum sem aðlagaðir eru náttúru þess, og jafnframt eitt besta dæmið um nútímahúsagerðarlist á Íslandi. Stallaform hússins bregst við legu þess á hornlóð götunnar. Veggirnir eru úr sjónsteypu og að utan ná hallandi grasveggir upp að gluggaröðunum og minna á form íslenskra sveitabæja þar sem ytri hjúpurinn var úr torfi. Grasveggurinn skýlir á vetrum og mjúk form hans laga bygginguna enn betur að brekkunni sem hún

stendur í. Ílangir gluggar, sem sitja hátt á veggjum, veita nægri birtu inn. Flatt þakið hvílir á burðargrind úr tré sem er sýnileg inni fyrir. Einnig þetta atriði minnir á hefðbundna íslenska sveitabæi og myndar andstæðu við opna steypufleti veggjanna. Húsið uppfyllir ennfremur rýmisþörf stórrar fjölskyldu. Þungamiðja hússins er við arininn (I) í opnu miðlægu íbúðarrýminu með eldhúsi (II), borðstofu (III) og setustofu (IV), sem og bókakrók sem er sívalningslaga (V). Svefnherbergin (VI) umhverfis opnast inn í miðrýmið og þeim má loka með rennihurðum ef einstakir íbúar vilja draga sig í hlé. Innbyggð húsgögnin árétta enn frekar hreina og skýra grunnhugmyndina sem einungis var unnt að hrinda í framkvæmd með skilningsríku samstarfi húseigenda, handverksmanna og arkitekts.

1965–1968, • Högna Sigurðardóttir
Bakkaflöt 1, Garðabær
1 Grunnteikning • Grundriss • Ground plan
2 Sívöl útbygging á vesturhlið • Zylinder Westseite • Cylindrical building, west side
3 Séð úr suðvestri • Südwestansicht • Southwest side

Wohnhaus Bakkaflöt 1

Bakkaflöt 1

Dieses Einfamilienhaus ist die Antwort der Architektin auf die isländische Kultur mit ihrer an die Natur angepasste Lebensweise und eines der besten Beispiele moderner Architektur in Island. Die abgestufte Gebäudeform reagiert auf die Ecksituation des Grundstücks. An den Sichtbetonwänden ist bis zu den Fensterbändern ein grasbewachsener Torfwall hochgezogen, der an die torfisolierten Außenwände isländischer Bauernhäuser erinnert. Er bietet Schutz im Winter und fügt mit seinen weichen Formen das Gebäude harmonisch in die Hangsituation ein. Fensterschlitze und Oberlichter sorgen für helle Innenräume. Das Flachdach wird von einer Holzkonstruktion getragen, die im Inneren sichtbar ist. Auch dies erinnert an den traditionellen isländischen Torfhof und bildet einen Kontrast zu den Sichtbetonoberflächen der Wände. Das Wohnhaus erfüllt gleichzeitig auch die Wohnbedürfnisse einer großen Familie: Ein Kamin (I) im offenen zentralen Wohnbereich mit Kochen (II), Essen (III) und Wohnen (IV) sowie die in einem Zylinder untergebrachte Bücherecke (V) dient als Kommunikationszentrum. Die umliegenden, zum Zentrum geöffneten Schlafräume (VI) können durch Schiebetüren vom Wohnbereich abgetrennt werden und bieten so Rückzugsmöglichkeiten für die Bewohner. Die eingebauten Möbel unterstreichen das klare und einheitliche Konzept, welches nur durch die verständnisvolle Zusammenarbeit zwischen Bauherr, Handwerker und Architektin verwirklicht werden konnte.

This detached house is the architect's answer to Icelandic culture and way of life, adapted to the nature of the country, and is also one of the finest examples of modern architecture in Iceland. The staggered form of the building is a response to its location on a corner site. The walls are of exposed concrete; on the exterior, turf walls slope up to the row of windows, reminiscent of traditional Icelandic houses that were insulated with turf. The turf provides protection during the winter, and its rounded shape allows the building to blend into the slope on which it stands. Oblong windows, placed high up on the walls, provide sufficient light. The flat roof rests on a timber framework that is visible on the inside, and this feature is also reminiscent of the traditional turf house, providing a contrast with the open concrete planes of the walls. The house also fulfils the spatial needs of a large family. The focus of the house is the fireplace (I) in the open central living space with kitchen (II), dining room (III) and living room (IV), in addition to a library which is cylindrical (V). The surrounding bedrooms (VI) open into the central space and can be closed off by sliding doors for privacy. The built-in furniture underlines the integrity of the basic concept, which could only be put into practice thanks to active collaboration between owners, craftsmen and architect.

1

2

3

4

72 Bláa lónið

Fyrstu byggingarnar fyrir baðaðstöðu við Bláa lónið voru reistar á árunum 1999–2005 við frárennslislón orkuvers Hitaveitu Suðurnesja við Svartsengi. Vatnið í lóninu er mjúkt og steinefnaríkt og hefur staðurinn á seinni árum orðið einn vinsælasti ferðamannastaður á Íslandi. Lækningamáttur vatnsins á þessu jarðhitasvæði, sem og önnur heilnæm áhrif þess, urðu tilefni þess að hönnuð var heilsu- og ferðamannamiðstöð við lónið. Undir stjórn Sigríðar Sigþórsdóttur arkitekts reis fyrsti áfanginn sem hýsti búningsklefa, innilaug, skrifstofur og fundarsali, en seinna bættust við gufubað, verslun og veitingasalur. Samstæðan er gerð úr tveimur bogamynduðum byggingum sem tengjast innbyrðis og umlykja Bláa lónið ásamt náttúrlegum hraunbökkunum. Helstu byggingarefni eru steinsteypa, gler og jatobaviður, en einnig var hraungrýti notað til að tengja innra rými sem best við umhverfið úti fyrir. Byggingin hefur hlotið margar viðurkenningar, var m.a. tilnefnd til Mies var der Rohe-verðlaunanna 2006. Í grennd við baðhúsbygginguna og í sama stíl reis árið 2015 Blue Lagoon Silica Hotel.

1994–1999, Vinnustofa arkitekta
2015, Basalt Arkitekar
Svartsengi, Grindavík

1 Heildarmynd • Gesamtansicht • Overall view
2 Vesturálma • Westflügel • West wing
3 Heilsumiðstöð • Klinik • Clinic
4 Lýsing við heilsumiðstöð • Klinik Beleuchtung • Clinic illumination
5 Inngangur • Eingang • Entrance

Blaue Lagune Geothermisches Spa

The Blue Lagoon

Der erste Gebäudekomplex, das Blaue Lagune Bad, wurde zwischen 1999 und 2005 erbaut. Er liegt an der Blauen Lagune, einem Thermalbecken bei dem geothermischen Kraftwerk Svartsengi. Der See mit seinem mineralhaltigen, weichen Wasser hat sich in den letzten Jahren zu einem der populärsten Reiseziele in Island entwickelt, und die Heilwirkung des Wassers bei Hautkrankheiten und der Erholungswert des Thermalbades waren Anlass zur Planung eines Heil- und Touristenzentrums an dieser Stelle. Hauptziel des Entwurfes war, das neue Gebäude harmonisch in die von moosbewachsenen Lavafeldern geprägte Landschaft einzufügen. Unter der Leitung von Architektin Sigríður Sigþórsdóttir wurde der erste Bauabschnitt mit Umkleiden, Badehalle, Büros und Konferenzräumen errichtet, der später um einen Saunabereich, Laden und Restaurant erweitert wurde. Der Gebäudekomples besteht aus zwei gebogenen, ineinandergreifenden Baukörperm, die zusammen mit der natürlichen Lavakante die Blaue Lagune umgeben. Beton, Glas und Jatobaholz sind die dominierenden Baumaterialien. Auch Lava wurde verwendet um gelungene Übergänge zwischen innen und außen zu schaffen. Das Gebäude wurde mehrfach ausgezeichnet und war 2006 für den Mies van der Rohe Preis nominiert. In der Nähe des Badekomplexes entstand das 2015 fertiggestellte Blue Lagoon Silica Hotel. Das Kurhotel wurde in gleichem Konzept gestaltet wie das Bad selbst.

The first buildings housing facilities for bathers at the thermal pool by the geother-mal power plant Svartsengi were erected in 1999–2005. The water in the lagoon is soft and rich in minerals, and the spot has become one of the top tourist destinations in Iceland in recent years. The healing properties of the water led to the design and development of a spa and tourist centre by the lagoon. The main goal of the design was that the new facilities would integrate into the landscape, harmonising with the surrounding moss-grown lava-fields. Architect Sigríður Sigþórsdóttir oversaw the build of the first building that housed changing rooms, an indoor pool, offices, and conference rooms, and which was at a later stage extended to include a sauna, a shop, and a restaurant. The complex is made up of two curved interlocking buildings that surround the Blue Lagoon along with the natural lava banks. The main construction materials are concrete, glass, and jatoba wood, and lava rock was also used to create a transition between the inner spaces and the exterior. The building has received several awards, and was for instance nominated for the Mies van der Rohe Award in 2006. In 2015, the Blue Lagoon Silica Hotel was constructed nearby in the same style and design.

1

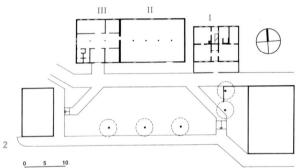

2

0   5   10

3

73 Gamli verslunarstaðurinn í Hafnarfirði

Saga Hafnarfjarðarkaupstaðar nær allt aftur á 14. öld. Frá upphafi 17. aldar til loka hinnar 18. var Hafnarfjörður atkvæðamesti kaupstaður á landinu og um aldamótin 1800 lagði Bjarni Sívertsen kaupmaður grunninn að blómlegu athafnalífi í bænum með verslun og útgerð. Frá þessum tíma hafa varðveist nokkur hús í miðbænum og við höfnina. Þeirra á meðal eru íbúðarhús Bjarna

Sívertsen (I) frá 1805 og Brydepakkhús (II) frá árinu 1865. Pakkhúsið er grindarhús, veggir að hluta fylltir hraungrýti, og upphaflega allt með láréttri grámálaðri viðarklæðningu. Í hennar stað kom síðar bárujárn, nema á bakhlið hússins, og sömuleiðis var bárujárn sett á þakið sem í fyrstu hafði einnig verið timburklætt. Gaflhliðar á þakhæð eru með þakskífum. Hliðarviðbyggingin (III) var ekki reist fyrr en 1870 og stækkuð enn um 1930. Þjóðminjasafnið lét gera pakkhúsið upp á árunum 1980–86 undir stjórn Páls Bjarnasonar arkitekts. Íbúðarhús Bjarna Sívertsen er í hógværum barokkstíl, en það er einnig grindarhús og hefur varðveist nær óbreytt. Báðar byggingar eru friðaðar og hýsa nú söfn.

1805, 1865 + 1870
Vesturgata, Hafnarfjörður

1 Pakkhús: suðurhlið • Lagerhaus: Südansicht • Warehouse: south side
2 Grunnteikning • Grundriss • Ground plan
3 Pakkhús: kvistur • Lagerhaus: Giebel • Warehouse: gable
4 Hús Bjarna Sívertsen: suðurhlið • Bjarni Sívertsens Wohnhaus: Südansicht • Bjarni Sívertsen's house: south side

Alte Handelsgebäude Hafnarfjörður

Old Hafnarfjörður Trading Centre

Die Geschichte des Handelsortes Hafnarfjörður datiert zurück bis ins 14. Jahrhundert. Von Anfang des 17. bis Ende des 18. Jahrhunderts war Hafnarfjörður der bedeutendste Handelsplatz in Island, und der Kaufmann Bjarni Sívertsen legte zu Beginn des 19. Jahrhunderts mit Handel und Reederei den Grundstein für das blühende Wirtschaftsleben der Stadt. Aus dieser Zeit sind in der Stadtmitte und am Hafen noch Gebäude erhalten. Dazu gehören auch das Wohnhaus des Bjarni Sívertsen (I) aus dem Jahr 1805 und das daneben errichtete Bryde-Lagerhaus (II) von 1865. Das Bryde-Lagerhaus, ein zum Teil mit Lavastein ausgemauertes Fachwerkhaus, war ursprünglich komplett mit senkrechter, grau gestrichener Holzschalung verkleidet. Diese wurde bis auf die Rückseite jedoch durch Wellblech ersetzt, ebenso wie das ehemals holzgedeckte Dach. Die Giebelseiten im Dachgeschoss sind mit Schiefer verkleidet. Der seitliche Anbau (III) wurde erst 1870 errichtet und um 1930 nochmals vergrößert. Das Nationalmuseum ließ das Lagerhaus 1980–86 unter der Leitung von Architekt Páll Bjarnason restaurieren. Das im zurückhaltenden Barockstil erbaute Wohnhaus des Bjarni Sívertsen ist ebenfalls in Fachwerkkonstruktion errichtet und fast noch im Originalzustand erhalten. In den beiden unter Denkmalschutz stehenden Gebäuden sind heute Museen untergebracht.

The town of Hafnarfjörður has a history that stretches back to the 14th century. From the early 17th to the late 18th century, Hafnarfjörður was Iceland's most important trading place, and around 1800 merchant Bjarni Sívertsen paved the way for flourishing business in the town by means of commerce and the fisheries. Several buildings from this period have survived in central Hafnarfjörður and adjacent to the harbour. These include the home of Bjarni Sívertsen (I) from 1805, and the Bryde warehouse (II) from 1865. The warehouse is a timber-framed building, with infill partly of lava; originally the building was clad with grey-painted vertical wooden weatherboards. This was later replaced with corrugated iron, except on the rear of the building, and the wooden roofing was also replaced with corrugated iron. The upper part of the gable walls is shingled. The annex (III) was not built until 1870, and extended in 1930. The warehouse was renovated by the National Museum in 1980–86 under the supervision of architect Páll Bjarnason. Bjarni Sívertsen's home is in understated Baroque style; this is also a timber-framed building, which has survived almost unchanged. Both now house museums, and are listed buildings.

4

1

2

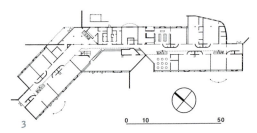

3

0   10   50

74 Setbergsskóli

Hugmyndin að þessu grunnskólahúsi í úthverfi Hafnarfjarðar byggist á beinni línulegri húsaskipan. Gangur með glerþaki liggur eftir byggingunni endilangri og skiptir heildinni í tvílyftan hluta sem veit að götunni og annan á einni hæð. Húsið er þægilegt útlits og bjart hið innra vegna glerlengjunnar og stórra glugga. Á löngum göngunum eru verk nemenda til sýnis. Allur búnaður er

óvenju vandaður: Hver skólastofa, en þær eru 14 talsins, hefur sérstaka fatageymslu, handlaugar og snyrtingar og auk kennslustofa fyrir sérgreinar – trésmíðar, sauma, heimilisfræði, myndlist og tækni – er fjölnotastofa og íþróttasalur. Samræmið í útliti hússins er áréttað með samhæfðri og viðeigandi litanotkun og húsgagnavali.

1990–1993, Björn Stefán Hallsson, Jón Þór Þorvaldsson
Hlíðarberg 2, Hafnarfjörður
1 Séð úr vestri• Westansicht • West side
2 Séð úr norðaustri • Nordostansicht • Northeast side
3 Grunnteikning jarðhæðar • Grundriss Erdgeschoss •
   Plan of ground floor
4 Snið • Schnitt • Section

Setberg-Schule

Setberg School

Die Idee für diese Grund- und Hauptschule am Stadtrand von Hafnarfjörður basiert auf einem linearen Baukörper. Ein über die gesamte Länge verlaufender Gang mit Glasdach teilt den Komplex in einen zur Straße hin zweigeschossigen und einen eingeschossigen Baukörper. Das Innere des architektonisch gefälligen Gebäudes ist aufgrund des Glasdaches und der großen Fenster hell und freundlich. In den langen Fluren werden Arbeiten der Schüler ausgestellt. Die Ausstattung ist überdurchschnittlich: Jedes der 14 Klassenzimmer hat eigene Garderobe, Waschbecken und Sanitäreinrichtungen, und zusätzlich zu den Fachräumen für Holzbearbeitung, Nähen, Hauswirtschaft, Kunst und Technik gibt es einen Mehrzweckraum und eine Sporthalle. Das aufeinander abgestimmte Farb- und Möbelkonzept vervollständigt den harmonischen Eindruck des Gebäudes.

The design for this schoolhouse on the outskirts of Hafnarfjörður is based upon a linear concept. A glass-roofed corridor runs along the length of the building, dividing it into a two-storey unit facing the road, and another single-storey unit. The building has a tasteful and pleasant appearance, and is well-lit indoors due to the glass-roofed space and large windows. Examples of pupils' work are displayed on the walls of the long corridor. All fittings are of very high quality: each of the 14 classrooms has its own cloakroom, washbasins and lavatories. In addition to classrooms for special subjects – carpentry, needlework, home economics, art and technical tuition, the school has a multi-purpose classroom and a gymnasium. The consistent appearance of the building is reinforced by co-ordinated and apt use of colour, and choice of furniture.

4

75 Safnaðarheimili Hafnarfjarðarkirkju og Tónlistarskóli Hafnarfjarðar

Teikningin að þessari byggingasamstæðu í elsta bæjarhluta Hafnarfjarðar hlaut fyrstu verðlaun í samkeppni árið 1990. Í stærð og hlutföllum tóku arkitektarnir mið af kirkjunni sem þarna stóð fyrir og reist var eftir teikningum Rögnvaldar Ólafssonar árið 1914, sem og öðrum byggingum umhverfis, og skiptu samstæðunni í nokkrar mismunandi byggingar: Við hliðina á kirkjunni (I)

1990–1998, Sigríður Magnúsdóttir, Hans-Olav Andersen
Strandgata, Hafnarfjörður
1 Vesturhlið • Westansicht • West side
2 Nærmynd glugga • Fensterdetail • Window detail
3 Inngangur Tónlistarskólans • Eingang Musikschule • Entrance to music college
4 Grunnteikning jarðhæðar • Grundriss Erdgeschoss • Plan of ground floor

reistu þau safnaðarhúsið (II) með kapellu, skrifstofum og kennslustofum. Hringlaga bygging (III) með þremur funda- og samkomusölum er kjarni miðstöðvarinnar og í þriðja húsinu er aðsetur Tónlistarskólans (IV). Ekkert húsanna er hærra en kirkjuskipið. Að utan eru steinsteyptir veggirnir múrhúðaðir og hvítmálaðir í samræmi við útveggi kirkjunnar, einungis nokkrir fletir sem snúa í suður eða liggja í skugga eru ryðrauðir eða ljósgrænir. Að svo miklu leyti sem mögulegt var nýttu arkitektarnir innlend efni og byggingaraðferðir. Aðalinngangar einstakra hluta heildarinnar liggja að steinlögðu hlaði sem afmarkast sjávarmegin af grunnri tjörn. Tjörnin er umkringd steinum af ströndinni og á að minna á upphaflega strandlínu á þessum stað.

Gemeindezentrum und Musikschule, Hafnarfjörður

Parish Hall and Music College, Hafnarfjörður

Der Entwurf für diesen Gebäudekomplex im alten Ortsbereich von Hafnarjörður ging als erster Preis aus einem Wettbewerb im Jahr 1990 hervor. Die Architekten orientierten sich in Größe und Proportion an der bestehenden Kirche, die 1914 von Architekt Rögnvaldur Ólafsson errichtet wurde, und an der umliegenden Bebauung. Sie teilten den Komplex in verschiedene Gebäude auf: Neben der bestehenden Kirche (I) errichteten sie das Gemeindezentrum (II) mit einer Kapelle, Büros und Klassenräumen. Ein rundes Gebäude (III) mit drei Versammlungsräumen bildet das Herzstück des Zentrums, und im dritten Gebäude befindet sich die Musikschule (IV). Keines der Gebäude ist höher als das Kirchenschiff. Die Außenflächen der Betonwände sind entsprechend den Außenwänden der Kirche verputzt und weiß gestrichen, nur einige nach Süden orientierte oder im Schatten liegende Flächen sind in rostrot oder hellgrün gehalten. Die Architekten verwendeten soweit möglich einheimische Materialien und Baumethoden. Die Haupteingänge zu den einzelnen Gebäudeteilen sind über einen gepflasterten Vorplatz zu erreichen, der zur Meerseite von einem flachen Teich begrenzt wird. Dieser mit Steinen vom Strand gesäumte Teich soll an die ursprüngliche Uferlinie an dieser Stelle erinnern.

The design for this complex in the oldest district of Hafnarfjörður won first prize in a competition in 1990. With regard to size and proportions, the architects took into account the existing church, designed by Rögnvaldur Ólafsson and built in 1914, and other adjacent buildings. They divided the complex into several different units: next to the church (I) they placed the parish hall (II) with chapel, offices and classrooms. A circular building (III) with three conference/reception rooms is the core of the centre, while in the third unit is the music college (IV). None of the buildings is taller than the nave of the church. The exterior of the concrete walls is rendered and painted white, in keeping with the exterior of the church; only a few walls, which are south-facing or overshadowed, are rust-red or pale green. So far as possible the architects used local building materials and methods. The entrances to individual units open onto a paved area which is defined on the seaward side by a shallow pond, surrounded by rocks from the seashore, intended to recall the original location of the natural shoreline.

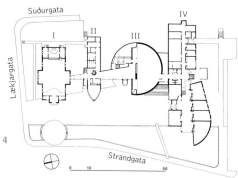

1

2

3

76 Íbúðarhús að Hjallabrekku í Mosfellsbæ

Byggingin stendur uppi á hæð í útjaðri bæjarins og minnir við fyrstu sýn á gróðurhús en reynist þegar betur er að gáð vera íbúðarhús: Glerhýsið veitir skjól gegn kuldalegu veðurfari landsins en Ólafur Sigurðsson arkitekt og kona hans Svava Ágústsdóttir búa í tveimur kassalaga einingum úr léttsteypu með flötu þaki sem komið er fyrir innan í því. Í annarri eru stofurnar (I), í hinni svefn- og baðherbergi (II). Hlutarnir tveir eru tengdir með yfirbyggðri fatageymslu (III). Í þriðju einingunni, sem er minni en hinar og staðsett við lokaða gaflhliðina sem snýr að götunni, eru tvær geymslur (IV). Þessar byggingareiningar, sem og steypt stéttin, stuðla að varmasöfnun og á nóttunni gefa þær frá sér hitann sem þær hafa safnað yfir daginn. Innan glersins er ennfremur garður sem hægt er að nota allan ársins hring og úr honum útsýni yfir fjöll og haf alla leið til höfuðborgarinnar. Uppistaðan í óhituðu glerhýsinu er úr límtré og glerið einfalt, en til að stilla hitann eru loftlokur í hliðarveggjum og mæni. Bílskúrinn (V) er í sérstakri byggingu utan glerhýsisins og tengigangurinn, sem einnig er undir gleri, er jafnframt inngangur í húsið (VI).

1996, Ólafur Sigurðsson
Hjallabrekka, Mosfellsbær
1 Norðurhlið • Nordansicht • North side
2 Grunnteikning • Grundriss • Ground plan
3 Innimynd úr glerhýsi • Innenansicht Glashaus •
   Interior of glazed structure
4 Þversnið • Querschnitt • Cross-section

Wohnhaus Hjallabrekka in Mosfellsbær

Hjallabrekka in Mosfellsbær

Das auf den ersten Blick wie ein Treibhaus erscheinende Gebäude auf einer Bergkuppe entpuppt sich bei genauerem Hinsehen als Wohnhaus: Während das Glashaus Schutz vor dem rauhen Klima Islands bietet, wohnt der Architekt Ólafur Sigurðsson mit seiner Frau Svava Ágústsdóttir in zwei darin aufgestellten Leichtbetonboxen mit Flachdach. In der einen sind die Wohnräume (I) untergebracht, in der anderen befinden sich Schlaf- und Badezimmer (II). Verbunden sind die beiden Bereiche über eine gedeckte Garderobe (III). In einer dritten kleineren Box an der zur Straße geschlossenen Giebelseite sind zwei Abstellräume untergebracht (IV). Diese Boxen dienen zusammen mit dem Betonpflaster zur Wärmespeicherung und geben die tagsüber gespeicherte Wärme in der Nacht wieder ab. Der restliche glasumschlossene Bereich ist Garten, der das ganze Jahr über genutzt werden kann und einen Ausblick über das Meer und die Berge bis hin zur Hauptstadt bietet. Die Konstruktion des unbeheizten Glashauses besteht aus Leimholz mit Einfachverglasung, zur Temperaturregulierung gibt es Lüftungsflügel an den Seitenwänden und im First. Eine Garage (V) ist in einer weiteren Box außerhalb des Glashauses untergebracht, und der verglaste Verbindungsgang dient zugleich als Hauseingang (VI).

The building, which stands on a hill on the outskirts of the town, resembles at first glance a greenhouse, but is in fact a home. The outer glazed building provides shelter from the country's chilly climate, while inside it architect Ólafur Sigurðsson and his wife Svava Ágústsdóttir live in two rectangular units of light-weight concrete with flat roofs. In one unit are living rooms (I), in the other bed- and bathrooms (II). The two parts are linked together by a covered cloakroom (III). In the third unit, smaller than the others and located at the closed gable end that faces the road, are two store rooms (IV). These units and the concrete foundation are conducive to accumulation of heat, and during the night they give off the heat they have absorbed during the day. Within the glass building there is also a garden that can be used all year round, with views of the mountains and sea, all the way to the city of Reykjavik. The unheated glass building is single-glazed, with a plywood frame; the temperature is controlled by vents in the side walls and at the ridge of the roof. The garage (V) is in a separate building outside the glass house, and the glass-roofed walkway is also the entrance to the house (VI).

4

1

2

77 Gljúfrasteinn

Íbúðarhúsið sem Halldór Laxness ætlaði að láta byggja fyrir sig og fjölskyldu sína í nágrenni við heimili foreldra sinna átti að vera „sveitalegt, einfalt og ekkert óþarfa tildur". Ágúst Pálsson arkitekt, góður vinur Halldórs og einn af frumherjum módernisma í húsagerðarlist, teiknaði húsið. Vinnustofa skáldsins ásamt svefnherbergi er á efri hæð hússins með útsýni yfir dalinn. Á neðri hæð er stór stofa, klædd þiljum úr eikarkrossviði, sem sérstaklega var hönnuð með tilliti til hljómburðar. Yfirborð ytri múrhúðar er gróft, en útveggir voru húðaðir blöndu úr fíngerðum sjávarsteinum og málaðir með kalkmálningu. Að nýjum gluggum frátöldum hefur húsinu í engu verið breytt frá upphaflegri gerð. Um 1960 byggði Sigvaldi Thordarson arkitekt sundlaug og skjólvegg vestan við húsið. Hvít byggingin í útjaðri heiðarinnar myndar andstæðu við síbreytilega liti umhverfisins.

1945, Ágúst Pálsson
Þingvallavegur, Mosfellsdalur
1 Garðhlið • Gartenansicht • Garden side
2 Framhlið • Hofansicht • Front
3 Grunnteikning neðri hæðar • Grundriss Erdgeschoss
   • Plan of ground floor
4 Grunnteikning efri hæðar • Grundriss Obergeschoss •
   Plan of upper floor

Gljúfrasteinn

Gljúfrasteinn

Das Wohnhaus, das der Autor Halldór Laxness für sich und seine Familie in der Nähe seines Elternhauses errichten wollte, sollte „ländlich, einfach und ohne unnötigen Firlefanz" sein. Der Architekt Ágúst Pálsson, ein guter Freund Halldórs und ein Vetreter der Moderne in der Architektur, entwarf das Gebäude. Das Arbeitszimmer des Schriftstellers und das Schlafzimmer sind im oberen Geschoss untergebracht und bieten einen Blick über das Tal. Im Erdgeschoss befindet sich ein geräumiges, mit Eichenholz verkleidetes Wohnzimmer, entworfen nach akustischen Kriterien. Die Oberfläche des Außenputzes ist sehr rauh, da die Außenwände des Gebäudes mit einer feinen Strandkiesmischung verputzt wurden. Bis auf neue Fenster wurde das Gebäude kaum verändert. Um 1960 errichtete Architekt Sigvaldi Thordarson westlich des Hauses ein Schwimmbad und eine Windschutzmauer. Das Gebäude am Rande der Heide bildet mit seiner weißen Farbe einen Kontrast zu den ständig wechselnden Farben der Umgebung.

The home that Nobel-prize-winning author Halldór Laxness commissioned for himself and his family close to his childhood home was to be "countrified, simple, with nothing ostentatious." Architect Ágúst Pálsson, a friend of Laxness and a representative of modernism, designed the house. The writer's study and bedroom are on the upper floor, with a view over the valley. On the lower floor is a spacious reception room, panelled in oak plywood, designed for its acoustic qualities. The exterior rendering is coarse, with an admixture of small pebbles, and whitewashed. With the exception of new windows, little alteration has been made to the original design. Around 1960 architect Sigvaldi Thordarson built a swimming pool and sheltering wall west of the house. The white house at the edge of the heathland creates a contrast to the ever-changing colours of the environment.

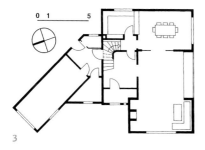

3

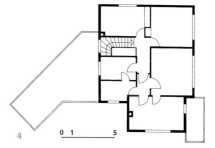

4

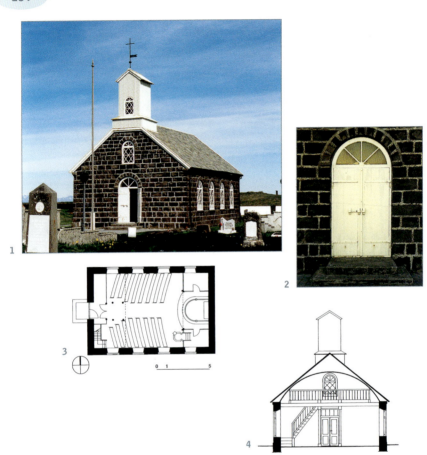

78 Innri-Njarðvíkurkirkja

Ásamt Hvalsneskirkju hefur þessi kirkja nokkra sérstöðu meðal steinkirkna á Íslandi: Þær eru hinar einu sem hlaðnar eru með sama hætti og Alþingishúsið. Magnús Magnússon steinsmiður, sem hafði

1886
Njarðvíkurbraut
Innri-Njarðvík (Reykjanesbær)
1 Vesturhlið • Westansicht • West side
2 Inngangur • Eingang • Entrance
3 Grunnteikning • Grundriss • Ground plan
4 Þversnið • Querschnitt • Cross-section
5 Inni í kirkjunni • Innenansicht • Interior

lært handverk sitt við smíði Alþingishússins, hlóð veggina sem eru u.þ.b. 45 cm þykkir, úr tilhöggnu grágrýti (dóleríti), en rispakið var upphaflega klætt tígulsteinum. Glugga- og dyraumgjörð er bogahlaðin að ofan og yfir tvíbreiðum dyrunum er hálfhrings- laga gluggi. Málmkrossinn uppi á tréturn- inum, sem er klæddur bárujárni, er skreytt- ur litlum blýkúlum. Í kirkjunni eru súðsvalir, kórinn eilítið upphækkaður og gólf hans og kirkjuskipsins lagt tréborðum. Kúpt loftið er hólfamynstrað og skreytt gylltum málm- stjörnum. Byggingin var gerð upp árið 1990 undir stjórn Harðar Ágústssonar listmálara.

Kirche von Innri-Njarðvík

Innri-Njarðvík Church

Eine Sonderstellung unter den Steinkirchen nimmt diese Kirche zusammen mit der Kirche in Hvalsnes ein: Es sind die einzigen Steinkirchen, die in der gleichen Bauart wie das Parlamentsgebäude errichtet wurden. Steinmetz Magnús Magnússon, der beim Bau des Parlamentsgebäudes sein Handwerk erlernte, erstellte die etwa 45 cm dicken Wände aus behauenen grauen Basaltblöcken (Dolorit), das Satteldach war ursprünglich mit Ziegeln eingedeckt. Die Fenster- und Türstürze sind bogenförmig gemauert, über der zweiflügeligen Tür befindet sich ein Bogenfenster. Das Metallkreuz auf dem mit Wellblech verkleideten Holzturm wird durch kleine Bleikugeln markiert. Im Inneren befindet sich eine Empore, der Chorraum ist etwas erhöht und wie das Kirchenschiff mit einem Bretterboden belegt. Die bogenförmige Kassettendecke wurde mit vergoldeten Metallsternen verziert. Eine Renovierung erfolgte im Jahr 1990 unter Aufsicht des Künstlers Hörður Ágústsson.

This church, along with Hvalsnes church, is unusual among Iceland's stone churches: these are the only two churches built of cut stone by the same methods as Parliament House. The walls were built by stone mason Magnús Magnússon, who learned his craft during the building of Parliament House. They are about 45 cm thick, of cut basalt, and the roofing was originally slate. The windows and doors are arched, and above the double-width doorway is a semicircular window. The metal cross on the wooden tower, which is clad in corrugated iron, is ornamented with small lead spheres. The church has a gallery. The chancel floor is slightly raised, and the nave and chancel are floored with wooden boards. The vaulted ceiling is coffered and ornamented with gilt stars. The building was renovated in 1990 under the supervision of painter Hörður Ágústsson.

5

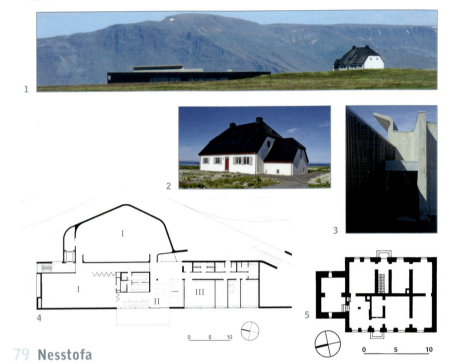

79 Nesstofa

Steinhlaðna húsið að Nesi teiknaði danski arkitektinn Jacob Fortling sem landlæknis-bústað og apótek og bjó þar fyrstur Bjarni Pálsson. Teikningin er talin byggð á ann-arri eftir húsameistarann Thurah af apó-teki einu í Kaupmannahöfn, en Fortling hafði húsið minna og með dæmigerðu

íslensku timburþaki. Veggirnir eru hlaðn-ir úr íslensku grágrýti, múrhúðaðir og hvít-málaðir. Þakið er gaflsneitt með tvöfaldri viðarklæðningu og tjargað til varnar gegn veðri. Hlaðinn viðbyggður geymslukjall-ari með hvelfdu lofti gerir Nesstofu eitt óvenjulegasta steinhús 18. aldar á Íslandi. Þorsteinn Gunnarsson arkitekt gerði húsið upp á vegum Þjóðminjasafnsins á árunum 1978–86. Seltjarnarnesbær hóf árið 2009 byggingu Lækningaminjasafns skammt frá Nesstofu. Yrki Arkitektar hönnuðu bygging-una, sem lagar sig vel að landfræðilegu og sögulegu umhverfi sínu. Á eina hlið er hún byggð inn í hæðina og veitir gestum þann-ig aðgang að þakinu þaðan sem hægt er að njóta útsýnisins yfir Faxaflóa. Húsið er stein-steypt, útveggirnir að hluta múrhúðaðir en aðrir hlutar þaktir svartmáluðum viði. Það hýsir auk sýningarsalanna tveggja (I) kaffi-teríu, fundarsal og vinnuherbergi starfsfólks.

1761, Jacob Fortling, Nesstofa
2009–2017, Yrki Arkitektar, Lækningaminjasafn
Neströð, Seltjarnarnes

1 Séð úr suðvestri • Blick von Südwesten • View from southwest
2 Nesstofa austurhlið • Nesstofa Ostansicht • Nesstofa east side
3 Inngangur Lækningaminjasafns • Medizinmuseum Eingang • Medicine Museum entrance
4 Grunnteikning Lækningaminjasafns • Medizinmuseum Grundriss • Medicine Museum plan of ground floor
5 Grunnteikning Nesstofu • Nesstofa Grundriss • Nesstofa plan of ground floor
6 Þakgarður Lækningaminjasafns • Medizinmuseum Dachterrasse • Medicine Museum roof garden

Nesstofa und Medizinmuseum

Nesstofa and The Medical and Health Care

Das Steingebäude in Nes wurde von dem dänischen Architekten Jacob Fortling als Apotheke und Arztwohnhaus errichtet. Bjarni Pálsson war der erste Arzt, der dort lebte. Der Plan basiert vermutlich auf dem Entwurf des Architekten Thurah für eine Apotheke in Kopenhagen, wurde jedoch von Fortling kleiner und mit einem typischen isländischen Holzdach ausgeführt. Die Wände sind aus isländischem Dolorit gemauert, verputzt und weiß getüncht. Das Krüppelwalmdach ist mit einer doppelten Holzschalung gedeckt und zum Schutz vor der Witterung geteert. Ein gemauerter Gewölbekeller, der an das Haus angebaut wurde, macht Nesstofa zu einem der ungewöhnlichsten Steingebäude des 18. Jahrhunderts in Island. Es wurde 1978–86 im Auftrag des Nationalmuseums von Architekt Þorsteinn Gunnarsson restauriert. Die Stadt Seltjarnarnes begann im Jahr 2009 mit dem Bau eines Medizinmuseums in der Nähe des Steinhauses. Das Museumsgebäude, ein Entwurf des Architekturbüros Yrki Arkitektar, fügt sich sensibel in die Landschaft und historische Umgebung ein. Das Gebäude ist auf einer Seite in einen Hügel eingegraben und erlaubt dem Besucher auf das Dach zu laufen um von hier die Aussicht über die Faxaflói-Bucht zu genießen. In dem Betongebäude, das außen zum Teil verputzt und zum Teil mit schwarz gestrichenem Holz verkleidet wurde, befinden sich außer den beiden Ausstellungsräumen (I) eine Cafeteria (II), ein Konferenzraum sowie Räume für die Mitarbeiter.

The stone building at Nes was designed by Danish architect Jacob Fortling as a residence for the Surgeon General and a pharmacy. Bjarni Pálsson was the first surgeon general to live there. The design is believed to be based upon a design by architect Thurah for a pharmacy in Copenhagen, but Fortling made the building smaller and more modest with a typical Icelandic wooden roof. The building has survived unchanged; the walls are built of Icelandic basalt, rendered and painted white. The roof is half-hipped with a double layer of roofing: horizontal boards were first placed on the rafters, while the outer layer consisted of vertical boards with laths at the joins. For protection against the elements the roof was tarred. A stone storage cellar with a vaulted roof, added to the building, makes Nesstofa one of the most unusual 18th-century stone buildings in Iceland. Architect Þorsteinn Gunnarsson restored the building for the National Museum in 1978–86. The building, which originally housed Iceland's first pharmacy, is now a museum of medical history. In 2009, the town of Seltjarnarnes commenced construction on a building for the Medical and Health Care Museum close to the old stone house. The architectural office Yrki Arkitektar designed the building to harmonise with the surrounding landscape and history of the place. It is built into the slope on one side enabling visitors to walk onto the roof to enjoy a view over Faxaflói bay. The house is built of concrete, the exterior is plastered in part and partially covered by black painted wood. In addition to the two exhibition rooms (I), the building houses a cafeteria, a conference room, and work spaces for staff.

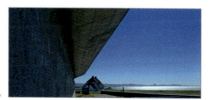

1

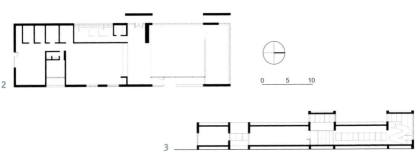

2

3

80 KFC í Keflavík

Að öðru jöfnu eru skyndibitastaðir byggðir eftir stöðluðum teikningum og taka ekki tillit til staðsetningar eða umhverfis. Arkitektastofan PKdM ákvað að rjúfa þessa hefð þegar hún hannaði KFC í Keflavík og ganga þvert á móti út frá sérstöðu staðarins. Byggingin, sem var fullgerð árið 2006, stendur í útjaðri iðnaðarhverfis innan um einlyft hús, stórar skemmur, skipsgáma og óbyggð svæði. Formin eru leikur með svarta kassa, vísa meðvitað í mælikvarða gámanna og einlyftu húsanna í grenndinni. Byggingin teygir sig upp á við til að hleypa inn birtunni. Inni fyrir myndast áhugavert samspil ljóss og skugga og ennfremur má skynja mismunandi birtuskilyrði árstíðanna. Stórir gluggar veita gestum óhindrað útsýni yfir landslagið og opna bygginguna út á við, að götunni og hafinu

2005–2006, PKdM Arkitektar
Krossmói, Keflavík, Reykjanesbær
1 Vesturhlið • Westansicht • West side
2 Grunnteikning • Grundriss • Plan of ground floor
3 Langsnið • Längsschnitt • Longitudinal Section
4 Inngangur• Eingang • Entrance
5 Þakgluggi • Oberlicht • Skylight

KFC Keflavík

Fast-Food-Restaurants werden üblicherweise in standardisierter Form errichten und nehmen keine Rücksicht auf Lage oder Umgebung. Das Architekturbüro PKdM beabsichtigte beim Entwurf der KFC-Niederlassung in Keflavík mit diesen Konventionen zu brechen und das Gebäude ortsspezifisch zu gestalten. Das Grundstück liegt am Rand eines Gewerbegebietes und ist umgeben von einer Mischung aus eingeschossigen Gebäuden, großen Lagerhallen mit Schiffscontainern und freier Landschaft. Das Volumen des im Jahr 2006 fertiggestellten Gebäudes ist ein Spiel mit schwarzen Kästen, das bewusst den Maßstab der Container und der eingeschossigen Bebauung nachahmt. Es dehnt sich in die Höhe aus, um Licht in das Gebäude zu bringen. Im Inneren sorgt dies für interessante Effekte aus Licht und Schatten und macht darüber hinaus das Licht der unterschiedlichen Jahreszeiten erlebbar. Große Verglasungen bieten den Gästen einen ungehinderten Ausblick in die freie Natur und öffnen das Gebäude zur Straße und zum Meer.

KFC in Keflavik

Fast-food restaurants are usually built according to standardised formulas that do not consider location or surroundings. The architectural office PKdM Arkitektar decided to break with convention and design KFC with the characteristics of the place in mind. The building, which was completed in 2006, sits on the outskirts of an industrial area surrounded by one-storey buildings, large warehouses, shipping containers, and open landscape. The forms are a play on black boxes, deliberately referencing the nearby one-storey houses and shipping containers. The building stretches upward to let in light. This creates an interesting effect inside with light and shadows shifting, offering a sense of the different quality of light depending on the season. Large windows offer guests unobstructed views of the landscape, opening the building out to the street and sea.

4

5

Aðrar byggingar

81 Fjárrétt að Staðarborg
Fjárborgin á Strandarheiði er talin mörg
hundruð ára gömul og var friðuð árið 1951.
Veggirnir eru 1,5 m þykkir og 2 m háir, hag-
anlega hlaðnir úr grjóti. Þeir mynda hring
og er svæðið innan þeirra 8 m að þvermáli.

82 Fyrrverandi útver að Selatöngum
Í vesturjaðri Ögmundarhrauns milli Grinda-
víkur og Krýsuvíkur er að finna rústir þess-
arar einföldu veiðistöðvar sem var notuð til
1880.

83 Hvalsneskirkja
Þessa athyglisverðu steinkirkju reistu stein-
smiðirnir Magnús Magnússon og Stefán
Egilsson á árunum 1886–87 á bænum
Hvalsnesi. Hún er hlaðin með sömu tækni
og steinkirkjan í Njarðvík úr blágrýti úr
nágrenninu, en stærri viðarhlutar eru úr
rekaviði af ströndinni og einnig mahóníviðar-
urinn í prédikunarstólnum.

84 Skáta- og farfuglaheimilið í Hafnarfirði
Teikning arkitektanna Sigríðar Magnús-
dóttur og Hans-Olavs Andersen að bygging-
um þessum í útjaðri Hafnarfjarðar er frá
1992. Þær eru klæddar óunnum lerkiviði
og falla vel að grasbreiðunum og hrauninu
umhverfis.

Weitere Gebäude

Other Buildings

Schafspferch Staðarborg

Dieser vermutlich mehrere Hundert Jahre alte Schafspferch in Strandarheiði steht seit 1951 unter Denkmalschutz. Die 1,5 m dicken und 2 m hohen Wände aus kunstvoll aufgeschichteten Feldsteinen umfassen einen kreisförmigen Raum von 8 m Durchmesser.

Sheep Corral, Staðarborg

The sheep corral on Strandarheiði, believed to be many hundreds of years old, has been a listed building since 1951. The walls are 1.5 m thick and 2 m in height, skilfully built of rock. The walls form a circle, 8 m in diameter.

Fischerstation Selatangar

Am westlichen Ende des Lavafeldes Ögmundarhraun zwischen Grindavík und Krýsuvík sind die Überreste dieser ehemaligen einfachen Fischerstation zu finden, die bis 1880 genutzt wurde.

Old Fishing Station, Selatangar

At the westernmost end of the Ögmundarhraun lava field between Grindavík and Krýsuvík are the ruins of this simple seasonal fishing station, which remained in use until 1880.

Kirche von Hvalsnes

In der selben Technik wie die Steinkirche in Njarðvík wurde auf dem Hof Hvalsnes diese bemerkenswerte Steinkirche in den Jahren 1886–87 von den Steimetzen Magnús Magnússon und Stefán Egilsson errichtet. Man verwendete dafür „blaue" Basaltblöcke, *blágrýti*, aus der Gegend, die größeren Holzteile sind aus Treibholz der benachbarten Küsten, ebenso das Mahagoniholz der Kanzel.

Hvalsnes Church

This interesting stone church was built by stonemasons Magnús Magnússon and Stefán Egilsson in 1886–87 at the farm of Hvalsnes. It is built with the same technique as the stone church in Njarðvík, using local basalt. Larger wooden articles, including the mahogany of the pulpit, are made of driftwood gathered from the shore.

Pfadfinder- und Jugendherberge Hafnarfjörður

Der Entwurf der Architekten Sigríður Magnúsdóttir und Hans-Olav Andersen für diese Gebäude am Rande von Hafnarfjörður stammt aus dem Jahr 1992. Sie sind mit unbehandeltem Lärchenholz verkleidet und fügen sich harmonisch ein in die Umgebung aus Wiesen und Lavafelsen.

Scout Centre and Youth Hostel in Hafnarfjörður

The design by architects Sigríður Magnúsdóttir and Hans-Olav Andersen for these buildings on the outskirts of Hafnarfjörður dates from 1992. Clad in untreated larch, the buildings blend well with the surrounding grassland and lava.

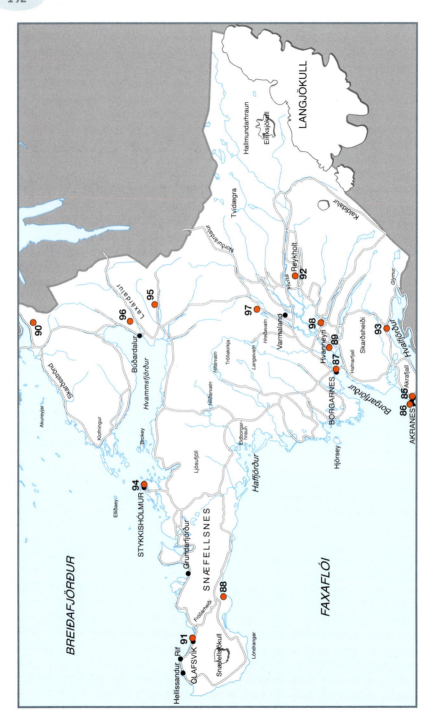

LANGJÖKULL

Hallmundarhraun

Eiríksjökull

Kaldidalur

Tvídægra

Norðurárdalur

Reykholt **92**

Hvítá

Glymur

Laxárdalur **95**

96

Búðardalur

90

Skarðsströnd

Akureyjar

Klofningur

Hvammsfjörður

97

Hredavatn

Varmaland

98

Hvanneyri **89**

87

BORGARNES

Borgarfjörður

Skarðsheiði **93**

Hafnarfjall

Hvalfjörður

Akrafjall **85**

86

AKRANES

Hítarvatn

Tröllakirkja

Langavatn

Hítará

Hítardalsvatn

Brokey

Ljósufjöll

Elborgar-hraun

Haffjörður

Hjörsey

BREIÐAFJÖRÐUR

Elliðaey

STYKKISHÓLMUR **94**

Grundarfjörður

SNÆFELLSNES

88

FAXAFLÓI

Fróðárheiði

Hellissandur Rif **91**

ÓLAFSVÍK

Snæfellsjökull

Lóndrangar

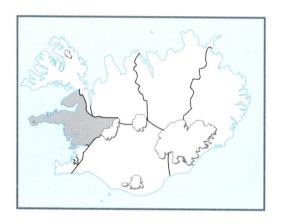

VESTURLAND

WESTISLAND

WEST ICELAND

1

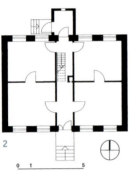

2

3

0   1   5

85 Prestsbústaður og safn að Görðum

Prestsbústaðurinn að Görðum var reist-
ur 1876–82 og markar nýjan áfanga í
íslenskri byggingalistarsögu: Þar eð ekki
fannst hentugt grjót til steinhleðslu á svæð-
inu greip smiðurinn, Sigurður Hansson, til
þess ráðs að hlaða húsið úr mótasteyptum
steinum úr kalksteypu, auk þess sem gafl-

ar þess voru steyptir í heilu lagi í mótum.
Þar með var stigið fyrsta skrefið í átt til
steinsteypuhúsa á Íslandi, enda þótt hús-
inu svipaði að nær öllu leyti til venjulegra
timburhúsa, að stórum gluggunum frátöld-
um. Byggingin stendur á lóð Byggðasafns
Akraness, en þar hafa fleiri gömul hús úr
nágrenninu verið endurreist. Aðalbygging
safnsins reis á árunum 1968–74 og er henni
skipt í einingar sem eiga að laga sig eðlilega
að heild eldri húsanna sem eru smá í snið-
um. Safnið er hugsað samsett úr 5 eining-
um sem allar eru eins og bjóða upp á fjöl-
breytta tengimöguleika til sýningahalds. Enn
hafa aðeins tvær eininganna verið byggðar.
Salirnir fá dagsbirtu um loftglugga og mjóa
glugga á útveggjum.

1876–1882, Garðahúsið
1968–1974, Byggðasafn, Ormar Þór
Guðmundsson, Örnólfur Hall
Garðar, Akranes
1 Prestsbústaðurinn • Ansicht Pfarrhaus • Rectory
2 Grunnteikning prestsbústaðar • Grundriss Pfarrhaus
• Ground plan, rectory
3 Safn; aðalbygging • Museum; Hauptgebäude •
Museum; main building
4 Grunnteikning aðalbyggingar • Grundriss
Hauptgebäude • Ground plan, museum

Pfarrhaus und Museum Garðar

Rectory and Museum, Garðar

Das Pfarrhaus Garðahúsið, erbaut 1876–82, stellt einen wichtigen Wendepunkt in der isländischen Architekturgeschichte dar: Da der Steinmetz Sigurður Hansson in der Umgebung keinen geeigneten Naturstein zum Mauern vorfand, formte er aus dem vorgefundenen Steinmaterial und Zement Mauersteine, mit welchen er die Wände erbaute. Die Giebelwände stellte er aus dem gleichen Material her, das er an Ort und Stelle in eine Holzschalung einfüllte. Dies war der erste Schritt zum Betonhaus in Island, wenn auch das Gebäude bis auf die großen Fenster in fast jeder Hinsicht dem gewöhnlichen Holzhaus ähnlich war. Das Gebäude steht auf dem Museumsgelände des Heimatmuseums Akranes, wo noch weitere alte Gebäude der Umgebung wiederaufgebaut wurden. Das Hauptgebäude Byggðasafn wurde von 1968 bis 1974 in Form von kleinen Gebäudeeinheiten errichtet, die sich harmonisch in die Gruppe der älteren, kleinen Gebäude einfügen sollen. Es besteht aus 5 gleichen Einheiten, die vielfältige Kombinationen für Ausstellung ermöglichen. Nur zwei der Einheiten wurden bislang realisiert. Die Räume werden über Oberlichter und Fensterschlitze in den Außenwänden belichtet.

The Garðar rectory, built in 1876–82, marked a turning point in Icelandic architecture: finding that no suitable building stone was available locally, stonemason Sigurður Hansson resorted to casting blocks of aggregate and lime to build with. The gables were cast in situ, using wooden shuttering. This was the first step towards concrete construction in Iceland, although the house resembles an ordinary wooden house in almost every way, with the exception of the large windows. The house stands in the grounds of the Akranes Folk Museum, where several other old buildings from the region have been reconstructed. The main museum building was built in 1968–74; it comprises units which are intended to harmonise with the collection of older, small houses. The concept is for five identical units, which can be linked together in a variety of ways for exhibitions. So far only two units have been constructed. The exhibition rooms are lit by skylights and narrow windows in the exterior walls.

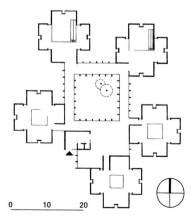

4   0   10   20

1

2

86 Suðurgata 57 á Akranesi

Húsið var upprunalega byggt fyrir Lands-
bankann. Það stendur í gamla miðbænum
á Akranesi við götu sem tengir aðalgöturn-
ar tvær. Teikningin gerði ráð fyrir að þess-
ari tengigötu yrði lokað og lítið torg lagt
fyrir framan bankann þar sem komið yrði
fyrir höggmynd sem minnti á hið forna
vatnsból bæjarins. Byggingin átti að laga
sig að umhverfi sínu jafnframt því að henta
því hlutverki sem henni var ætlað. Hlutar
hennar eru úr sjónsteypu, en í hönnuninni er
tekið mið af hlutföllum og byggingaraðferð-
um nærliggjandi húsa. Þar sem húseigend-
ur vildu ekki uppistöðustoðir í afgreiðslu-
salnum er þeim komið fyrir við útveggina. Í
bilinu milli stoða og veggja liggja kyndi- og
loftræstingarstokkar. Bankinn er ekki lengur
til húsa í byggingunni. Afgreiðslusalnum var
breytt fyrir starfsemi Símenntunarstöðvar
en á efri hæðum eru skrifstofur og ein íbúð.

1965–1971, Ormar Þór Guðmundsson, Örnólfur
Hall
Suðurgata 57, Akranes
1 Austurhlið • Ostansicht • East side
2 Vesturhlið • Westansicht • West side
3 Grunnteikning jarðhæðar • Grundriss Erdgeschoss •
   Plan of ground floor

Suðurgata 57, Akranes

Das ursprünglich für die Landesbank errichtete Bankgebäude steht im alten Stadtzentrum von Akranes an einer Straße, die die beiden Hauptstraßen miteinander verbindet. Der Entwurf sah vor, diese Verbindungsstraße stillzulegen und vor der Bank einen kleinen Platz mit einer Wasserskulptur zu schaffen, die an die ehemalige Stadtquelle an dieser Stelle erinnert. Das Gebäude sollte sich in seine Umgebung einfügen und dennoch seinem Zweck gerecht werden. Teile des Gebäudes sind aus Sichtbeton, bei der Gestaltung wurden jedoch die Proportionen und Baumethoden der umliegenden Bebauung berücksichtigt. Da der Bauherr keine Stützen in der Kundenhalle wollte, wurden diese an den Außenwänden angeordnet. Im Bereich zwischen Stützen und Wänden verlaufen die Heizungs- und Lüftungskanäle. Die Bank befindet sich zwischenzeitlich nicht mehr im Gebäude. Die Kundenhalle wurde in eine Weiterbildungsstätte umgebaut und in den oberen Geschossen befinden sich Büros und eine Wohnung.

Suðurgata 57, Akranes

The building was initially constructed to house Landsbankinn bank. It stands in the old centre of Akranes, on a street that links the two main streets. According to the design, this street was to be closed, and a small square made in front of the bank, with a sculpture as a reminder of the town's ancient well. The building was intended to blend in well with its surroundings, and to be suitable for its role. Parts of the building are of exposed concrete; but in the design the proportions and building methods of adjacent houses were taken into account. Since the owners of the building wished to avoid having pillars in the public area of the bank, these are placed at the exterior walls. In the gap between pillar and wall are heating and air-conditioning ducts. The bank is no longer in the building. The customer hall has been converted to accommodate a training centre and the upper floors house offices and an apartment.

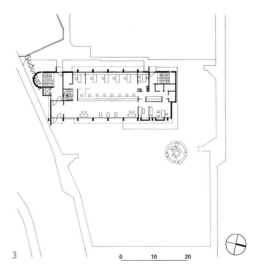

3   0   10   20

1

2

3

0 5 10

87 Menntaskóli Borgarfjarðar

Arkitektastofunni Kurt og Pí var falin hönn-
un skólahússins og lagði við verkið áherslu
á að tengja það stórbrotnu landslaginu á
staðnum, klettum og gróðri. Byggingin
skyldi taka tillit til áhrifamikils útsýnisins
og kallast á við umhverfið. Hún er á tveimur
hæðum og hýsir skólastofur, skrifstofur og
samkomusal. Þessum vistarverum var komið

2005–2008, Kurt og Pí
Borgarbraut 54, Borgarnes
1 Suðurhlið • Südansicht • South Side
2 Vesturhlið • Westansicht • West side
3 Grunnteikning jarðhæðar • Grundriss Erdgeschoss •
   Plan of ground floor
4 Innrými með felliveggjum • Innenbereich mit
   Faltwänden • Interior with folding walls
5 Inngangur • Eingang • Entrance

skipulega fyrir á lóðinni í aðskildum bygg-
ingareiningum. Hið opna rými sem mynd-
aðist á milli herbergjanna býður fjölbreyti-
legt útsýni úr stórum gluggunum. Ytri rými
eru felld að óreglulegri heildargrunnmynd-
inni. Samkomusalurinn rúmar 240 gesti og
með felliveggjum má opna hann og breyta í
fjölnotarými. Listamaðurinn Þór Vigfússon
hannaði felliveggina með marglitum rönd-
um sem andsvar við hvítum og gráum litum
í opna rýminu umhverfis salinn. Á framhlið-
inni eru koparplötur, óreglulegar að lögun
og eilítið oxaðar og vísa þannig í klettana
umhverfis. Byggingin var fullgerð árið 2008
og hlaut menningarverðlaun DV í arkitekt-
úr sama ár. Hún er auk skólastarfsins notuð
fyrir ýmsar samkomur á vegum bæjarins.

Borgarfjörður College

Das Ziel des mit der Planung des Schulgebäudes beauftragten Architekturbüros Kurt og Pí war es, die spektakuläre Umgebung mit ihrer speziellen Stein- und Pflanzenwelt in den Entwurf einzubeziehen. Das geplante Gebäude sollte die beindruckende Aussicht berücksichtigen und mit der Umgebung kommunizieren. In dem zweigeschossigen Schulgebäude befinden sich Klassenräume, Büros und eine Aula. Die Räume wurden als einzelne Gebäudeblöcke sorgfältig auf dem Gelände platziert. Die zwischen den Räumen entstandenen Freiflächen und Korridore bieten mit ihren großen Fensterflächen Ausblicke unterschiedlicher Art. Die Außenräume werden in den unregelmäßigen Grundriss einbezogen. Die Aula, die Platz für 240 Personen bietet, lässt sich durch Faltwände zu einem multifunktionalen Raum öffnen. Der Künstler Þór Vigfússon entwarf die Faltwände mit den mehrfarbigen Streifen als Reaktion auf die Weiß- und Grautöne im offenen Bereich um die Aula. Die Kupferblechplatten in der Fassade beziehen sich mit ihren Oxidationsspuren und unregelmäßigen Formen auf die Felsen der Umgebung. Das 2008 fertiggestellte Schulgebäude, das auch für Veranstaltungen der Gemeinde genutzt wird, wurde im selben Jahr mit dem Isländischen DV-Kulturpreis für Architektur ausgezeichnet.

Borgarfjörður College

The focus of the design of the college building by the architectural firm Kurt og pí was to incorporate the magnificent landscape and the rock formations and fauna in the surroundings. The building was meant to take into account the impressive views and echo the environment. The two-storey school building houses class rooms, offices, and an assembly room. These spaces were strategically placed on the premises as individual building units. The open space between these building blocks offers a wide range of views through the large windows. The exterior areas are integrated into the irregular ground plan. The assembly room accommodates 240 guests and can be opened and transformed into a multifunctional space with folding walls. The artist Þór Vigfússon designed the folding walls, using multi-coloured stripes to counter the white and grey tones of the open space around the assembly room. The facade has copper sheets that are irregular in shape and slightly oxidised, referencing the surrounding crags.

The construction was completed in 2008 and received the DV Culture Prize for architecture that same year. In addition to housing the college, the building is frequently used for various events organised by the town.

4

5

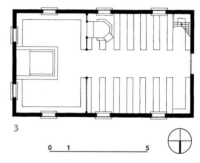

0 1   5

88 Búðakirkja

Kirkjan að Búðum er ein elsta timburkirkja á Íslandi. Hún var byggð í stað eldri kirkju að frumkvæði Steinunnar Sveinsdóttur kaupmannsfrúar. Vegna raka í jörðu og ónógs viðhalds á árum áður tókst Þjóðminjasafninu aðeins að bjarga hlutum kirkjunnar, en hún var endurreist á þurrari stað árin 1984–86 undir stjórn Harðar Ágústssonar listmálara. Hlutföll byggingarinnar eru öll vandlega útreiknuð og ströng, jafnt í grunnteikningu sem þversniði. Útveggir hennar og þak eru með lóðréttri viðarklæðningu og tjörguð til varnar gegn ágangi veðurs. Gluggaumgerðir eru hvítar og með grísk-klassísku lagi. Litlar svalir með orgeli eru við vesturendann og yfir þeim rís klukkuturninn með tveimur klukkum. Önnur þeirra er frá árinu 1672 og dyrahringur er frá 1703. Eftir að byggingin var endurreist gegnir hún á ný upphaflegu hlutverki sínu sem guðshús.

1848
Búðir, Snæfellsnes
1 Vesturhlið • Westansicht • West side
2 Inngangur • Eingang • Entrance
3 Grunnteikning • Grundriss • Ground plan
4 Gluggi • Fenster • Window
5 Þversnið • Querschnitt • Cross-section

Kirche von Búðir

Diese Kirche, die zu den ältesten Holzkirchen Islands zählt, wurde auf Initiative der Kaufmannsfrau Steinunn Sveinsdóttir an der Stelle einer früheren Kirche errichtet. Aufgrund des feuchten Standorts und der mangelnden Instandhaltung in der Vergangenheit konnte das Nationalmuseum jedoch nur Teile der Kirche erhalten, die 1984–86 an einer trockeneren Stelle wieder aufgebaut wurde unter Aufsicht des Künstlers Hörður Ágústsson. Sowohl im Grundriss als auch im Schnitt sind die Proportionen streng festgelegt. Außenwände und Dach der Kirche sind mit senkrechter Holzschalung verkleidet und zum Schutz vor Witterung geteert, die weißen Fenster griechisch-klassizistisch umrahmt. Eine kleine Galerie mit Orgel befindet sich am westlichen Ende, darüber erhebt sich der Glockenturm, in dem zwei Glocken aufgehängt sind. Eine der Glocken datiert aus dem Jahr 1672, ein Türring stammt aus dem Jahr 1703. Das Gebäude steht seit der Renovierung wieder im Dienst der Kirche.

Búðir Church

The church at Búðir is one of the oldest wooden churches in Iceland, built in place of an older church on the initiative of Steinunn Sveinsdóttir, a merchant's wife. Due to dampness in the earth and inadequate maintenance in the past, the National Museum could save only fragments of the building, which was reconstructed in a dryer location in 1984–86 under the supervision of the artist Hörður Ágústsson. The proportions of the church are all carefully and strictly calculated, both in groundplan and cross-section. The exterior walls and roof are clad with vertical wooden weatherboarding, and tarred for protection against the elements. The white-painted window-frames are in the Greco-Roman style. At the western end of the church is a small gallery with an organ, and above this a tower with two bells. One of those dates from 1672, and the ring on the door from 1703. After its reconstruction, the building is now used as a church once more.

4

5

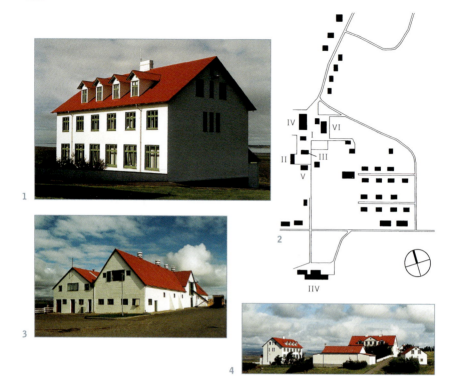

89 Bændaskólinn á Hvanneyri

Skólinn var stofnaður 1889. Í fyrstu til-
heyrðu honum aðeins skólahúsin sjálf.
Árið 1905 var kirkjan (I) sem enn stend-
ur reist eftir teikningum Rögnvaldar Ólafs-
sonar arkitekts í stað safnaðarkirkjunn-
ar sem hafði brunnið tveimur árum áður.
Kirkjubyggingin, sem er úr timbri, klædd
bárujárni og á stálstyrktum steinsökkli, er
í eigu skólans. Sami arkitekt teiknaði enn-
fremur gamla skólahúsið (II) frá árinu

1910, en þar eru enn m.a. aðalkennslustof-
ur skólans. Eftir að íbúðarhúsið brann einn-
ig árið 1917 teiknaði Guðjón Samúelsson
nýja byggingu (III) með nokkrum íbúðum
og var hún reist 1920. Hann gerði veggi
hússins ofanjarðar tvöfalda og fyllti milli-
rýmið torfi. Ennfremur teiknaði hann fjós
1928–29, og í 40 ár var tilraunastofa skól-
ans til húsa á háalofti þess. Síðar var bætt
við fleiri byggingum, s. s. íþróttahúsi (V)
og tæknideild (VI), og milli 1965 og 1979
var heimavistin (VII) byggð eftir teikning-
um arkitektanna Sigurjóns Sveinssonar og
Þorvaldar Kristmundssonar. Þannig hefur
smám saman myndast lítill byggðarkjarni
umhverfis samstæða heild skólahúsanna og
þar búa nú um 100 manns.

1905–1929

Hvanneyri

1 Gamli skólinn • Alte Schule • Old schoolhouse
2 Afstöðukort • Lageplan • Location plan
3 Fjós • Kuhstall • Cattleshed
4 Heildarmynd • Gesamtansicht • Overall view
5 Kirkja • Kirche • Church

Landwirtschaftliche Hochschule Hvanneyri

Agricultural College, Hvanneyri

Die 1889 gegründete Schule bestand zunächst nur aus den Schulgebäuden selbst, nachdem jedoch im Jahr 1903 die Gemeindekirche durch ein Feuer zerstört worden war, wurde 1905 die heutige Holzkirche (I) nach einem Entwurf von Architekt Rögnvaldur Ólafsson errichtet. Die mit Wellblech verkleidete Holzkirche, die auf einen stahlbewehrten Steinsockel gestellt wurde, befindet sich im Besitz der Schule. Derselbe Architekt entwarf auch das alte Schulhaus (II) aus dem Jahr 1910, in dem sich noch heute unter anderem die Hauptunterrichtsräume befinden. Nachdem im Jahr 1917 auch das Wohnhaus abbrannte, entstand nach Plänen von Architekt Guðjón Samúelsson 1920 ein neues Wohngebäude (III) mit mehreren Wohnungen, dessen oberirdische Wände er zweischalig errichten ließ und den Zwischenraum mit Torf verfüllte. Er errichtete 1928–29 auch einen Kuhstall, auf dessen Dachboden sich 40 Jahre lang ein Labor der Schule befand. Weitere Gebäude wie beispielsweise Sporthalle (V) und Technikabteilung (VI) wurden ergänzt, und zwischen 1965 und 1979 erbaute man nach dem Entwurf der Architekten Sigurjón Sveinsson und Þorvaldur Kristmundsson das Internat (VII). So hat sich im Lauf der Zeit neben den harmonisch zusammengefügten Schulgebäuden ein kleiner Ortskern entwickelt, in dem heute etwa 100 Menschen wohnen.

The college was founded in 1889. Originally it comprised only the college buildings, but in 1905 the present church (I) was built to a design by Rögnvaldur Ólafsson, replacing a parish church which had burned down two years previously. The church, which is built of wood, clad with corrugated iron, on a steel-reinforced stone foundation, belongs to the college. The old schoolhouse (II) from 1910, where the college's principal classrooms still are, was designed by the same architect. After the house on the site burned down in 1917, Guðjón Samúelsson designed a new building (III) comprising several apartments, built in 1920. The walls are double above ground level, the cavity being filled with turf. He also designed a cattleshed in 1928–29 and for 40 years the college's laboratory was accommodated in the loft of this building. More buildings were added subsequently, such as the gymnasium (V), technical department (VI), and in 1965–79 a students' dormitory (VII), designed by architects Sigurjón Sveinsson and Þorvaldur Kristmundsson. Thus, a small community has gradually grown up around the college buildings, where about 100 people now live.

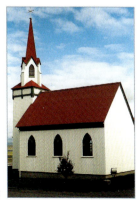

5

1

2

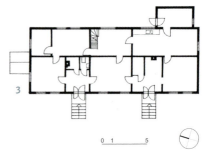

3

0 1   5

90 Landbúnaðarskólinn í Ólafsdal

Fyrsta bændaskólann á Íslandi stofnaði Torfi Bjarnason í Ólafsdal 1880 og rak hann til ársins 1907. Á bænum voru skólahúsið, tvílyft timburhús reist 1896, og fleiri byggingar svo sem smiðja og gripahús. Undir stjórn Hjörleifs Stefánssonar arkitekts voru gerðar endurbætur á skólahúsinu 2009 og það er notað sem kaffihús á sumrin. Leifar hafa varðveist af nokkrum öðrum byggingum á staðnum og áformað er að endurbyggja einhver húsanna sem sögulega mikilvægar minjar.

1896
2009, Hjörleifur Stefánsson
Ólafsdalur, Dalasýsla
1 Gömul húsaþyrping • Ehemalige Gebäudegruppe
   Landwirtschaftsschule • Former group of buildings
2 Skólahúsið uppgert • Schulgebäude • Renovated
   school building
3 Grunnteikning skólahúss• Grundriss Schulgebäude
   renoviert • School building plan of ground floor
4 Rústir gamalla húsa • Überreste • Remaining ruins

Ólafsdalur
Landwirtschaftsschule

Agricultural College in
Ólafsdalur

Die erste Landwirtschaftsschule Islands wurde 1880 von Torfi Bjarnason gegründet und bis 1907 betrieben. Die Anlage umfasste das im Jahr 1896 errichtete Schulhaus, ein zweigeschossiges Gebäude in Holzkonstruktion, sowie weitere Bauten wie Werkstatt und Stallungen. Das Schulhaus wurde im Jahr 2009 unter der Leitung des Architekten Hjörleifur Stefánsson umgebaut und ist während des Sommers als Café geöffnet. Von den übrigen Gebäuden sind zum Teil noch Überreste vorhanden. Es ist geplant, einige Häuser wieder aufzubauen und das Anwesen als historische Stätte zu erhalten.

The first agricultural college in Iceland was founded by Torfi Bjarnason in Ólafsdalur in 1880 who headed it until 1907. The farm consisted of the school building, a two-storey timber house built in 1896, and other buildings such as a workshop and animal sheds. Architect Hjörleifur Stefánsson oversaw renovations to the school building in 2009, which is now used as a café during summer. The remains of a few other buildings have been preserved and plans are for rebuilding some of the houses for their historical importance.

4

1

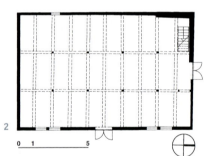

2

0 1 5

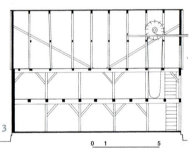

3

0 1 5

91 Pakkhúsið í Ólafsvík

Hluti verslunarhúsanna í Ólafsvík hafði brunnið 1843 og ári síðar lét Hans Clausen kaupmaður byggja pakkhúsið sem þá var, ásamt krambúðinni, miðja þorpsins. Bygging

þessi er af tegund sem er sjaldséð á Íslandi og er frá tímum breytinga og endurskipulagningar í íslenskri verslun sem hófust með afnámi einokunarverslunar árið 1787. Byggingin er bindingshús með háu sperruþaki, klædd utan með listaþili, viðarborðum með listum á samskeytum. Þakið var með tvöfaldri viðarklæðningu og var líklega tjargað í upphafi, eins og útveggirnir. Pakkhúsið var friðað 1970 og gert upp undir stjórn Harðar Ágústssonar listmálara. Þar er nú safn.

1844
Ólafsbraut 12, Ólafsvík
1 Heildarmynd • Gesamtansicht • Overall view
2 Grunnteikning jarðhæðar • Grundriss Erdgeschoss • Plan of ground floor
3 Langsnið • Längsschnitt • Longitudinal section
4 Ísómetrísk teikning • Isometrische Zeichnung • Isometric drawing

Lagerhaus in Ólafsvík

Nachdem 1843 ein Teil der Handelsgebäude in Ólafsvík abgebrannt war, errichtete man ein Jahr später dieses Lagerhaus für den Kaufmann Hans Clausen, welches damals zusammen mit einem Krämerladen den Ortskern bildete. Dieser Gebäudetyp ist selten in Island und gehört zu einer Epoche, die der Abschaffung des Handelsmonopols im Jahr 1787 folgte und geprägt war von Veränderungen und Entwicklungen im isländischen Handel. Das zweigeschossige Fachwerkgebäude mit hohem Dachstuhl ist außen mit einer senkrechten Leistenschalung verkleidet. Das Dach erhielt eine doppelte Holzdeckung und war vermutlich wie die Außenwände ursprünglich geteert. Das seit 1970 unter Denkmalschutz stehende Lagerhaus wurde unter Aufsicht des Künstlers Hörður Ágústsson renoviert und beherbergt heute ein regionales Museum.

Warehouse, Ólafsvík

Several of the trading buildings of Ólafsvík burned down in 1843, and the following year merchant Hans Clausen had the warehouse built; this, along with the general store, was the centre of the village. This type of building is rare in Iceland, and it belongs to the period of change and development in Icelandic trade and commerce that followed the abolition of monopoly trading in 1787. The building is a two-storey timber-frame structure with a high truss roof. The exterior is clad in vertical wooden boards with laths at the joins. The roof had a double wooden covering, and was probably originally tarred like the exterior walls. The warehouse, a listed building since 1970, has been restored under the supervision of the artist Hörður Ágústsson. It now houses a museum.

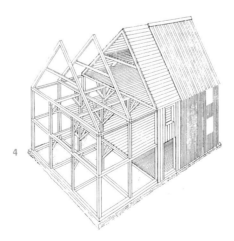

4

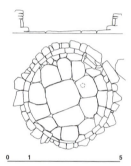

0   1   5

92 Snorralaug og Snorrastofa

Í Reykholti, bæ Snorra Sturlusonar rit-
höfundar og fræðimanns (1178?–1241),
er laugin (I) sem við hann er kennd, hring-
laga baðlaug með hveravatni. Hún er gerð
úr hveragrjóti, líklega á tímum Snorra, og

3,7–3,9 m í þvermál. Dýptin er 54–84 cm
og er botninn lagður flötum hverasteinshell-
um. Veggirnir eru hlaðnir án steinlíms og set-
bekkur áfastur þeim. Heita vatnið var leitt í
laugina úr hvernum Skriflu (II) um tvo nið-
urgrafna stokka. Árið 1930 fundust jarð-
göng sem lágu frá bæ Snorra að lauginni. Í
tengslum við kirkju og bókasafn var fræða-
setrið Snorrastofa (III) stofnsett í Reykholti
í minningu Snorra, en hann er höfundur
rómaðra miðaldarita, s. s. Snorra-Eddu og
Heimskringlu og hugsanlega Egils sögu. Þar
eiga í framtíðinni að fara fram rannsóknir
á verkum þessa merka höfundar. Nýju bygg-
ingarnar teiknaði Garðar Halldórsson arki-
tekt, en þær risu á árunum 1988–99.

Bad und Kulturzentrum Snorri Sturluson

In Reykholt, dem früheren Wohnsitz des Gelehrten und Schriftstellers Snorri Sturluson (1178?–1241), befindet sich das aus heißen Quellen gespeiste Warmwasserbecken Snorralaug (I). Das runde, aus Geyserit-Steinen (Opal) gebaute Becken stammt vermutlich aus der Zeit des Snorri Sturluson, und misst 3,7–3,9 m im Durchmesser. Die Tiefe beträgt 54–84 cm, der Boden des Beckens ist mit flachen Geyseritplatten belegt. Die Wände wurden aus mörtellos verlegten Steinlagen errichtet, in die ein Absatz zum Sitzen eingearbeitet wurde. Das heiße Wasser wurde in zwei unterirdischen Rinnen von der Quelle Skrifla (II) in das Bad geleitet. Im Jahr 1930 entdeckte man einen unterirdischen Tunnel, der vom Wohnhaus des Schrifstellers zum Bad führte. Für Snorri Sturluson, der im Mittelalter unter anderem berühmte Bücher wie Snorra-Edda, Heimskringla und möglicherweise Egils Saga verfasste, wurde im Zusammenhang mit einer Kirche und einer Bibliothek ein kulturelles Zentrum Snorrastofa (III) in Reykholt errichtet, in dem zukünftig die Werke des großen Schriftstellers erforscht werden können. Die neuen Gebäude, ein Entwurf des Architekten Garðar Halldórsson, wurden 1988–99 erbaut.

Snorri Sturluson Hot Pool and Cultural Centre

At Reykholt, where the scholar/writer Snorri Sturluson (1178?–1241) lived, is "Snorri's Pool,"(I) a circular pool filled with geothermal water. Built from geothermal rock, probably at the time of Snorri Sturluson, the pool is 3.7–3.9 metres in diameter. It is 54–84 cm deep, with flat geothermal rock slabs on the bottom. The walls are of drystone construction, forming a bench within the pool. Hot water was piped from the hot spring Skrifla (II) to the pool via two underground channels. In 1930, a tunnel was discovered that had provided access from Snorri's farmstead to the pool. The cultural centre Snorrastofa (III) was built in Reykholt, adjacent to the church and school, in memory of Snorri Sturluson, the author of such renowned medieval works as the Prose Edda, Heimskringla (History of the Kings of Norway), and possibly Egils Saga. This is to be a centre of research into Snorri's work. The new buildings, designed by architect Garðar Halldórsson, were constructed in 1988–99.

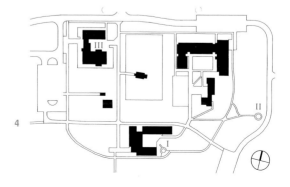

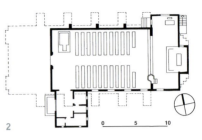

93 Hallgrímskirkja í Saurbæ á Hvalfjarðarströnd

Árið 1934 var efnt til samkeppni um kirkju til minningar um Hallgrím Pétursson prest og sálmaskáld sem hafði verið sóknarprestur í Saurbæ 1651–69. Engin tillagnanna sem bárust í keppnina hlaut fyrstu verðlaun og var húsameistara ríkisins, Guðjóni Samúelssyni, þess í stað falið að teikna kirkjuna. Undirstöður hennar voru steyptar, en síðan var framkvæmdum hætt vegna stríðsins. Að Guðjóni Samúelssyni látnum var arkitektunum Sigurði Guðmundssyni og Eiríki Einarssyni falið að teikna nýja kirkju árið 1953. Enda þótt kirkjan væri samkvæmt síðari teikningunni minni og einfaldari en hin fyrri var hún reist á grunni hennar. Hún er 21,35 m löng, kirkjuskipið 9,4 m breitt og kórinn 11,4 m. Byggingin er úr járnbentri steinsteypu og að innan klædd dönskum múrsteini. Á þak kirkjunnar var sett koparklæðning, og sömuleiðis á risþak turnsins sem er 20 m hár. Kirkjan er eitt athyglisverðasta guðshús eftirstríðsáranna og jafnframt gerir samspil klassískra forma og nútímalegrar efnisnotkunar hana að einu fegursta verki höfundanna. Í byggingunni sjást áhrif frá erlendri steinkirkjuhefð og hún er frábrugðin öðrum íslenskum kirkjum vegna ósamhverfra viðbygginga beggja vegna kirkjuskipsins og steinklæðningarinnar inni.

1954–1957, Sigurður Guðmundsson, Eiríkur Einarsson

Saurbær, Hvalfjarðarströnd

1 Suðvesturhlið • Südwestansicht • Southwest side
2 Grunnteikning • Grundriss • Ground plan
3 Inni í kirkjunni • Innenansicht • Interior

Hallgrímskirche in Saurbær, Hvalfjarðarströnd

Im Jahr 1934 wurde ein Wettbewerb durchgeführt für eine Kirche zur Erinnerung an den Pastor und Dichter Hallgrímur Pétursson, der 1651–69 Pastor in Saurbær war. Keiner der eingereichten Entwürfe kam auf den ersten Platz, und man beauftragte daher Staatsarchitekt Guðjón Samúelsson eine Kirche zu entwerfen. Nachdem die Fundamente gegossen waren, wurde der Bau wegen des 2. Weltkrieges eingestellt. Nach Samúelssons Tod beauftragte man 1953 Sigurður Guðmundsson und Eiríkur Einarsson mit dem Entwurf einer neuen Kirche. Obwohl die neue Kirche einfacher und kleiner war als die ursprünglich geplante Kirche, errichtete man sie auf deren Grundmauern. Sie ist 21,35 m lang, das Kirchenschiff ist 9,4 m, der Chor 11,4 m breit. Sie wurde in Stahlbeton errichtet und auf den Innenflächen mit dänischen Ziegeln verkleidet. Für die Eindeckung des Kirchendaches und des Satteldaches des 20 m hohen Turms verwendete man Kupferblech. Die Kirche ist eine der bemerkenswertesten Sakralbauten aus der Nachkriegszeit und aufgrund der gelungenen Kombination von klassischer Form und moderner Materialwahl eines der schönsten Werke der Architekten. Sie zeigt Einflüsse ausländischer Steinkirchentradition und unterscheidet sich durch die unsymmetrischen Anbauten zu beiden Seiten des Kirchenschiffs und die Steinverkleidung im Innenraum gänzlich von den isländischen Kirchenbauten.

Church of Hallgrímur, Saurbær, Hvalfjarðarströnd

In 1934 a competition was held to design a church in memory of devotional poet the Rev. Hallgrímur Pétursson, who was pastor at Saurbær in 1651–69. None of the proposals submitted was awarded first prize, and instead State Architect Guðjón Samúelsson was commissioned to design a church. After the foundation of the building was completed, further work was postponed due to World War II. After Samúelsson's death, architects Sigurður Guðmundsson and Eiríkur Einarsson were commissioned to design a new church in 1953. Although the church is smaller and simpler than the original design, it was built on the existing foundation. The church is 21.35 m long, the nave 9.4 m wide and the chancel 11.4 m. It is built of reinforced concrete, with an interior facing of Danish brick. The roof and the saddleback roof of the 20-metre-high tower, are covered in sheet copper. This is one of the most interesting post-war churches; the interaction of classic forms and modern material make it one of the architects' best designs. The building shows influence from foreign traditions of stone church construction. It differs from most Icelandic churches in its asymmetrical structures on either side of the nave, and its internal brick facing.

94 Norska húsið í Stykkishólmi

Húseigandinn, Árni Thorlacius, fékk timbrið í húsbygginguna frá Noregi þar sem það hefur líklega verið sniðið til. Það var því fljótreist og er dæmigert fyrir þá gerð húsa sem þá tíðkaðist meðal tekjuhærri Norðmanna, eins og nafn þess bendir til. Húsið er tvílyft og með bröttu valmaþaki og var á sínum tíma meðal stærstu íbúðarhúsa á landinu. Grunnflöturinn er 15,43 x 9,53 m sem samsvarar hlutföllum gullinsniðs. Útveggir og tveir innri veggir eru stokkbyggðir en aðrir innveggir úr þykkum lóðréttum borðum. Umgerðir dyra og glugga eru með klassísku sniði. Upphaflega var verslun á jarðhæð og einnig eldhús og borðstofa, en á efri hæðinni voru stofur og svefnherbergi. Húsinu var komið í upprunalegt horf undir stjórn Harðar Ágústssonar listmálara. Verkið var unnið í áföngum og lokið 1986. Húsið hefur síðan hýst byggðasafn staðarins og veitir gestum innsýn í daglegt líf yfirstéttarfólks á fyrri hluta 19. aldar í hinum unga smábæ.

1828?
Hafnargata 5, Stykkishólmur
1 Húsið að utan • Gesamtansicht • Exterior
2 Grunnteikning jarðhæðar • Grundriss Erdgeschoss • Plan of ground floor
3 Inngangur • Eingang • Entrance
4 Langsnið • Längsschnitt • Longitudinal section

Norwegisches Haus in Stykkishólmur

Norwegian House, Stykkishólmur

Das Holz für das Wohn- und Geschäftshaus holte sich der Bauherr, der Isländer Árni Thorlacius, aus Norwegen, wo es vermutlich bereits zugeschnitten wurde. Es war schnell errichtet und typisch für den damals üblichen Hausbau der besserverdienenden Norweger, daher auch der Name. Das zweigeschossige Haus mit steilem Walmdach gehörte seinerzeit zu den größten Wohnhäusern in Island. Die Grundfläche beträgt 15,43 x 9,53 m und entspricht den Proportionen des goldenen Schnitts. Die Außenwände und zwei der Innenwände sind in Blockbauweise errichtet, die übrigen Wände bestehen aus dicken senkrechten Brettern. Die Türen und Fenster sind klassizistisch. Ursprünglich waren im Erdgeschoss ein Laden sowie Küche und Speisekammer untergebracht, im Obergeschoss befanden sich die Wohn- und Schlafräume. Das Gebäude wurde unter der Leitung des Künstlers Hörður Ágústsson schrittweise wieder in den Originalzustand zurückversetzt, die Arbeiten waren 1986 abgeschlossen. Seitdem bietet es als Heimatmuseum dem Besucher einen Einblick in das damalige Leben der Oberschicht in dem neu entstandenen Städtchen.

The owner of the building, Árni Thorlacius, who was an Icelander, brought in the timber for the construction from Norway, probably ready-sawn. It could thus be erected quickly. It is, as the name implies, typical of the houses that were built at that time by prosperous Norwegians. The two-storey house has a steeply-pitched hipped roof. At the time it was one of the largest houses in Iceland. The ground plan is 15.43 x 9.53 metres, which is equivalent to the golden section. The exterior walls and two of the interior ones are built of logs, while other interior walls are of thick vertical boards. The window and door frames are in the classical style. Originally the building housed a shop, kitchen and dining room on the ground floor, with living rooms and bedrooms on the upper floor. The house was restored to its original form under the supervision of artist Hörður Ágústsson; the work was carried out in stages, and completed in 1986. The building now houses the local museum, providing visitors with insight into the daily life of upper-class residents of the developing community in the early 19th century.

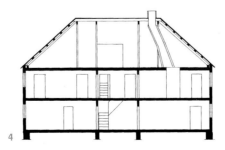

4

Aðrar byggingar

95 Sögualdarbær að Eiríksstöðum

Árið 1998 voru grafnar upp rústir fornr-
ar skálabyggingar frá víkingaöld, um 980.
Hér er líklega um að ræða bæ Eiríks
rauða, fyrsta Evrópubúans sem nam land á
Grænlandi. Arkitektarnir Stefán Örn Stef-
ánsson og Grétar Markússon teiknuðu til-
gátuhús byggt á rústunum sem reist var
1999–2000.

96 Hjarðarholtskirkja

Elsta kirkja Rögnvaldar Ólafssonar arki-
tekts sem enn stendur er jafnframt fyrsta
kirkja hans með krosslagi. Hún var reist árið
1904 að Hjarðarholti í Dölum og er báru-
járnsklædd timburkirkja í sveiserstíl, lítt
skreytt að frátalinni skrautbrík ofarlega á
turninum.

97 Háskólinn á Bifröst

Elsti hluti byggingarinnar var upphaf-
lega hannaður sem veitinga- og gistihús,
en Sigvaldi Thordarson arkitekt teiknaði
hana 1946–51. Hönnunin var nýstárleg á
þeim tíma og arkitektinn felldi garðveggi
úr hraungrýti að heildarmyndinni. Studio
Granda hannaði viðbyggingu við skólann.

98 Veiðihúsið Grímsá

Húsið er ein fárra bygginga á Íslandi sem
bandarískur arkitekt hefur hannað. Ernest
Schwiebert teiknaði veiðihúsið við Grímsá
í Borgarfirði 1972–73 með timburhúsalagi
og enda þótt útfærslunni hafi verið breytt
nokkuð má skynja í hönnuninni visst tillit til
víðáttu landslagsins umhverfis.

Weitere Gebäude

Historischer Hof Eiríksstaðir
Bei den 1998 ausgegrabenen Überresten des alten Langhauses aus der Wikingerzeit um 980 n. Chr. handelt es sich vermutlich um das Anwesen von Erik dem Roten, dem ersten europäischen Besiedler Grönlands. Das Gehöft wurde 1999–2000 in der Nähe der Ruinen von den Architekten Stefán Örn Stefánsson und Grétar Markússon nachgebaut.

Kirche von Hjarðarholt
Die älteste noch bestehende Kirche von Architekt Rögnvaldur Ólafsson ist die erste von ihm entworfene Kreuzkirche. Sie wurde 1904 auf dem Hof Hjarðarholt in Dalir errichtet. Die mit Wellblech verkleidete Holzkirche im Schweizer Stil ist bis auf ein Gesims am oberen Teil des Turms nur spärlich verziert.

Bifröst Universität
Der ursprünglich als Restaurant und Gästehaus geplante älteste Teil des Gebäudes wurde 1946–51 von Architekt Sigvaldi Thordarson entworfen. In die zu seiner Zeit avantgardistische Architektur integrierte er Gartenmauern aus Lavasteinen. Ein Erweiterungsbau wurde vom Architekturbüro Studio Granda entworfen.

Lachsangler-Haus Grímsá
Dieses ist eines der wenigen Gebäude in Island, die von einem amerikanischen Architekten geplant wurden. Ernest Schwiebert entwarf die Anglerunterkunft am Fluss Grímsá im Borgarfjörður 1972–73 in Holzbauweise. Trotz etwas veränderter Ausführung lässt der Entwurf ein gewisses Feingefühl gegenüber der Weite der Umgebung spüren.

Other buildings

Historical Farm Eiríksstaðir
In 1998 the remains of a Viking-Age longhouse were excavated here, probably dating from around 980 AD. This was probably the homestead of Eiríkur (Erik) the Red, who went on to establish a Norse settlement in Greenland. A replica of the farmstead was constructed nearby in 1999–2000. The architects are Stefán Örn Stefánsson and Grétar Markússon.

Hjarðarholt Church
The oldest extant church designed by architect Rögnvaldur Ólafsson is also his first cruciform church. Built in 1904 at Hjarðarholt in the Dalir region, it is a wooden building clad in corrugated iron, in the Swiss style. It is sparsely ornamented except for a decorative stringcourse high up on the tower.

University of Bifröst
The oldest part of the building was originally designed by architect Sigvaldi Thordarson as a restaurant and guesthouse, built in 1946–51. The architect's design was progressive at the time, including garden walls clad with lava-stones. The interior of the building is almost unchanged, and well maintained. Studio Granda designed the annex to the school

Anglers' Cabin, Grímsá
This is one of the few buildings in Iceland designed by an American architect. Ernest Schwiebert designed the anglers' cabin on the Grímsá river in Borgarfjörður in 1972–73, in the timber-house style. Although the building details have been altered somewhat, the design takes some account of the wide expanse of the surrounding landscape.

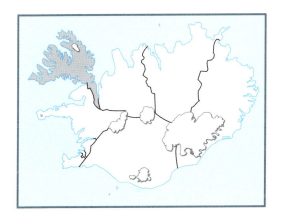

VESTFIRÐIR

WESTFJORDE

WEST FJORDS

1

2

3

99 Þorpið í Flatey

Flatey var fjölbýlust Breiðafjarðareyja og er talin hafa verið í byggð allt frá landnámi Íslands. Frá árinu 1172 var klaustur í eynni, en starfsemi þess var síðar flutt. Verslunarrekstur var í Flatey frá miðöldum og um miðja 19. öld var þar ein helsta menningarmiðstöð Íslands. Á áratugnum 1914–24 blómstruðu verslun, fiskveiðar og landbúnaður í eynni og íbúafjöldinn náði hámarki sínu. Nú á dögum búa þar fáir að staðaldri. Þorpinu, gamla verslunarstaðnum norðanmegin á eynni, er enn vel við haldið. Grindarhúsin þar, sem eru ýmist klædd viði eða bárujárni, hafa að hluta til verið gerð upp og eru notuð sem sumarhús. Elsta byggingin sem enn stendur er Félagshúsið frá árinu 1843. Bókhlaðan er einungis 4,75 x 3,43 m, reist 1864 og er elsta bókasafnshús landsins. Í þorpinu eru auk allmargra íbúðarhúsa samkomuhús og tvö pakkhús. Undir stjórn arkitektastofunnar Argos voru gerðar endurbætur á samkomuhúsinu frá árinu 1870 og stóra pakkhúsinu sem var reist 1915 og þeim breytt í hótel með veitingasal og bar sem starfar yfir sumarið, frá maí til september. Litla steinsteypta kirkjan var byggð 1926.

1843–1926
2006, Argos
Flatey, Breiðafjörður
1 Þorpið • Das Dorf • The village
2 Kirkjan • Kirche • Church
3 Bókhlaðan • Bibliotek • Library

Dorf Flatey

Die Insel Flatey war die bevölkerungsreichste Insel im Breiðafjörður und vermutlich bereits seit der Besiedelung Islands ständig bewohnt. Seit 1172 stand hier ein Kloster, das später verlagert wurde. Seit dem Mittelalter wurde auf Flatey Handel betrieben, und in der Mitte des 19. Jahrhunderts war Flatey eines der wichtigsten kulturellen Zentren Islands. Zwischen 1914 und 1924 hatte die Bevölkerungszahl ihren Höchststand erreicht als Handel, Fischfang und Landwirtschaft florierten. Heute sind nur noch wenige Bewohner auf der Insel. Der alte Handelsort auf der Nordseite der Insel, genannt Dorf, Þorpið, ist noch sehr gut erhalten, die mit Holz oder Wellblech verkleideten Fachwerkgebäude wurden zum Teil restauriert und werden heute als Sommerhäuser genutzt. Das älteste noch erhaltene Haus ist das Vereinshaus aus dem Jahr 1843. Das nur 16,2 qm große Bibliotheksgebäude von 1864 ist Islands älteste Bibliothek. Im Dorf befinden sich neben zahlreichen Wohnhäusern auch ein Gemeindehaus und zwei Lagerhäuser. Das 1870 erbaute Gemeindehaus sowie das große Lagerhaus aus dem Jahr 1915 wurden unter Aufsicht des Architekturbüros Argos restauriert und in ein Hotel mit Restaurant und Bar umgebaut, welches während der Sommermonate von Mai bis September geöffnet ist. Die kleine Kirche wurde im Jahr 1926 aus Beton errichtet.

The Village in Flatey

Flatey Island in Breiðafjörður is believed to have been inhabited since the age of the Settlement around 900 AD. There was a monastery on the island from 1172, which was later moved to the mainland. Flatey was a centre of trade from the middle ages, and in the 19th century it was an important centre of cultural activity. In 1914–24, the fisheries and agriculture flourished on the island, and the population reached its high point. Today the island has few permanent inhabitants. The village on its north side is well maintained. Some of the timber-frame buildings there, which are clad either in wood or corrugated iron, have been renovated and are used as summer residences. The oldest extant building is the Félagshús from 1843. The library, which is only 4.75 x 3.43 m, is Iceland's oldest library, built in 1864. In addition to a fairly large number of houses, the village also includes a community hall and two 19th-century warehouses. The architectural firm Argos was responsible for renovations to the community hall and the large warehouse, both originally built in 1915, converting them into a hotel with a restaurant and a bar, open during the summer from May to September. The small concrete church dates to 1926.

1

2

3

100 Gamli bærinn á Ísafirði

Neðstikaupstaður á Ísafirði (100a), elsta húsaþyrping í þéttbýli á Íslandi, er jafnframt best varðveitti verslunarkjarninn frá tímum einokunarinnar dönsku. Byggingarnar sem enn eru varðveittar höfðu erlendir kaupmenn flutt tilsniðnar til landsins frá heimahögum sínum. Tjöruhúsið (I), stokkbyggt pakkhús reist árið 1736, er ekki einungis

1736–1785, Neðstikaupstaður
Suðurtangi (100a)
1788, Hæstakaupstaður
Aðalstræti 42 (100b)
Ísafjörður
1 Neðstikaupstaður
2 Tjöruhús
3 Hæstakaupstaðarhús
4 Neðstikaupstaður: afstöðukort • Lageplan • location plan

elsta hús í bænum heldur einnig elsta timburhús á Íslandi. Krambúðarhúsið (II) frá árinu 1761 var notað sem verslun til upphafs tuttugustu aldar en hefur síðan verið íbúðarhús. Þegar kaupmennirnir tóku að hafa vetursetu á Íslandi var Faktorshúsið (III), íbúðarhús verslunarstjórans, reist árið 1765, en það er stokkbyggt hús með bindingsgafli. Í Turnhúsinu (IV) frá 1785, sem er sömuleiðis stokkbyggt, var geymsla og fiskverkun. Þessar byggingar eru nú notaðar sem safn. Í Hæstakaupstað (100b) létu norskir kaupmenn byggja hús fyrir verslunarstjórann árið 1788, Hæstakaupstaðarhús. Húsið er stokkbyggt og er gerð veggjanna, sem eru úr tvöföldum plönkum, einstök á Íslandi. Viðbygging með bindingsverki var síðar reist við húsið. Öll húsin fimm hafa verið gerð upp og voru friðuð 1975.

Altstadt Ísafjörður

Ísafjörður Old Town

Der „Unterste Handelsplatz" Neðsti-kaupstaður (100a), die älteste städtische Häusergruppe Islands, ist das besterhalte-ne Handelszentrum aus der Zeit des dänischen Handelsmonopols. Die noch erhaltenen Gebäude waren von ausländischen Kaufleuten vorgefertigt aus ihrer Heimat nach Island gebracht worden. Das Teerhaus Tjöruhús (I), ein 1736 in Blockbauweise errichtetes Lagerhaus, ist nicht nur das älteste Gebäude der Häusergruppe sondern auch das älteste Holzhaus in Island. Das Ladengebäude Krambúð (II) aus dem Jahr 1761 war bis Anfang des 20. Jahrhunderts Laden, seitdem dient es als Wohnhaus. Als die Handelsleute begannen, in Island zu überwintern, entstand 1765 das Wohnhaus des Verwalters Faktorshús (III), ein Blockhaus mit Fachwerkgiebel. Auch das für Lagerhaltung und Fischverarbeitung erbaute Turmhaus Turnhús (IV) errichtete man 1785 in Blockbauweise. Die Gebäude werden heute als Museum genutzt. Am „Obersten Handelsplatz" Hæstikaupstaður (100b) errichteten norwegische Händler im Jahr 1788 für den Verwalter das Hæstakaupstaðarhús in Blockbauweise mit einer in Island einmaligen Wandkonstruktion aus doppelten Planken. Ein späterer Anbau wurde in Fachwerk ausgeführt. Alle 5 Gebäude wurden restauriert und stehen seit 1975 unter Denkmalschutz.

Neðstikaupstaður (the Lower Town) (100a) at Ísafjörður is the oldest extant cluster of urban buildings in Iceland, and is also the best-preserved example of a trading centre from the period of Danish monopoly trading (1602–1787). The extant buildings were brought prefabricated to Iceland by foreign merchants from their home countries. Tjöruhús (I), a log-built warehouse from 1736, is not only the oldest building in Ísafjörður, but the oldest wooden building in Iceland. Krambúð (II), which dates from 1761, housed a shop until the early 20th century, since when it has been a private home. Faktorshús (III) was built in 1765 when Danish merchants who had previously only visited during summer took up residence in Iceland year-long. This is a log building with timber-frame gables. Turnhús (IV) from 1785, also a log building, included a warehouse and fish-processing facilities. These buildings now house a museum. In Hæstikaupstaður (the Upper Town) (100b), Norwegian traders built a house for the manager of the business in 1788, Hæstakaupstaðarhús. A log building, its double-plank walls are unique in Iceland. A timber-frame extension was subsequently added. All five buildings have been renovated, and have been listed since 1975.

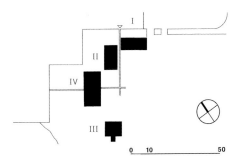

1

2

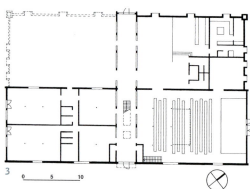

3   0   5   10

101 Edinborgarhúsið

Þetta bindingshús var reist fyrir skoska Edinborgar-verslunarfélagið og er eina húsið á Ísafirði eftir fyrsta íslenska arkitektinn, Rögnvald Ólafsson. Jón bróðir hans sá um bygginguna. Þrír smiðir í bænum unnu við smíðarnar en timbrið var flutt inn frá Noregi. Húsið er tvílyft, um 1200 m² stórt og bárujárnsklætt og var á sínum tíma stærsta hús á Ísafirði. Verslunarfélagið hætti starfsemi 1923 og eftir það var húsið notað fyrir rækjuvinnslu. Árið 1992 var byrjað að gera það upp undir stjórn Elísabetar Gunnarsdóttur arkitekts. Í flestum herbergjum er burðargrindin sýnileg og gömlu járnbrautarteinarnir sem lágu áður fyrr frá höfninni í gegnum húsið eru endurnýttir í nýja stiganum. Nú starfar menningarmiðstöð í byggingunni.

1907, Rögnvaldur Ólafsson
Aðalstræti 7, Ísafjörður
1 Séð úr suðri • Südansicht • South side
2 Inngangur • Eingang • Entrance
3 Grunnteikning jarðhæðar • Grundriss Erdgeschoss •
   Plan of ground floor
4 Langsnið • Längsschnitt • Longitudinal section

Edinburg-Haus

Das für die schottische Gesellschaft „Edinburghandel" erbaute Fachwerkhaus ist das einzige Gebäude in Ísafjörður, welches von dem ersten isländischen Architekten Rögnvaldur Ólafsson entworfen wurde. Sein Bruder Jón Ólafsson kümmerte sich um die Ausführung des Gebäudes. Drei Zimmerleute der Stadt waren mit der Bearbeitung des aus Norwegen importierten Holzes beschäftigt. Das zweigeschossige, etwa 1200 qm große Gebäude wurde mit Wellblech verkleidet und war damals das größte Gebäude in Ísafjörður. Die Firma wurde 1923 geschlossen, und das Gebäude wurde daraufhin zur Verarbeitung von Garnelen genutzt. Im Jahr 1992 begann man, unter der Leitung der Architektin Elísabet Gunnarsdóttir das Gebäude zu renovieren. In den meisten Räumen ist die Tragkonstruktion sichtbar, und die alten Eisenbahngleise, die früher vom Hafen durch das Gebäude führten, findet man in der neuen Treppe wieder. Heute wird das Gebäude als Kulturzentrum genutzt.

Edinburgh House

This timber-frame building, built for the Edinburgh Trading Company of Scotland, is the only building in Ísafjörður designed by the first Icelandic architect, Rögnvaldur Ólafsson, and constructed by his brother, Jón Ólafsson. The timber was imported from Norway, and three local carpenters worked on the building. The two-storey building is about 1200 m² , clad in corrugated iron. At the time, it was the largest building in Ísafjörður. The company ceased trading in 1923, after which the building was used for shrimp-processing. In 1992 work began on its renovation under the supervision of architect Elísabet Gunnarsdóttir. In most of the rooms, the timber frame is visible. Iron rail tracks that formerly led from the harbourside through the building have been re-used in a new staircase. The building is now a cultural centre.

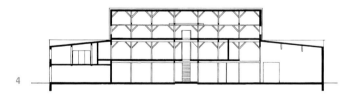

4

1

2

3

102 Tvö hús við hafið: Ísafjörður og Hnífsdalur

Hnífsdalsvegur 10, Ísafirði

Í fyrstu var einunigs fyrirhugað að byggja við einbýlishúsið frá árinu 1909. Vegna þess hversu illa húsið reyndist á sig komið var hins vegar ákveðið að halda aðeins kjallaranum. Á honum var því reist nýtt timburhús. Markmiðið var að laga húsið sem eðlilegast að umhverfi sínu. Þurrkhjallarnir í grenndinni höfðu veruleg áhrif á hönnunina, sem arkitektastofan Gláma/Kím annaðist. Stórir gluggar tryggja útsýni yfir mikilfenglegt nágrennið og björt og notaleg íverurými.

Stekkjargata 29, Hnífsdal

Íbúðarhúsið var reist árið 1912. Þar sem það hafði staðið autt lengi og var í talsverðri niðurníðslu stóð til að rífa það. Árið 2000 keyptu Birgit Abrecht arkitekt og fjölskylda hennar húsið, sem er aðeins 70 fm að stærð, eitt af fyrstu steinsteyptu húsum á Íslandi. Ástandið á meginbyggingarefni hússins reyndist það gott að unnt var að gera það upp í fyrri mynd. Upprunalegur veggpanill kom í ljós á ný, póstgluggar með einangrunargleri voru settir í húsið og útveggirnir múrhúðaðir og hitaeinangraðir. Vel einangrað ytra byrðið, opið og bjart innrýmið og útsýni til hafs gera húsið að hlýlegu öðru heimili fjölskyldunnar.

1909/2016, Gláma/Kím
Hnífsdalsvegur 10, Ísafjörður (102a)
1912/2001, Birgit Abrecht
Stekkjargata 29, Hnífsdalur (102b)
1 Húsið á Ísafirði í upprunalegri mynd • Ursprüngliches Wohnhaus Isafjörður • Isafjördur former house
2 Norðurhlið Ísafjarðarhúss • Nordansicht Haus Isafjörður • Isafjördur house north side
3 Stofa Ísafjarðarhúss • Wohnzimmer Haus Ísafjörður • Ísafjörður house living room
4 Húsið í Hnífsdal árið 2000 • Wohnhaus Hnífsdalur im Jahr 2000 • Hnífsdalur house in 2000
5 Norðausturhlið Hnífsdalshúss • Nordostansicht Haus Hnífsdalur • Hnífsdalur house northeast side
6 Borðstofa Hnífsdalshúss • Essplatz Haus Hnífsdalur • Hnífsdalur house dining room

Zwei Häuser am Meer:
Ísafjörður und Hnífsdalur

Two Houses by the Sea
Ísafjörður and Hnífsdalur

Hnífsdalsvegur 10, Ísafjörður

Bei diesem Einfamilienwohnhaus war zunächst eine Erweiterung des bestehenden Gebäudes aus dem Jahr 1909 geplant. Aufgrund der schlechten Bausubstanz entschied man sich dann jedoch, nur den Keller zu erhalten. Man errichtete daher auf dem Keller ein neues Wohnhaus in Holzbauweise. Ziel war es, eine nachhaltige Einheit von Wohnhaus und Umgebung zu schaffen. Die Trockenhütten der Umgebung hatten wesentlichen Einfluss auf die Gestaltung des vom Architekturbüro Gláma/Kím geplanten Gebäudes. Mit den großen Fensterflächen bietet es Ausblicke in die spektakuläre Umgebung und lichtdurchflutete Wohnräume mit hoher Wohnqualität.

Hnífsdalsvegur 10, Ísafjörður

The initial plan was to build an extension to the detached house from 1909, but due to the poor state of the original building it had to be demolished, leaving only the basement. A new residential timber-frame house was built on top of it. The aim was to adapt the house naturally to the surroundings. The drying huts close by provided inspiration to the design by the architectural office Gláma/Kím. The large windows offer magnificent views, provide plenty of light, and create cosy living spaces.

Stekkjargata 29, Hnífsdalur

Das 1912 errichtete Wohnhaus sollte wegen längerem Leerstand und zunehmendem Verfall abgerissen werden. Im Jahr 2000 kaufte die Architektin Birgit Abrecht und ihre Familie das nur 70 qm große Haus, eines der frühen Betongebäude in Island. Aufgrund der überwiegend intakten Bausubstanz konnte es in seiner Form bewahrt und modernisiert werden. Dabei wurden unter anderem die Original-Holzpaneele freigelegt, Sprossenfenster mit Wärmeschutzverglasung eingebaut und die Außenwände wärmegedämmt und verputzt. Die gut gedämmte Außenhülle und der offene, hell gestaltete Innenbereich mit Blick aufs Meer machen das Gebäude zu einem behaglichen zweiten Zuhause.

Stekkjargata 29, Hnífsdalur

The residential house was built in 1912. It had stood abandoned for a long time, fallen into disrepair and was marked for demolition. In 2000, the architect Birgit Abrecht and her family bought the tiny 70 m2 house, which was one of the first concrete houses in Iceland. The principal building materials of the house proved to be intact so the house could be preserved and renovated. The original wall panelling was revealed, wood-frame windows with double glazing put in, and the outer walls were plastered and insulated. The well insulated exterior and the view of the sea make this house a warm and comfortable second home.

4

5

6

1

2

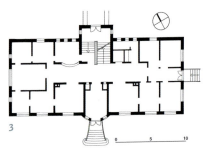

3

103 Gamla sjúkrahúsið á Ísafirði

Ein glæsilegasta bygging síns tíma á Íslandi var sjúkrahúsið á Ísafirði sem húsameistari ríkisins hannaði. Hann var enn mjög mótaður af námsárum sínum í Danmörku og þetta steypta hús ber, eins og margar af fyrstu byggingum hans, sterkan svip af nýbarokk-stílnum. Kvistarnir með kúptu þökunum og útbyggðir inngangarnir á miðási hússins ljá heildinni fjölbreytni. Húsið var hluti af skipulagsáætlun frá árinu 1924 sem gerði ráð fyrir fleiri opinberum byggingum auk sjúkrahússins og einnig íbúðarhúsum við næstu götu, Túngötu. Íbúðarhúsin og sjúkrahúsið eru einu hlutar áætlunarinnar sem urðu að veruleika. Til ársins 1989 gegndi sjúkrahúsið upprunalegu hlutverki sínu. Það var síðan gert upp undir stjórn Knúts Jeppesen arkitekts og eftir að þeirri vinnu lauk árið 1999 hýsir það bókasafn og sýningarsali. Húsið var friðað árið 2000.

1924–1925, Guðjón Samúelsson
Eyrargata, Ísafjörður

1 Séð úr suðri • Südansicht • South side
2 Túngata
3 Grunnteikning jarðhæðar • Grundriss Erdgeschoss • Plan of ground floor
4 Skipulagstillaga • Bebauungsplan • Development plan

Altes Krankenhaus in Ísafjörður

Ísafjörður Old Hospital

Eines der zur damaligen Zeit elegantesten Gebäude in Island war das vom Staatsarchitekten entworfene Krankenhaus in Ísafjörður. Noch stark geprägt von seiner Studienzeit in Dänemark entwarf er das Betongebäude wie viele seiner ersten Werke in Anlehnung an den Neubarock. Die Gauben mit den geschwungenen Dächern und die vorgezogenen, in der Mittelachse gelegenen Eingänge brachten Bewegung in die Architektur. Das Gebäude war Bestandteil des ersten in Island aufgestellten Bebauungsplanes aus dem Jahr 1924, der außer dem Krankenhaus noch weitere öffentliche Gebäude sowie Wohnbebauung an der Túngata vorsah. Es wurden außer dem Krankenhaus jedoch nur die Wohngebäude nach seiner Planung realisiert. Das Krankenhaus war bis 1989 in Betrieb, seit Abschluss der Renovierungsarbeiten durch Architekt Knútur Jeppesen im Jahr 1999 beherbergt es eine Bücherei und Ausstellungsräume. Das Gebäude wurde 2000 unter Denkmalschutz gestellt.

One of the most splendid buildings of its time in Iceland was the Ísafjörður hospital, designed by the State Architect. He was still strongly influenced by the trends of his student years in Denmark, and this concrete building, like many of his early works, is clearly indebted to the Neo-Baroque style. The dormers with domed roofs, and the projecting entrances on the central axis of the building, imbue the whole with variety. The hospital building was a part of a development plan from 1924, which provided for more public buildings, and also residential development on nearby Túngata. The housing and hospital were the only parts of the proposal that were in fact built. The hospital remained in use as such until 1989, after which it was renovated under the supervision of architect Knútur Jeppesen. It now houses a library and exhibition rooms and became a listed building in 2000.

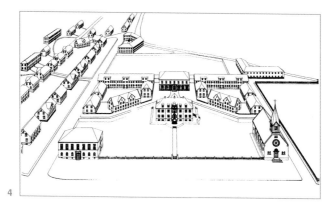

4

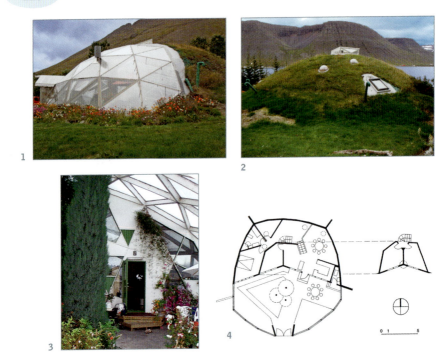

104 Garðbýlishúsið á Ísafirði

Grunnhugmyndin á bak við hönnun þessa íbúðarhúss u.þ.b. 30 km sunnan við heimskautsbaug er sú að aðlaga hið íslenska íbúðarhús veðurskilyrðum landsins. Að loknu námi í Þýskalandi sérhæfði arkitektinn, Einar Þorsteinn Ásgeirsson, sig í „léttum burðarformum" og nýtir þá þekkingu í ýmsum verkum sínum. Húsið er vel heppnað dæmi um kúpulbyggingar hans með „garð í húsinu": Auk íbúðarherbergja er garður undir kúplinum, en burð-

argrind hans er úr tré. Íbúðarhlutinn er varinn fyrir kulda með einangrun og grasþaki, en akrýl- og glerplötur hleypa birtu inn í skjólgóðan garðinn og þannig lengist sumarið í báða enda. Garðurinn er ennfremur vinsæll til veisluhalda og veitir fjölskyldunni ávexti, grænmeti og ýmsar tegundir blóma. Á kúpultoppnum er loftræstingarop. Íbúðarherbergjunum inni í húsinu er komið fyrir á þremur mislægum hæðum og er skipað með gluggum út að garðinum, en litlir ljóskúplar sjá innri hluta byggingarinnar fyrir birtu. Garðurinn fyrir framan húsið, sem er varinn fyrir vindum, samþjappað form íbúðarhússins og tiltölulega lítill yfirborðsflötur þess miðað við rúmmál gera það að verkum að orkuþörf þess er aðeins u.þ.b. helmingur þess sem gerist í hefðbundnum byggingum.

1986–1987, Einar Þorsteinn Ásgeirsson
Seljalandsvegur 100, Ísafjörður
1 Séð úr austri • Ostansicht • East side
2 Séð úr norðri • Nordansicht • North side
3 Garður • Garten • Garden
4 Grunnteikning • Grundriss • Ground plan
5 Snið • Schnitt • Section

Garten-Wohnhaus in Ísafjörður

Garden-house, Ísafjörður

Aus der Idee, das isländische Wohnhaus den klimatischen Bedingungen des Landes anzupassen, entstand der Entwurf für dieses Einfamilienhaus etwa 30 km südlich des Polarkreises. Architekt Einar Þorsteinn Ásgeirsson hatte nach seinem Studium in Deutschland seine Kenntnisse im Bereich „Leichte Flächentragwerke" bei Architekt und Professor Frei Otto vertieft und wandte diese bei verschiedenen Projekten an. Dieses Haus ist ein gelungenes Beispiel seiner Kuppelgebäude mit Garten „im Haus": Außer den Wohnräumen befindet sich auch ein Garten unter der in Holzkonstruktion errichteten Kuppel, und während der bewohnte Bereich mit Wärmedämmung und Grasdach vor Kälte geschützt ist, lassen Acryl- und Glasplatten Licht und Sonne in den windgeschützten Garten, der den Sommer in beide Richtungen verlängert. Dieser dient zwischenzeitlich auch als beliebter Bereich für Feste und verwöhnt die Familie mit Obst, Gemüse und vielerlei Blumen. Seine Entlüftung erfolgt über eine Öffnung in der Kuppelspitze. Die Wohnräume im Inneren sind auf drei versetzten Ebenen angeordnet und orientieren sich mit Fenstern zum Garten, während kleine Lichtkuppeln den hinteren Gebäudeteil mit Licht versorgen. Aufgrund des vorgebauten, vor Wind schützenden Gartens, seiner kompakten Form und der im Verhältnis zum Volumen geringen Oberfläche verbraucht das Wohnhaus nur etwa halb so viel Energie wie ein konventionelles Gebäude.

The basic concept of this house that stands about 30 km south of the Arctic Circle is to adapt the Icelandic home to the country's climate. Architect Einar Þorsteinn Ásgeirsson specialised after his architectural studies in light-weight structures, and uses this in many of his designs. This house is an excellent example of his domed buildings with an "in-house" garden. The dome, which contains a garden as well as living accommodation, has a wooden framework. The residential part of the structure is insulated and has a grass roof, while sheets of acrylic and glass allow sunlight into the garden, extending the short Icelandic summer. The garden is a popular place for parties, and also provides the family with fruit, vegetables and flowers. There is a vent at the top of the dome for ventilation. The residential rooms are arranged on three levels, with windows onto the garden, while small skylights light the inner part of the building. The front garden, which is sheltered from the wind, the compact shape of the house, and its relatively small surface area compared to its capacity, means that only about half as much heating is required as in conventional buildings.

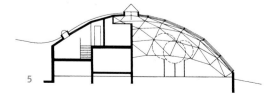

5

1

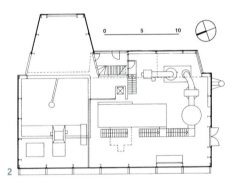

2

105 Funi

Byggingin, sem var upprunalega hönnuð sem sorpbrennslu- og flokkunarstöð fyrir Ísafjörð og nágrenni, stendur undir klettóttri fjallshlíð. Henni var ætlað að laga sig að landslaginu og bera það jafnframt með sér hvaða starfsemi hún hýsti. Arkitektinn tók mið af klettunum og hlíðinni við for-

1994, Elísabet Gunnarsdóttir
Engidalur, Skutulsfjörður
1 Séð úr norðri • Nordansicht • North side
2 Grunnteikning • Grundriss • Ground plan
3 Þversnið • Querschnitt • Cross-section

mun hússins og hallinn á framhlið þess samsvarar hallanum í fjallinu. Litavalið lætur hún sömuleiðis ráðast af litum umhverfisins. Kjallarinn er steinsteyptur og í honum er m.a. móttaka fyrir eitraðan úrgang, en stöðin sjálf er stálgrindarhús og útveggirnir klæddir yleiningum. Í neðri hlutanum eru viðtökustöð með gryfju og þar var sömuleiðis brennsluofn sem ekki er lengur í notkun. Í efri hlutanum er stjórnstöð, móttaka og aðstaða fyrir starfsfólk. Stór gluggi aðskilur byggingarhlutana tvo. Árið 1995 skemmdist húsið illa í snjóflóði en var síðar lagfært.

Funi

Dieses ursprünglich als Müllsortierungs- und Verbrennungsanlage für die Stadt Ísafjörður konzipierte Gebäude steht unterhalb eines felsigen Berghanges. Das neue Gebäude sollte sich an diese Landschaft anpassen, ohne jedoch die Art des Betriebes zu verbergen. Die Architektin entwarf die Form des Gebäudes in Anlehnung an die Felsen, und die Neigung der vorderen Wand entspricht der Neigung des Berges. Auch bei der Farbwahl benutzt sie die Farbtöne aus der Umgebung. Auf einem betonierten Kellergeschoss, in dem sich auch eine Annahme für Giftmüll befindet, steht das in Stahlskelettbau errichtete Gebäude. Die Außenwände sind mit wärmegedämmten Stahlblechpaneelen verkleidet. Im unteren Teil befindet sich eine Annahmestelle mit Grube Auch der Verbrennungsofen war dort eingebaut, dieser ist heute jedoch nicht mehr in Betrieb. Im oberen Teil sind der Empfang sowie Kontroll- und Angestelltenräume untergebracht. Ein großes Glasfenster trennt die beiden Gebäudeteile. Im Jahr 1995 hatte eine Lawine das Gebäude stark beschädigt, es wurde zwischenzeitlich jedoch wieder errichtet.

Funi Refuse Disposal Plant

The building, which was originally designed as a refuse-sorting and incineration plant for Ísafjörður municipality, stands under a rocky mountainside. It was intended to harmonise with the landscape without camouflaging it purpose. The architect designed the building to conform with the rocky background. The colours also reflect the natural colours around. The basement is of concrete; this contains facilities for toxic waste. The building above is of steel-frame construction. The exterior walls are made of insulating panel. The lower part contains the waste-reception and the incinerator but it is no longer functional. The upper part houses the control room, reception, and staff facilities. A large glass window separates these two parts of the building. The plant was severely damaged in 1995 by an avalanche but it has since been rebuilt.

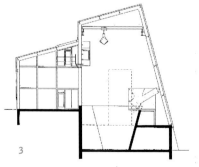

3

1

2

3

106 Hjúkrunarheimilið Eyri, Ísafirði

Bygging hjúkrunarheimilisins sem lauk 2015 var mikilvægur áfangi fyrir Ísafjörð og minni byggðarlög þessa strjálbýla svæðis. VA arkitektar sáu um hönnunina. Byggingunni er deilt í smærri einingar og þannig endurspeglar hún hið upprunalega sjávarþorp með

litlum timburhúsum með tjörguðum timburveggjum. Teikningin skiptir hjúkrunarheimilinu í þrjá íbúðakjarna (I). Hver þeirra inniheldur tíu íbúðir og ennfremur samnýtt rými svo sem eldhús, borð- og setustofu. Miðlæg bygging (II) með móttöku, sameiginlegu svæði og fleiri rýmum myndar tengingu milli íbúðarkjarnanna þriggja og jafnframt við sjúkrahúsið (III). Milli eininganna verða til skjólsæl opin svæði með veröndum og blómakerum. Úr kaffiteríunni á þakhæð sjúkrahússins er óhindrað útsýni á miðbæinn yfir gróðurinn á þaki hjúkrunarheimilisins.

2012–2015, VA Arkitektar
Torfnes, Ísafjörður

1 Yfirlitsmynd • Panorama-Blick zum Ortszentrum • Panorama view
2 Suðausturhlið • Südostansicht • Southeast side
3 Suðvesturhlið • Südwestansicht • Southwest side
4 Afstöðumynd • Lageplan • Site plan

Pflegeheim Eyri Ísafjörður

Eyri Nursing Home, Ísafjörður

Die Fertigstellung des Pflegeheims im Jahr 2015 stellte einen wichtigen Meilenstein für Ísafjörður und die kleineren Gemeinden der dünn besiedelten Region dar. Das von VA Arkitektar geplante Gebäude ist in kleine Baukörper untergliedert und spiegelt so das ursprüngliche Fischerdorf mit seinen kleinen, holzverschalten Häusern und Teeranstrichen wider. Der Entwurf teilt das Pflegeheim in drei Wohneinheiten (I) mit je zehn Wohnungen auf, die jeweils über gemeinsam genutzte Räume wie Küche, Essplatz und Aufenthaltsraum verfügen. Ein zentrales Gebäude (II) mit Empfang, Gemeinschaftsbereich und weiteren Räumen verbindet die drei Wohneinheiten und stellt auch die Verbindung zum angrenzenden Krankenhaus (III) her. Zwischen den Baukörpern entstehen geschützte Freiflächen mit Terrassen und Pflanztrögen. Von der Cafeteria im Dachgeschoss des Krankenhauses hat man einen ungehinderten Blick über die begrünten Dachflächen des eingeschossigen Pflegeheims auf das Ortszentrum.

The construction of the nursing home, completed in 2015, was an important milestone for Ísafjörður and the smaller communities in this sparsely populated area. The building, designed by VA Arkitektar, is divided into smaller units, reflecting the original fishing village with small timber houses with tar-painted walls. The plan divides the nursing home into three residential units (I). Each of them has ten apartments and shared spaces such as a kitchen, dining area, and lounge. A central building (II) with a reception, a communal area and other spaces connects the three residential units and the adjacent hospital (III). Sheltered, open spaces between the units have terraces and plants. The cafeteria on the top floor of the hospital offers unobstructed views over the town and the green roofs of the nursing home.

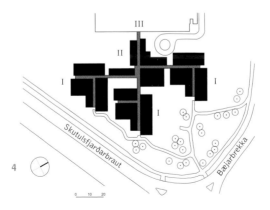

1

2

107 Byggingar Samúels Jónssonar

Á bæ alþýðumálarans og myndhöggvarans Samúels Jónssonar (1884–1969), sem var bóndi í Selárdal, hefur safn verka hans verið varðveitt frá árinu 1996. Eftir að Samúel hætti búskap 65 ára að aldri tók hann að að sinna list sinni einvörðungu. Hann málaði og vann höggmyndir og oft voru póstkort og myndir frá útlöndum kveikjan að verkunum. Auk þessara verka byggði hann eigin kirkju (I), stækkaði íbúðarhúsið (II) og reisti loks listasafn (III) við hliðina á kirkjunni. Húsin eru steinsteypt og efnið í þau bar hann á bakinu frá ströndinni. Byggingarstálið er að hluta fengið úr strönduðum togara. Turn kirkjunnar, sem er með býsönsku lagi, er gerður úr u.þ.b. 400 handunnum trékubbum, en kirkjunni var aldrei lokið að innan. Húsasamstæðan öll minnir á smáborg með torgi í miðju, höggmyndum, brunni, kirkju og safni. Fyrir tilstuðlan nokkurra einstaklinga hófst vinna við viðgerðir á byggingum og listaverkum árið 1996.

1947–1967
Brautarholt, Selárdalur
1 Séð úr suðvestri • Südwestansicht • Southwest side
2 Íbúðarhús • Wohnhaus • House
3 Afstöðukort • Lageplan • Location drawing

Samúel Jónsson Gebäude

Auf dem Hof des Landwirts und Künstlers Samúel Jónsson (1884–1969) im Selárdalur werden seit 1996 seine Werke ausgestellt. Erst im Alter von 65 Jahren gab Samúel Jónsson seine Arbeit als Landwirt auf, um sich ausschließlich seiner Kunst zu widmen. Neben Gemälden und Skulpturen, zu denen er sich oft durch Postkarten und Bilder aus dem Ausland inspirieren ließ, erschuf er seine eigene Kirche (I), vergrößerte sein Wohnhaus (II) und errichtete schließlich neben der Kirche ein Kunstmuseum (III). Die Gebäude sind aus Beton, das Material dafür trug er vom Strand auf dem Rücken zur Baustelle, und der Baustahl stammt zum Teil von einem gestrandeten Trawler. Der byzantinische Turm der Kirche besteht aus 400 handgefertigten Holzklötzen, das Innere der Kirche wurde nie fertiggestellt. Der ganze Komplex hinterlässt den Eindruck einer kleinen Stadt, mit zentralem Platz, Skulpturen, Brunnen, Kirche und Museum. Aufgrund der Initiative Einzelner wurde 1996 mit der Restaurierung der Häuser und Kunstwerke begonnen.

Samúel Jónsson Collection

At the home of farmer and naive artist Samúel Jónsson (1884–1969) in Selárdalur, a collection of his work has been preserved since 1996. Jónsson gave up farming at the age of 65 to pursue his art full-time. He painted and made sculptures, often inspired by postcards and other pictures of foreign places. In addition to this he built a church (I), extended the farmhouse (II) and also built a museum (III) next to the church. The buildings are of concrete; he carried the materials for the concrete from the shore on his back. The steel reinforcements are partly salvaged from a stranded trawler. The church tower, of Byzantine form, is built of about 400 hand-made wooden blocks. He never completed the interior of the church. The cluster of buildings resembles a tiny city with a central piazza, sculptures, a fountain, a church and a museum. Thanks to the efforts of a few individuals, work began in 1996 on repairs of the buildings and works of art.

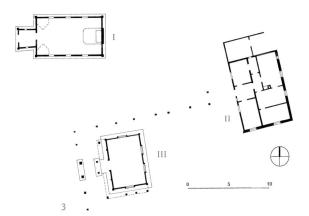

3

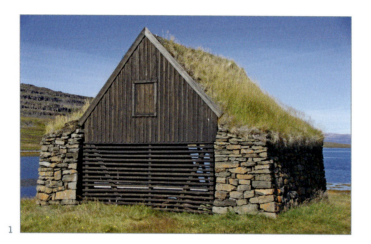

1

108 Þurrkhjallur í Vatnsfirði

Hjallar til fiskþurrkunar voru fyrrum algengir við sjávarsíðuna. Skúrar þessir voru yfirleitt úr timbri og klæddir viði eða bárujárni. Með framförum í fiskveiðum og -verkun fór þeim fækkandi og er hjallurinn í Vatnsfirði sá eini sinnar tegundar sem hefur varðveist. Hliðarveggir eru steinhlaðnir. Efri hluti timburgaflanna er þilj-

Um 1880
Vatnsfjörður, Ísafjarðardjúp
1 Hjallur í Vatnsfirði • Trockenhütte im Vatnsfjörður • Drying shack, Vatnsfjörður
2 Ósvör, Bolungarvík

aður en láréttir rimlar með opum á milli í hinum neðri, svo að loft komist óhindrað gegnum hjallinn. Inngangurinn er á gaflhliðinni sem snýr til sjávar. Í neðri hluta hjallsins var fiskur hengdur til þurrkunar en yfir honum var milliloft með timburgólfi og var háaloftið nýtt til geymslu á veiðarfærum. Þakið er torfþak og þiljað breiðum viðarborðum. Árið 1976 lét Þjóðminjasafnið gera hjallinn upp. Á Íslandi er sums staðar að finna þurrkhjalla með bárujárns- eða timburklæðningu, einkum þó á Vestfjörðum. Uppgerður timburhjallur stendur t.d. í Ósvör við Bolungarvík.

Trockenhütte im Vatnsfjörður

Hütten zum Trocknen von Fisch, *hjallur*, waren früher eine übliche Erscheinung an der Küste. Sie waren meist mit Holz oder Wellblech verkleidete Holzkonstruktionen und sind mit der zunehmenden Modernisierung des Fischfangs immer seltener geworden. Diese Hütte im Vatnsfjörður ist die einzige noch vorhandene Trockenhütte ihrer Art. Ihre seitlichen Wände bestehen aus Steinplatten der Umgebung. Die Holzgiebel sind im oberen Bereich verschalt, unten sorgen mit Abstand angebrachte waagrechte Holzlatten für ungehindertes Durchwehen des Windes. Der Eingang befindet sich auf der zum Meer gewandten Giebelseite. Während im unteren Bereich der Fisch zum Trocknen aufgehängt wurde, machte eine Zwischendecke mit Holzfußboden den Dachraum nutzbar zur Aufbewahrung von Fischfanggerät. Das Dach ist mit Torf gedeckt und innen mit breiten Holzbrettern verschalt. 1976 wurde die Hütte vom Nationalmuseum renoviert. Trockenhütten mit Wellblech- oder Holzverkleidung findet man an verschiedenen Orten in Island, hauptsächlich in den Westfjorden. Eine restaurierte Trockenhütte mit Holzverkleidung steht z.B. in Ósvör bei Bolungarvík.

Drying Shack, Vatnsfjörður

Shacks providing shelter for drying fish were formerly a common sight on the coast. These were usually of timber, clad in wood or corrugated iron. Progress in the fisheries and fish processing meant that less fish was preserved by drying, and fewer drying shacks were required. The drying shack at Vatnsfjörður is the only extant one of its kind. The side walls are built of local stone. The upper part of the timber gables is panelled, while the lower part of the walls comprises slats, providing good ventilation. The entrance is at the gable end, facing the sea. In the lower part of the shack fish was hung to dry. Above this was a wooden-floored loft, where fishing equipment was stored. The roof is turfed, and panelled with broad wooden boards. In 1976 the shack was restored by the National Museum. Drying shacks clad in wood or corrugated iron may be found in various parts of Iceland, especially in the West Fjords. At Ósvör, near Bolungarvík, for instance, there is a restored wooden drying shack.

2

1

2

3

109 Vindmylla og Viktoríuhús í Vigur

Af vindmyllum sem reistar voru á Íslandi er myllan í Vigur sú eina sem varðveist hefur og ef til vill er hún jafnframt nyrsta vindmylla í heimi. Hún var reist á árunum 1840–50 og er öll úr timbri – meira að segja tannhjólin voru úr tré – en þakið klætt tjörupappa. Segldúkur var strengdur á vængina og myllunni snúið gegn vindi svo hún snerist og malaði korn. Hún var í notkun til um 1920.

1840–1850, mylla
1862, Viktoríuhús
Vigur, Ísafjarðardjúp
1 Mylla • Mühle • Mill
2 Viktoríuhús • Viktoríahaus • Viktoría's House
3 Heildarmynd • Gesamtansicht • Overall view
4 Snið myllu • Schnitt Mühle • Section, mill

Skammt frá myllunni reisti Sumarliði Sumarliðason gullsmiður íbúðarhús fyrir konu sína árið 1862. Upphaflega var það byggt við annað eldra hús og er aðeins 4,39 m langt og 3,87 m breitt. Húsið er hugsanlega innflutt frá Noregi, bindingshús með lóðréttri listaklæðningu. Á jarðhæð er eitt herbergi og gengið inn í það um hliðarbyggingu sem er um 1,96 m breið. Úr henni liggur stigi upp í herbergi á annarri hæð. Búið var í húsinu til ársins 1930 en síðar var það notað sem geymsla. Bæði íbúðarhúsið og myllan eru friðuð og í eigu Þjóðminjasafnsins. Þau voru gerð upp árið 1993 undir stjórn Hjörleifs Stefánssonar arkitekts.

Windmühle und Viktoríahaus in Vigur

Windmill and Viktoría's House, Vigur Island

Von den Mühlen, die in Island errichtet wurden, ist heute nur noch die Windmühle auf der Insel Vigur erhalten, und möglicherweise ist sie die nördlichste Windmühle der Welt. Sie wurde zwischen 1840 und 1850 komplett aus Holz errichtet, selbst die Zahnräder sind aus Holz. Das Dach ist mit Teerpappe abgedeckt. Zum Mahlen von Getreide bespannte man die Flügel mit Segeltuch und drehte die Mühle in den Wind. Sie war bis 1920 in Gebrauch. In der Nähe der Mühle errichtete der Goldschmied Sumarliði Sumarliðason im Jahr 1862 ein Haus für seine Frau. Das möglicherweise aus Norwegen importierte Fachwerkgebäude ist mit senkrechter Leistenschalung verkleidet. Es war ursprünglich an ein älteres Wohnhaus angebaut, ist nur 4,39 m lang und 3,87 m breit und besteht im Erdgeschoss aus einem Raum, den man über einen etwa 1,96 m breiten Anbau betritt. Vom Anbau führt eine Treppe in einen weiteren Raum im Obergeschoss, und unter dem flach geneigten Dach ist ein kleiner Speicherraum untergebracht. Bis zum Jahr 1930 wurde das Haus bewohnt, danach nutzte man es als Abstellraum. Sowohl das Wohnhaus als auch die Mühle sind denkmalgeschützt und befinden sich heute im Besitz des Nationalmuseums. Sie wurden unter Leitung von Architekt Hjörleifur Stefánsson im Jahr 1993 restauriert.

Of the windmills erected in Iceland, only the windmill on Vigur island has survived. It may also be the most northerly windmill in the world. Built in 1840–50, it is entirely of wood: even the cog wheels are made of wood. The roof is covered in asphalt felt. When grain was milled, canvas was stretched over the windmill's sails, and the mill turned into the wind. It remained in use until 1920. Adjacent to the windmill, goldsmith Sumarliði Sumarliðason built a house for his wife in 1862. Originally built onto another, older house, it is only 4.39 x 3.87 metres. Perhaps imported from Norway, the house is a timber-frame building with vertical weatherboarding. On the ground floor is a single room, to which access is via an annex about 1.96 m across. A staircase leads from the annex to the room on the upper floor, and in the attic is a small storage space. The house was lived in until 1930, but was later used for storage. Both house and windmill are listed buildings, owned by the National Museum. They were restored in 1993 under the supervision of architect Hjörleifur Stefánsson.

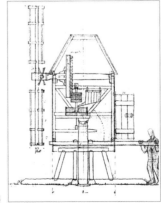

4

Aðrar byggingar

110 Verstöðin Ósvör

Þessi gamla verstöð í nágrenni Bolungar-
víkur var endurreist með hefðbundnum
aðferðum á upprunalegum grunni á árun-
um 1989–90. Hún er dæmigerð fyrir slíkar
verstöðvar á 19. öld, með verbúð, salthúsi
og þurrkhjalli.

111 Saurbæjarkirkja

Kirkjan að Saurbæ á Rauðasandi er teikn-
uð eftir reglum gullinsniðs og er fagurt
dæmi um byggingarlist 19. aldar á Íslandi.
Upphaflega var hún byggð á Reykhólum
árið 1856 en var endurreist að Saurbæ og
endurvígð 1982. Svartmálaðir útveggirnir,
hvítar gluggaumgerðir og rautt þakið eru í
samræmi við upphaflegt útlit.

112 Hraunskirkja í Keldudal

Þessi litla kirkja var byggð 1885. Hefð-
bundnir bindingsverksveggirnir voru fylltir
með grjóti upp í gluggahæð til styrktar og
klæddir utan með lóðréttri viðarklæðningu,
en þakið var upphaflega með þakskífum úr
tré. Þjóðminjasafnið lét gera kirkjuna upp
og hún er enn notuð sem guðshús.

113 Bíldudalskirkja

Þetta er fyrsta steinsteypukirkja Rögn-
valdar Ólafssonar arkitekts sem var braut-
ryðjandi í hönnun steyptra kirkna á Íslandi.
Hún var byggð 1906 og í henni einfaldar
viðarinnréttingar. Mynstur steinhleðslu er
mótað í ytra borð steyptra útveggjanna.

Weitere Gebäude

Other Buildings

Fischfangstation Ósvör

Die alte Fischfangstation in der Nähe von Bolungarvík wurde 1989–90 auf den alten Grundmauern in traditioneller Bauweise wieder aufgebaut. Sie zeigt eine für das 19. Jahrhundert typische Station, bestehend aus einer Wohnbaracke, einem Salzhaus und einer Hütte zum Trocknen von Fisch.

Ósvör Fishing Station

This old seasonal fishing station near Bolungarvík was reconstructed by traditional methods on its original site in 1989–90. This is a typical fishing station with shacks for fishermen, a salt store and a fish-drying shack.

Kirche von Saurbær, Rauðisandur

Die nach den Regeln des goldenen Schnittes entworfene Kirche von Saurbær in Rauðisandur ist ein schönes Beispiel der Architektur des 19. Jahrhunderts. Sie wurde ursprünglich 1856 in Reykhólar errichtet. Nach ihrem Wiederaufbau in Saurbær segnete man sie 1982 wieder ein. Die schwarz gestrichenen Wände, die weißen Fensterrahmen und das rote Dach entsprechen dem Originalzustand.

Saurbær Church

The church at Saurbær, Rauðisandur, is built according to the golden section, and is a beautiful example of 19th century architecture in Iceland. Originally built at Reykhólar in 1856, it was re-constructed at Saurbær and re-consecrated in 1982. The black-painted walls, white window-frames and red roof reproduce the original colours.

Kirche von Hraun, Keldudalur

Diese kleine Kirche wurde 1885 errichtet. Die herkömmlichen Fachwerkwände waren zur Aussteifung bis zur Fensterhöhe mit Steinen verfüllt und außen mit senkrechter Holzschalung verkleidet. Das Dach war ursprünglich mit Holzschindeln gedeckt. Die Kirche wurde vom Nationalmuseum restauriert und dient heute wieder kirchlichen Zwecken.

Hraun Church, Keldudalur

This little church was built in 1885. Traditional timber-frame walls were strengthened by filling them with rubble up to window level, and clad on the exterior with vertical wooden weatherboarding. The roofing was originally wooden shingles. The National Museum had the building restored and it is still used as a church today.

Kirche von Bíldudalur

Dies ist die erste Betonkirche des Architekten Rögnvaldur Ólafsson, der ein Pionier im Bau von Betonkirchen in Island war. Sie wurde im Jahr 1906 errichtet und mit schlichter Holzeinrichtung ausgestattet. Der mit Fugen gegliederte Aussenputz täuscht eine Steinkonstruktion vor.

Bíldudalur Church

This is the first concrete church designed by architect Rögnvaldur Ólafsson, who was a pioneer of concrete churches. Built in 1906, it has simple wooden fittings. The finish of the concrete walls mimics stone construction.

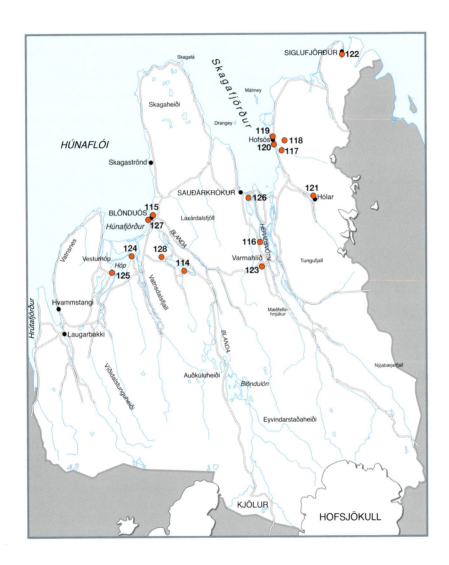

242

SIGLUFJÖRÐUR ● 122

Skagatá

S k a g a f j ö r ð u r

Málmey

Skagaheiði

Drangey

HÚNAFLÓI

119
Hofsós ● 118
120 ● 117

Skagaströnd ●

SAUÐÁRKRÓKUR ● 126

121
● Hólar

BLÖNDUÓS 115

Laxárdalsfjöll

Húnafjörður 127

BLANDA

HÉRAÐSVÖTN

Vatnsnes

124

116

Vesturhóp

128

Varmahlíð

Hóp

114

Tungufjall

125

123

Vatnsdalsfjall

Hvammstangi ●

Hrútafjörður

Mælifells-
hnjúkur

● Laugarbakki

BLANDA

Víðidalstunguheiði

Nýjabæjarfjall

Auðkúluheiði

Blöndulón

Eyvindarstaðaheiði

KJÖLUR

HOFSJÖKULL

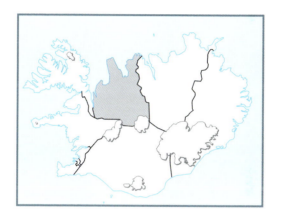

NORÐURLAND VESTRA

WESTLICHES NORDISLAND

NORTHWEST ICELAND

1

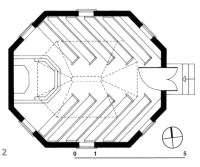

2

0 1 5

114 Auðkúlukirkja

Litla kirkjan að Auðkúlu er önnur tveggja timburkirkna með áttstrendri grunnmynd sem reistar voru á 19. öld. Þorsteinn Sigurðsson trésmiður, sem byggði einnig Silfrastaðakirkju árið 1896, skipaði innganginum ekki í vestur eins og venjan bauð heldur fékk leyfi biskups til að snúa honum í austur vegna veðra. Kirkjan er úr timbri, átthyrnd, og hliðarnar mislangar. Þakið er bratt og í stað mænis er á því ferhyrnd-ur turn með áttstrendri turnspíru. Á hornum kirkjunnar og turnsins eru útsniðnar spírur úr tré og efst á þeim kúla og kross. Upphaflega var þakið klætt pappa en nú er á því koparklæðning. Á árunum 1971–73 var kirkjan gerð upp undir stjórn Þorsteins Gunnarssonar arkitekts og flutt um 25 m fjær veginum. Kirkjan er varðveitt óbreytt hið innra, viðarþiljuð og með kúptu lofti. Hún var friðuð 1982.

1894
Auðkúla, Svínadalur
1 Séð úr austri • Ostansicht • East side
2 Grunnteikning • Grundriss • Ground plan
3 Inni í kirkjunni • Innenansicht • Interior

Kirche von Auðkúla

Die kleine Kirche in Auðkúla ist eine von zwei Holzkirchen mit achteckigen Grundrissen, die im 19. Jahrhundert errichtet wurden. Der Zimmermann Þorsteinn Sigurðsson, der 1896 auch die zweite Kirche in Silfrastaðir erbaute, orientierte den Eingang nicht wie üblich in Richtung Westen, sondern mit Erlaubnis des Bischofs wegen der schweren Stürme in Richtung Osten. Der achteckige Holzbau weist unterschiedliche Seitenlängen auf, auf dem steilen Dach befindet sich anstelle des Firstes ein quadratischer Turm mit einer auf Säulen ruhenden achteckigen Turmspitze. Die Außenecken der Kirche und des Kirchturmes sind mit Holzfialen betont, die mit Kugel und Kruzifix gekrönt sind. Das ursprünglich mit Pappe gedeckte Dach ist heute mit Kupfer verkleidet. 1971–73 wurde die Kirche unter der Leitung von Architekt Þorsteinn Gunnarsson renoviert, der Standort um 25 m von der Straße abgerückt. Der Innenraum mit Gewölbe ist mit Holzpaneelen verkleidet und noch im Originalzustand erhalten. Seit 1982 steht die Kirche unter Denkmalschutz.

Auðkúla Church

The little church at Auðkúla is one of two timber churches on an octagonal plan built in the 19th century. Carpenter Þorsteinn Sigurðsson, who also built a similar church at Silfrastaðir in 1896, placed the entrance not at the west as convention dictated, but was granted the bishop's consent for an east-facing door due to the prevailing direction of local storms. The church is built of wood, octagonal in shape with sides of varying length. The roof is steeply-pitched; instead of a ridge it has a rectangular tower with an octagonal spire. At the corners of church and spire are wooden pinnacles topped with a sphere and cross. The roofing was originally of asphalt felt, but is now copper. In 1971–73 the church was restored under the supervision of architect Þorsteinn Gunnarsson and moved about 25 m farther from the road. The interior of the church has survived unchanged, with wooden panelling and a domed ceiling. The church has been a listed building since 1982.

3

1

2

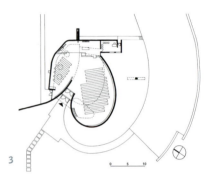

3

115 Blönduóskirkja

Líkt og höggmynd mótuð af náttúruöflunum stendur steinsteypt kirkjan á hæð nálægt ósi Blöndu. Hlýr grár liturinn á veggjum hennar er í samræmi við litaspil fjallanna umhverfis og frístandandi kross, þykkur og sterklegur, eykur enn á jarðbundið yfirbragð heildarinnar. Sveigður útveggurinn mótar innganginn og leiðir gestinn inn í kirkjuskipið. Birtan kemur einkum um stóran þakglugga, en að innan er kirkjan hvítmáluð. Með rennihurð-um er unnt að nýta hana með fjölbreyttum hætti fyrir ýmsar athafnir. Litlar svalir eru m.a. notaðar til leiksýninga og í kjallaran-um er lítill safnaðarsalur. Allar innréttingar eru gerðar úr eikarviði. Teikningin að kirkj-unni er frá árinu 1971 en bygging hennar hófst ekki fyrr en haustið 1982. Hin hreina og skýra teikning arkitektsins, sem nam fag sitt í Bandaríkjunum, er gott dæmi um sjálf-stæða innlenda túlkun í húsagerðarlist.

1982–1993, Dr. Maggi Jónsson
Hólabraut, Blönduós
1 Séð úr suðri • Südansicht • South side
2 Séð úr norðri • Nordansicht • North side
3 Grunnteikning • Grundriss • Ground plan
4 Inni • Innenansicht • Interior

Kirche von Blönduós

Wie eine von den Naturgewalten geprägte Skulptur steht diese Betonkirche auf einer Anhöhe in der Nähe der Blanda-Mündung. Der warme Grauton ihrer Oberflächen entspricht den Farben der umliegenden Berge und ein freistehendes gedrungenes Kreuz verstärkt diese Bodenständigkeit. Die schwungvolle Außenwand formt den Eingang und leitet den Besucher ins Innere des Kirchenschiffs. Der hauptsächlich über ein großes Dachfenster belichtete Raum ist in weiß gehalten und kann mit Hilfe von Schiebetüren für verschiedene Arten von Veranstaltungen genutzt werden. Ein kleiner Balkon dient für Aufführungen, und im Keller ist ein kleiner Gemeindesaal untergebracht. Sämtliche Einrichtungsgegenstände wurden aus Eichenholz angefertigt. Der Entwurf für diese Kirche stammt bereits aus dem Jahr 1971, mit dem Bau wurde jedoch erst im Herbst 1982 begonnen. Der klare Entwurf des in den U.S.A. ausgebildeten Architekten ist ein schönes Beispiel eigenständiger, einheimischer Architektursprache.

Blönduós Church

Like a sculpture shaped by forces of nature, this concrete church stands on a hilltop close to the Blanda river estuary. The warm grey colour of the walls harmonises with the tones of the surrounding mountains, and a free-standing cross, thick and strongly constructed, intensifies the structure's overall impression of being rooted in its environment. A curved exterior wall forms the entrance and leads the visitor into the nave. Light enters largely via a large skylight, and the interior of the church is painted white. Sliding doors make it possible to use the building for a variety of different ceremonies. A small gallery is used e.g. for theatrical performances, and in the basement is a small parish hall. All fittings are made of oak. While the design of the church dates from 1971, construction work did not begin until the autumn of 1982. The clear, pure design of the architect, who studied in the USA, is a good example of a fresh Icelandic approach to architecture.

4

1

2

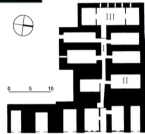

3

4

116 Glaumbær

Þessi torfbær frá 18. og 19. öld er meðal best varðveittu bæja frá þessum tíma. Vistarverur eru 13 alls og eru meginveggir úr torfi, hlaðnir úr klömbruhnausum. Aðalherbergin eru tengd með u.þ.b. 20 m löngum göngum (I). Elsti hluti byggingarinnar er eldhúsið (II) frá því um 1750. Yngri hlutarnir, s.s. baðstofan (III), voru byggðir milli 1876 og 1879. Baðstofunni var skipt í þrjú herbergi þar sem rúm var fyrir 22 einstaklinga sem borðuðu þar, unnu og sváfu. Hún lá hæst og innst í bænum og var þess vegna hlýjasta vistarveran. Í frambænum eru gestastofur sem snúa gafli fram á hlað. Glaumbær er dæmigerður bær af norðlenskri gerð og var búið í honum til 1947. Hann er nú í vörslu Þjóðminjasafns Íslands og þar er Byggðasafn Skagfirðinga til húsa.

1750–1859
Glaumbær, Skagafjörður
1 Séð úr austri • Ostansicht • East side
2 Klömbruhnausveggur • Klampsodenwand • Turf wall
3 Grunnteikning • Grundriss • Ground plan
4 Séð úr vestri • Westansicht • West side
5 Inni í baðstofu • Baðstofa Innenansicht • Baðstofa interior

Torfhof Glaumbær

Der Torfhof aus dem 18. und 19. Jahrhundert gehört zu den besterhaltenen Gehöften aus dieser Zeit. Der Gebäudekomplex besteht aus insgesamt 13 in Holzkonstruktion erstellten Räumen mit Grundmauern aus Torf. Die verwendeten Klampsoden wurden zugunsten der Stabilität im Fischgrätenmuster aufgeschichtet. Die wichtigsten Räume sind durch einen etwa 20 m langen zentralen Gang (I) verbunden. Der älteste Gebäudeteil ist die Küche (II) aus der Zeit um 1750. Die neuesten Räume, wie z. B. das aus der Dampfbadstube entwickelte Wohnzimmer baðstofa (III), wurden zwischen 1876 und 1879 erbaut. Das Wohnzimmer baðstofa war in 3 Räume unterteilt und bot 22 Menschen Platz, die darin aßen, arbeiteten und schliefen und den Raum durch ihre Körperwärme heizten. Dieses Zimmer war an der höchsten und innersten und somit an der wärmsten Stelle des Gebäudes plaziert. Auf der Vorderseite des Gebäudes liegen Empfangsräume mit nach vorne orientierten Giebeln. Glaumbær, ein typisches Giebel-Bauernhaus, war bis 1947 bewohnt. Es steht heute unter der Aufsicht des Nationalmuseums und beherbergt das Skagafjörður Heimatmuseum.

Glaumbær

This turf farmstead from the 18th and 19th century is one of the best-preserved of its time. The building comprises 13 rooms, built of timber with main walls of turf, constructed of wedge-shaped *klömbruhnaus*, in a herringbone pattern for maximum strength. A central passage (I), about 20 m long, connects the main rooms. The oldest part of the structure is the kitchen (II), from about 1750. More recent elements of the building, such as the baðstofa (III), were built between 1876 and 1879. The *baðstofa* was divided into three rooms, with accommodation for 22 people, who ate, slept and worked there. The baðstofa was placed at the highest and innermost point of the house, and hence was warmest. In the front part of the house are rooms for guests with front-facing gables. Glaumbær, a typical gabled farmhouse of the north Iceland type, was lived in until 1947. Now in the keeping of the National Museum, it houses the Skagafjörður Folk Museum.

1

2

3

117 Grafarkirkja

Torfkirkjan að Gröf á Höfðaströnd er ein elsta bygging á Íslandi. Talið er að hún hafi verið reist fyrir siðaskipti, þ.e. fyrir miðja 16. öld, en Guðmundur Guðmundsson smiður endurreisti hana á 17. öld. Veggirnir eru úr torfi, 1,5 m þykkir og strenghlaðnir, og umlykja rétthyrning, 3,2 m á breidd og 6,25 m á lengd (hlutfall 1:2). Hæð veggjanna að innan nemur hálfri hæð mænisins. Stoðverk kirkjunnar er úr timbri og torfþakið sem á því hvílir er með 45° halla. Báðir gaflveggir eru klæddir lóðréttum borðum. Vindskeiðar á vesturgaflinum eru, eins og altarið, skreyttar útskurði í barokkstíl. Að innan eru veggirnir þiljaðir og skilrúm, kórskil, eru milli kórs og kirkjuskips, en þar er rúm fyrir 25–30 kirkjugesti. Kirkjugarðurinn er hringlaga að fornum sið. Frá árinu 1765 var byggingin notuð sem geymsla í nærri tvær aldir en fékk sitt fyrra hlutverk á ný eftir að Þjóðminjasafnið lét gera hana upp árið 1953.

1680?
Gröf, Höfðaströnd

1 Séð úr vestri • Westansicht • West side
2 Inni í kirkjunni • Innenansicht • Interior
3 Inngangur • Eingang • Entrance
4 Grunnteikning • Grundriss • Ground plan
5 Þversnið • Querschnitt • Cross-section

Kirche von Gröf

Gröf Church

Die Torfkirche von Gröf, Höfðaströnd, ist eines der ältesten Gebäude in Island. Es wird angenommen, dass sie ursprünglich aus der Zeit vor der Reformation, also vor der Mitte des 16. Jahrhunderts stammt. Im 17. Jahrhundert wurde sie von Zimmermann Guðmundur Guðmundsson wieder aufgebaut. Die 1,5 m dicken Außenwände aus Torfsodenstreifen umfassen ein Rechteck von 3,2 m Breite und 6,25 m Länge (Verhältnis 1:2), und die innere Höhe der Wände entspricht der halben Firsthöhe. Die Holzkonstruktion im Inneren der Kirche trägt das 45° geneigte, mit Torf gedeckte Dach. Beide Giebel sind mit senkrechter Holzschalung versehen. Die Ortgangbretter am Westgiebel sind ebenso wie der Schrankaltar mit Schnitzereien im Barockstil verziert. Holztafeln verkleiden die Innenwände, und ein Lettner trennt den Chor vom Hauptschiff. Etwa 25 Besucher finden in der Kirche Platz. Der Kirchhof ist in vorzeitlicher Form kreisförmig angelegt. Nach 1765 wurde die Kirche fast 2 Jahrhunderte lang als Lagerraum genutzt, und wurde nach ihrer Renovierung durch das Nationalmuseum im Jahr 1953 wieder ihrem ursprünglichen Zweck übergeben.

The turf church at Gröf, Höfðaströnd, is one of the oldest buildings in Iceland. It is believed to date from before the Reformation, i.e. before the mid-16th century. It was rebuilt in the 17th century by carpenter Guðmundur Guðmundsson. The turf walls, constructed of *strengur* (turf strips) are 1.5 metres thick, surrounding a rectangular ground plan, 3.2 m wide and 6.25 m long (a proportion of 1:2). The interior height of the walls is equivalent to half the height at the roof ridge. The inner framework of the church is of timber, and the turf roof that rests on it is pitched at 45°. Both gable walls are clad with vertical wooden boards. The barge-boards on the west front are, like the altar, carved with ornament in the Baroque style. The interior of the walls is panelled with wooden boards, and a chancel screen divides chancel from nave. The church seats 25–30 people. The cemetery is circular, according to ancient tradition. From 1765, the church was used as a storehouse for almost two centuries, but was restored to its former role after being renovated by the National Museum of Iceland in 1953.

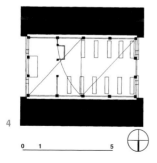

4

0 1 5

5

1

2   3

118 Sveitasetrið Hof í Skagafirði

Íbúðarhúsið Hof stendur á lágri hæð utan þorpsins Hofsóss. Staðsetningin býður íbúum tilkomumikið útsýni yfir fjörðinn. Arkitektastofan Studio Granda hannaði bygginguna sem lagar sig einkar vel að

2004–2007, Studio Granda
Hof, Skagafjörður
1 Vesturhlið • Westansicht • West side
2 Innanhúss • Innenraum • Interior
3 Loftgluggi • Lichtkuppel • Skylight
4 Grunnteikning jarðhæðar • Grundriss Erdgeschoss •
   Plan of ground floor

landslaginu með sedrusviðarframhliðum og skáhöllum, grasi grónum þökum. Einstakir hlutar byggingarinnar standa á víxl og mynda skjólsæl útirými. Þar er gólfefnið úr stuðlabergi sem grafið var úr jörðu þegar grunnurinn var lagður. Húsið er vel einangrað og hitað með jarðvarma, steyptir veggirnir og aðrir massívir byggingarhlutar tryggja stöðug loftgæði innan húss. Húsið var fullgert 2007, hefur hlotið ýmis verðlaun og var tilnefnt til Mies van der Rohe-verðlaunanna árið 2009. Það er nýtt sem íbúðarhús og ekki opið almenningi.

Landhaus Hof

Country House in Hof in Skagafjörður

Das in der Abgeschiedenheit des Skaga-fjörður errichtete Wohngebäude steht abseits eines Anwesens auf einer kleinen Anhöhe. Diese Lage bietet den Bewohnern spektakuläre Ausblicke über die Bucht. Das Architekturbüro Studio Granda ent-warf hier ein Gebäude, das sich mit seinen Fassaden aus Zedernholz und Beton und den begrünten, leicht geneigten Dächern harmonisch in die Landschaft einfügt. Die einzelnen Baukörper sind versetzt und bilden windgeschützte Außenräume. Für die Beläge im Außenbereich verwendete man den Säulenbasalt, der beim Bau der Fundamente ausgegraben wurde. Das gut gedämmte Wohnhaus wird geothermisch beheizt, die Betonwände und weitere massive Bauteile sorgen für ein stabiles Raumklima. Das im Jahr 2007 fertiggestellte Gebäude wurde mehrfach ausgezeichnet und war nominiert für den Mies van der Rohe Preis 2009. Das Gebäude wird als privates Wohnhaus genutzt und ist nicht für die Öffentlichkeit zugänglich.

The residential building Hof stands on a small hill outside the village of Hofsós. This location offers spectacular views of the bay. Studio Granda Architects designed the building that integrates effortlessly into the landscape with its cedar wood facades and green, sloping grass roofs. Individual parts of the building offset each other creating sheltered exterior spaces. These spaces have floors out of basalt columns that were excavated when the foundation of the building was constructed. The house is well insulated and heated with geothermal water, the concrete walls and other massive building components ensure a stable indoor room climate. Construction was completed in 2007, has received several awards and was nominated for the Mies van der Rohe Award in 2009. The house is a residential building and is not open to the public.

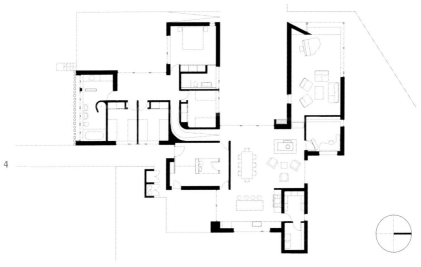

4

0   5   10

1

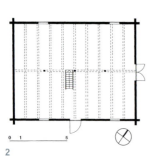

2

3

4

119 Pakkhúsið á Hofsósi

Verslunarsögu Hofsóss má rekja allt til aldamótanna 1600 en pakkhúsið frá tímum dönsku einokunarverslunarinnar er hið eina sem varðveist hefur þar af verslunarhúsum fyrri alda. Íslands- og Grænlandsverslunin lét reisa húsið og fleiri svipaðar gerðar, bæði á Íslandi og Grænlandi, úr tilsniðnu innfluttu timbri. Húsið er stokkbyggt, 12 x 8,2 m að flatarmáli og stendur á hlöðnum grunni. Útveggirnir eru úr láréttum grópuðum viðarstokkum sem skarast á hornum og standa eilítið út af þeim. Bjórarnir, efsti hluti gaflveggjanna undir sperruþakinu sem hallar um rúmlega 45°, eru þiljaðir. Útveggir eru tjargaðir til varnar gegn veðrun, og þak einnig. Í gólfið voru notaðir bjálkar sem lagðir voru ofan á fjörugrjótið, fyllt upp á milli þeirra og síðan lagðar á þá grópaðar gólffjalir. Pakkhúsið er nú friðað og hefur Þorsteinn Gunnarsson arkitekt gert það upp á vegum Þjóðminjasafnsins. Því verki lauk 1992 og er húsið nú sýningarhús.

Lagerhaus in Hofsós

Warehouse, Hofsós

Die Handelsgeschichte von Hofsós lässt sich bis etwa 1600 n. Chr. zurückverfolgen. Dänische Kaufleute im Island- und Grönlandhandel errichteten sich sowohl in Island als auch in Grönland Gebäude dieser oder ähnlicher Bauweise aus vorgefertigtem, importiertem Holz. Dieses Lagerhaus, welches aus der Zeit des dänischen Monopolhandels (1602–1787) stammt, ist das einzige noch erhaltene komerziell genutzte Gebäude aus diesen Tagen. Das in Blockbauweise errichtete Gebäude mit einer Grundfläche von 12 x 8,2 m wurde auf einem Sockel aus unvermörtelten Feldsteinen erstellt. Die Außenwände bestehen aus horizontalen, genuteten Holzbohlen, die mit Überstand an den Ecken überblattet sind. Die Giebel des etwas mehr als 45° geneigten Sparrendaches sind mit Brettern verschalt. Die Außenwände sind, ebenso wie das Dach, mit einem Teeranstrich vor Witterung geschützt. Für den Fußboden legte man Balken auf den Steinsockel und verlegte darauf genutete Fußbodenbretter. Das Gebäude steht unter Denkmalschutz und wurde von Architekt Þorsteinn Gunnarsson im Auftrag des Nationalmuseums instandgesetzt. Die Arbeiten waren 1992 abgeschlossen, und heute beherbergt das Lagerhaus ein örtliches Museum.

The history of Hofsós as a trading centre may be traced back to about 1600, but the warehouse, which dates from the period of Danish monopoly trading (1602–1787), is the only commercial building that has survived from olden times. Danish merchants in the Iceland and Greenland trade had the building, and others of similar type, constructed both in Iceland and Greenland, from ready-cut imported timber. The building is a log structure of ground area 12 x 8.2 metres, standing on a dry-stone foundation. The exterior walls are of horizontal logs, which slot together at the corners with slightly projecting ends. The the top part of the gable ends, beneath a truss roof pitched at about 45°, are clad in weatherboarding. Exterior walls are tarred for protection against the elements, as is the roof. The floor was built by placing logs on top of rocks from the shore (the rock foundation), filling the gaps between them, then laying the floorboards. The warehouse is now a listed building. Architect Þorsteinn Gunnarsson restored the building for the National Museum. Work was completed in 1992, and the building now houses a local museum.

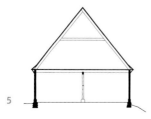

5

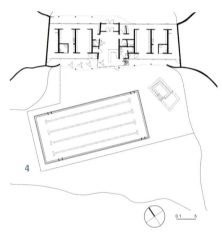

120 Sundlaugin á Hofsósi

Þegar heitt vatn fannst í Hrolleifsdal skammt frá þorpinu nýttu tvær heimakonur tækifærið og létu reisa sundlaug sem þær gáfu sveitarfélaginu. Hönnun og framkvæmdir fólu þær arkitektastofunni Basalt Arkitektar. Staðsetningin var valin af kost-

2007–2010, Basalt Arkitektar
Skagafjarðarbraut 21, Hofsós
1 Suðvesturhlið og sundlaug • Südwestansicht mit
   Schwimmbecken • Southwest side with pools
2 Búningsklefar • Umkleideräume • Changing rooms
3 Inngangur • Eingang • Entrance
4 Afstöðumynd • Lageplan • Site plan
5 Útsýni frá sundlaug • Ausblick vom Scwimmbecken •
   View from the pool

gæfni enda átti sundlaugin að taka tillit til umhverfisins. Sundlaugarlóðin liggur við þjóðveginn og alveg niðri við ströndina og mannvirkið lagar sig hnökralaust að landinu. Í byggingunni, sem er úr sjónsteypu, eru inngangur og búningsklefar. Ógegnsæjar glereiningar veita dagsbirtu inn í bygginguna og skýla frá veginum og fyrir veðri og vindum í lauginni og pottunum, sem snúa öll til hafs. Þaðan geta laugargestir notið útsýnisins yfir hafið og til Drangeyjar. Mannvirkið var vígt árið 2010 og var sama ár tilnefnt til Mies van der Rohe-verðlaunanna. Það hefur fengið fjölda viðurkenninga.

Hofsós Schwimmbad

Hofsós Swimming Pool

Als man in einem Tal in der Nähe der kleinen Gemeinde Hofsós eine heiße Quelle entdeckte, nahmen zwei Frauen aus der Umgebung dies zum Anlass, ein Schwimmbad errichten zu lassen und es der Gemeinde zu schenken. Mit der Planung und Durchführung beauftragten sie das Architekturbüro Basalt Arkitektar. Das Grundstück wurde sorgfältig ausgewählt, das Schwimmbad sollte sich in die Umgebung integrieren. Das ausgewählte Grundstück liegt an der Hauptstraße direkt an der Küste. Die Anlage bettet sich behutsam in das Gelände ein. In dem in Sichtbeton errichteten Gebäude befinden sich der Eingang und die Umkleideräume. Undurchsichtige, lichtdurchlässige Industrieverglasung sorgt für Tageslicht in den Innenräumen. Das Gebäude bietet Schutz vor Straße und Wind für die zur Meerseite orientierten Schwimmbecken und Hot Pots. Von den Becken genießen die Badegäste einen ungehinderten Blick über das Meer und zur Insel Drangey. Das Schwimmbad wurde im Jahr 2010 eingeweiht. Die mehrfach ausgezeichnete Anlage war nominiert für den Mies van der Rohe Preis 2010.

When a hot spring was discovered in Hrolleifsdalur close to Hofsós, two local women seized the opportunity to build a swimming pool that they then donated to the community. They commissioned the architectural firm Asalt Arkitektar to design and oversee the construction. The location was carefully selected as the goal was to integrate the pool into the environment. The site is by the main road down by the coastline and the pool blends perfectly into the surroundings. The main entrance and dressing rooms are located in the exposed concrete building. Opaque glass units let in light while they also provide shelter from the road, weather and winds for the guests in the pool and hot tubs. The pool and tubs all face the sea, offering unobstructed views over the sea and the island of Drangey. These facilities were opened in 2010 and have received several rewards, the building was for instance nominated for the Mies van der Rohe Award in the 2010.

5

1

2

121 Hóladómkirkja

Hólastaður er geysimikilvægur í sögu Íslands, en þar var biskupssetur frá 1106 til 1798. Hóladómkirkja var byggð eftir teikningum danska húsameistarans Thurahs, en hún stendur á grunni eldri kirkju. Byggingin er einföld, í síðbarokkstíl, og grunnflöturinn 9 x 20,6 m. Útveggir eru hlaðnir úr óhöggnu íslensku grágrýti innst en rauðum sandsteini úr nágrenninu yst. Þakið var upphaf-

lega með skarsúð en í hennar stað var síðar sett koparklæðning. Milligerðin, skilrúmið milli kórs og kirkju, byggist á fornri íslenskri kirkjuhefð og er frávik frá hinum danskættaða barokkstíl sem einkennir ytri ramma hússins. Forkirkjan (II) er annað dæmi um frávik frá teikningu Thurahs. Kirkjan er að þessu leyti sérstök í húsagerðarsögunni. Þorsteinn Gunnarsson arkitekt stýrði endurbótum á kirkjunni árin 1988–90. Í minningu Jóns Arasonar, síðasta kaþólska biskupsins á Íslandi, var reistur turn við hlið kirkjunnar 1949–50. Sigurður Guðmundsson hannaði turninn, sem er 3,7 x 4 m að grunnfleti, af miklu næmi fyrir ásýnd staðarins.

1757–1763?, Laurids de Thurah
Hólar, Hjaltadalur
1 Séð úr vestri • Westansicht • West side
2 Inni í kirkjunni • Innenansicht • Interior
3 Grunnteikning • Grundriss • Ground plan

Kathedrale von Hólar

In dem historisch sehr bedeutenden Ort Hólar, der von 1106 bis 1798 Bischofssitz war, steht auf den Fundamenten der alten Kirche die Kathedrale von Hólar, gebaut nach dem Entwurf eines dänischen Architekten (I). Das einfache, spätbarocke Gebäude misst im Grundriss 9 x 20,6 m. Die Außenwände aus isländischem Dolorit sind außenseitig mit rotem Sandstein aus der Region verkleidet. Die ursprüngliche Dachdeckung aus Bretterschalung wurde später durch Kupfer ersetzt. Der Lettner zwischen Chor und Hauptschiff, der seinen Ursprung in der Kirchentradition Islands hat, steht im krassen Gegensatz zum dänischen Barockstil des übrigen Gebäudes. Auch die Vorkirche (II) weicht von Thurah's Entwurf ab. Auf diese Weise nimmt die Kirche einen einzigartigen Platz in der Architekturgeschichte ein. Sie wurde 1988–90 unter der Leitung von Architekt Þorsteinn Gunnarsson renoviert. 1949–50 errichtete man neben der Kirche einen separaten Glockenturm (III) zum Andenken an Jón Arason, den letzten katholischen Bischof Islands. Der von Sigurður Guðmundsson mit viel Feingefühl entworfene Turm misst im Grundriss 3,7 x 4 m und fügt sich harmonisch in die bestehende Bebauung ein.

Hólar Cathedral

Hólar, an episcopal seat from 1106 to 1798, is of enormous importance in Icelandic history. Hólar Cathedral (I) was built to a design by Danish architect de Thurah, on the foundation of an older cathedral. The building is simple, in the late Baroque style, with a ground area of 9 x 20.6 metres. The exterior walls are built of Icelandic basalt, faced on the outside with red sandstone from nearby. The roof was originally clad with horizontal wooden boards, subsequently replaced with copper. The chancel screen, which derives from Icelandic ecclesiastical tradition, is in sharp contrast to the Danish Baroque style of the rest of the building. The forechurch is another example of a departure from Thurah's design. The cathedral thus has a unique place in architectural history. Renovation of the cathedral was supervised by architect Þorsteinn Gunnarsson in 1988–90. A tower (III) was built next to the cathedral in 1949–50, in memory of Bishop Jón Arason, Iceland's last Catholic bishop, a martyr of the Reformation. The tower, whose ground area is 3.7 x 4 metres, was designed by Sigurður Guðmundsson, tastefully harmonising with existing buildings.

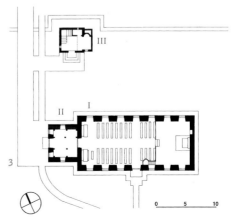

1

2

3

122 Róaldsbrakki

Þegar Norðmenn hófu síldveiðar undan Íslandsströndum á seinni hluta 19. aldar settust norskir útgerðarmenn að í mörgum sjávarþorpum hérlendis. Þannig var einnig um Siglufjörð sem varð ein af fjórum stærstu síldveiðistöðvum landsins. Brakkinn, sem er traustbyggt timburhús, dregur nafn sitt af bræðrunum Olav og Elias Roald sem létu reisa hann. Hann er dæmi-

gerð hafnarvöruskemma, stóð upphaflega að hálfu í sjó og hafði fjórar löndunarbryggjur. Á jarðhæð voru vinnu- og geymslusalir, yfir þeim skrifstofa og annar geymslusalur og á þriðju hæð voru svefnherbergi kvennanna sem þarna unnu. Á háalofti hússins voru geymd ýmis tól og tæki til síldveiða og -söltunar. Húsið er 12 m langt og 15 m breitt, uppistaðan timburgrind úr stoðum og bjálkum, viðarklædd að utan og með bárujárnsþaki. Árið 1968 var síld söltuð í húsinu í síðasta sinn. Árin 1990–95 var það gert upp undir stjórn Stefáns Arnar Stefánssonar og Grétars Markússonar. Það hýsir nú safn til minningar um gullöld síldveiðanna.

1907
Snorragata 15, Siglufjörður
1 Séð úr austri • Ostansicht • East side
2 Svefnherbergi • Schlafraum • Bedroom
3 Skrifstofa • Büro • Office
4 Snið • Schnitt • Section

Róaldsbaracke

Róaldsbrakki

Als die Norweger ab der 2. Hälfte des 19. Jahrhunderts begannen, vor den Küsten Islands Hering zu fangen, ließen sich norwegische Reeder in vielen Küstenorten Islands nieder. So auch in Siglufjörður, wo eine der vier größten Heringsstationen des Landes errichtet wurde. Benannt nach ihren Erbauern Olav und Elias Roald stand das typische Kailagerhaus ursprünglich zur Hälfte im Meer und hatte vier Landungsbrücken. In dem soliden Holzgebäude befanden sich im Erdgeschoss Arbeits- und Lagerraum, darüber Büro und eine weitere Lagerhalle und im zweiten Obergeschoss waren die Schlafräume der Frauen untergebracht, die hier arbeiteten. Auf dem Dachboden wurden verschiedene Geräte zum Fischfang und Einsalzen aufbewahrt. 12 m lang und 15 m breit ist das Gebäude, eine Holzkonstruktion aus Stützen und Balken mit außenseitiger Holzverkleidung und Dacheindeckung aus Wellblech. Im Jahr 1968 wurde hier zum letzten Mal Fisch eingesalzen. Zwischen 1990 und 1995 wurde das Gebäude unter der Leitung von Stefán Örn Stefánsson und Grétar Markússon restauriert und beherbergt heute ein Museum über die goldene Zeit des Heringsfanges.

When Norwegian fishermen started fishing for herring off Iceland's coast in the latter half of the 19th century, Norwegian fishing-vessel owners set up business in many fishing villages. This applies to Siglufjörður, which became one of Iceland's four main herring ports. The Róaldsbrakki warehouse, a solid timber construction, derives its name from Olav and Elias Roald, the brothers who built it. It is a typical quayside warehouse, which was originally built out over the sea and had four landing-jetties. The ground floor consisted of facilities for storing and salting fish, above which were offices and another store room, while sleeping accommodation for the women workers was on the top floor. Various herring-fishing and salting equipment was stored in the attic. The building is 12 m long and 15 m wide. The structure is largely a timber frame of uprights and logs, timber-clad on the exterior, with a roof of corrugated iron. Herring was last salted here in 1968. In 1990–95 the building was restored under the supervision of Stefán Örn Stefánsson and Grétar Markússon. It now houses a museum on the golden age of the herring fisheries.

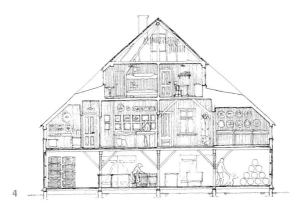

4

1

2

3

123 Kirkjan að Víðimýri

Sóknarkirkjan að Víðimýri er fagurt dæmi um íslenska byggingarlist á fyrri öldum. Kirkjan var reist árið 1834 undir stjórn Jóns Samsonarsonar, bónda, smiðs og alþingis-

1834
Víðimýri, Skagafjörður

manns. Hún er torfkirkja með timburgöflum og eru veggirnir 2 m þykkir. Öll er kirkjan stílhrein og hlutföll hennar einkar glæsileg, en hún er að innan um 9,7 m löng og 3,9 m á breidd. Prédikunarstóllinn stendur við suðurvegginn og fær birtu um lítinn glugga, og kórinn er aðskilinn frá framkirkjunni með skilrúmi með pílárum. Í kirkjunni er auk þeirra að finna fleiri dæmi um vandað skreyti. Kirkjugarðurinn er rétthyrndur, girtur timburgrindverki, og í klukknaportinu eru tvær klukkur. Víðimýrarkirkja hefur verið friðuð allt frá 4. áratug liðinnar aldar.

Torfkirche von Víðimýri

Die Gemeindekirche von Víðimýri ist ein schönes Beispiel alter isländischer Baukunst. Sie wurde 1834 unter der Aufsicht von Jón Samsonarson, der Landwirt, Baumeister und Parlamentsabgeordneter war, errichtet. Die Kirche ist ein Torfgebäude mit 2 m dicken Wänden und Holzgiebeln. Der Baustil ist einfach und wohlproportioniert, die Innenmaße betragen 9,7 x 3,9 m. Die Kanzel befindet sich an der Südwand und wird über ein kleines Fenster im Dach belichtet. Ein Gitterwerk trennt den Chorraum vom Schiff, und darüberhinaus sind noch weitere feine Ornamentdetails in der Kirche zu finden. Den um die Kirche angelegten Friedhof betritt man durch ein Tor mit zwei am Torbogen aufgehängten Glocken. Die Torfkirche steht seit Ende der 1930er Jahre unter Denkmalschutz.

Víðimýri Church

The parish church of Víðimýri is a beautiful example of Icelandic architecture in past centuries. The church was built in 1834 under the supervision of Jón Samsonarson, farmer, builder and parliamentarian. The church is a turf building with wooden gables, with walls 2 m thick. The church is simple in style, of elegant proportions, with interior dimensions 9.7 m x 3.9 m. The pulpit stands at the south wall, lit by a small skylight. Between the chancel and the body of the church is a chancel screen with carved pillars, and the church also contains other examples of fine ornament. The rectangular churchyard is surrounded by a wooden fence and the lych-gate has two bells. The church has been a listed building since the 1930s.

4

5

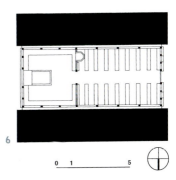

6

0   1   5

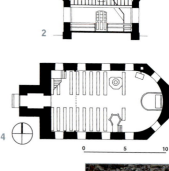

124 Þingeyrakirkja og Klausturstofa

Kirkja þessi, sem Sverrir steinsmiður Run- legi yfir ísi lagt vatnið. Grjótveggirnir eru
ólfsson reisti fyrir Ásgeir Einarsson bónda 80 cm þykkir, slípaðir að innan og hvítt-
og alþingismann, er ein athyglisverðasta aðir en óslípaðir að utan. Allar glugga- og
steinkirkja á Íslandi frá 19. öld. Grágrýtið dyraumgerðir eru með hlöðnum bogum og
sem notað var í kirkjuna var fengið í gluggarnir eru innbyggðir, úr smíðajárni
nágrenni við Ásmundarnes hinum megin og hver með 100 litlum glerjum. Kirkjan
Hópsins og varð að flytja það að vetrar- skiptist í forkirkju, aðalskip og kór og yfir
því timburhvolf, blámálað og skreytt 1000
stjörnum. Þakið var upphaflega með þak-
skífum en er nú koparklætt. Á Þingeyrum
var stofnað klaustur 1133 og þar var í ald-
araðir eitt fremsta menningarsetur landsins.
Kirkjan var gerð upp árið 1998 undir stjórn
Guðrúnar Jónsdóttur arkitekts. Hún hann-
aði sömuleiðis Klausturstofuna skammt frá
kirkjunni, sem var fullbyggð árið 2007. Sú
bygging er þjónustuhús fyrir kirkjuna og
einnig er hún notuð til sýningahalds og fyrir
aðra sérstaka viðburði.

1864–1877
2007, Guðrún Jónsdóttir
Þingeyrar, Húnavatnssýsla
1 Séð úr suðvestri • Südwestansicht • View from sout-
   hwest
2 Þversnið kirkju• Querschnitt Kirche• Cross section
3 Inni í kirkjunni • Innenraum Kirche • Church interior
4 Grunnteikning kirkju • Grundriss Kirche • Church
   Ground floor plan
5 Kirkjugluggi • Kirchenfenster • Church window
6 Grunnteikning Klausturstofu • Grundriss
   Klosterstube • Monastery parlor ground floor plan
7 Inngangur Klausturstofu• Eingang Klosterstube •
   Monastery parlor entrance

Þingeyrar Kirche und Klosterstube

Eine der bemerkenswertesten Steinkirchen in Island aus dem 19. Jahrhundert ist diese von Steinmetz Sverrir Runólfsson im Auftrag des Landwirts und Parlamentsabgeordneten Ás-geir Einarsson errichtete Kirche. Die dafür verwendeten Basaltblöcke stammen von der anderen Seite des Sees Hópið aus der Gegend von Ásbjarnarnes und mussten während des Winters über den zugefrorenen See transportiert werden. Die 80 cm dicken Natursteinwände wurden im Innenraum abgeschliffen und weiß getüncht, während man sie außen unbearbeitet beließ. Alle Fenster- und Türöffnungen haben gemauerte Bögen, die eingebauten Fenster aus Gusseisen bestehen aus je 100 kleinen Glasscheiben. Der Hauptraum ist aufgeteilt in Vorkirche, Hauptschiff und Chor und wird von einem hölzernen, blau gestrichenen Gewölbe überdeckt, welches mit 1000 Sternen geschmückt ist. Das ursprünglich mit Ziegeln ausgeführte Dach ist heute mit Kupfer gedeckt. Im Jahr 1998 wurde die Kirche, deren Standort bereits seit 1133 Klostersitz und über mehrere Jahrhunderte eines der kulturellen Zentren des Landes war, unter der Leitung von Architektin Guðrún Jónsdóttir renoviert. Die Architektin entwarf auch die im Jahr 2007 fertiggestellte Klosterstube in der Nähe der Kirche. Das Gebäude wird für kirchliche Dienstleistungen, Ausstellungen und besondere Anlässe genutzt.

Þingeyrar Church and Monastery

This church, built by stonemason Sverrir Runólfsson for farmer/parliamentarian Ásgeir Einarsson, is one of Iceland's most interesting 19th-century churches. The basalt of which it is constructed was brought from near Ásmundarnes on the other side of the Hóp lake; it was transported during the winter by dragging it across the frozen lake. The stone walls are 80 cm thick, and the masonry is smoothed and whitewashed on the interior, while the exterior is rough-hewn. All doors and windows have arched openings with cast-iron frames, each consisting of 100 small panes of glass. The interior of the church is well lit, and the main space, 12 x 6.6 m, comprises forechurch, nave and chancel. Above this is a wooden vaulted ceiling, painted blue and ornamented with 1000 stars. The roof, originally shingled, is now clad in copper. Þingeyrar, the site of a monastery founded in 1133, was for many centuries one of Iceland's principal centres of culture. The church was restored in 1998 under the supervision of architect Guðrún Jónsdóttir. She also designed the monastery building, which was completed in 2007 and stands close to the church. The building is used for church services, exhibitions, and special events.

6

0 1   5

7

Aðrar byggingar

125 Borgarvirki

Klettaborg þessi úr allt að 15 m háum stuðlabergssúlum er talin vera virki frá 10. eða 11. öld. Auk klettaveggjanna eru þar hlaðnir grjótveggir sem voru endurgerðir í upprunalegri mynd 1949–50. Inni í virkinu er m.a. að finna miðaldarústir og brunn.

126 Sjávarborgarkirkja

Þessa litlu friðuðu kirkju skammt frá Sauðárkróki reisti Guðjón Jónsson smiður árið 1857. Kirkjan er úr timbri og grindarbyggð. Veggir og þak, sem er með tvöfaldri timburklæðningu, eru tjörguð en glugga- og dyrakarmar hvítmálaðir. Byggingin var aðeins notuð sem guðshús til ársins 1892. Hún var gerð upp á vegum Þjóðminjasafnsins 1971–83 undir stjórn Stefáns Jónssonar arkitekts. Húnn á innri hurð er frá árinu 1663.

127 Hillebrandtshús

F. Hillebrandt kaupmaður lét reisa húsið á Blönduósi árið 1877, en bærinn hafði fengið kaupstaðarréttindi árið áður. Húsið er einlyft bindingshús og var upphaflega notað sem verslun og vörugeymsla. Það er elsta byggingin á Blönduósi.

128 Húnavallaskóli

Teikningin að skólahúsinu í nágrenni Blönduóss er eftir Björn Ólafs arkitekt og fékk fyrstu verðlaun í samkeppni árið 1964. Byggingin er framúrstefnuleg, úr sjónsteypu, í anda svonefnds „brútalisma" í arkitektúr. Hróbjartur Hróbjartsson arkitekt lauk verkinu.

Weitere Gebäude

Borgarvirki-Festung

Die Felsformation aus bis zu 15 m hohen Basaltsäulen war vermutlich eine Festungsanlage aus dem 10. oder 11. Jahrhundert. Die ergänzend aufgeschichteten Steinmauern wurden 1949–50 originalgetreu wieder errichtet. Im Inneren finden sich unter anderem mittelalterliche Gebäudereste und ein Brunnen.

Kirche von Sjávarborg

Diese kleine, denkmalgeschützte Kirche bei Sauðárkrókur wurde im Jahr 1857 von Zimmermann Guðjón Jónsson in Fachwerkbauweise errichtet. Die mit Holz verschalten Außenwände und das doppelt gedeckte Holzdach sind mit einem Teer-anstrich versehen, die Fenster- und Türrahmen sind weiß gestrichen. Sie diente jedoch nur bis 1892 kirchlichen Zwecken. 1971–83 wurde sie von Architekt Stefán Jónsson im Auftrag des Nationalmuseums restauriert. Der innere Türgriff stammt noch aus dem Jahr 1663.

Hillebrandtshaus

Kaufmann F. Hillebrandt ließ das Gebäude 1877 in Blönduós errichten, ein Jahr nachdem Blönduós das Marktrecht erhalten hatte. Das eingeschossige Fachwerkhaus wurde ursprünglich als Laden und Warenspeicher genutzt und ist das älteste Gebäude der Stadt.

Húnavellir-Schule

Der Entwurf für die Schule in der Nähe von Blönduós stammt von Architekt Björn Ólafs und ging 1964 als erster Preis aus einem Wettbewerb hervor. Das avantgardistische Sichtbetongebäude im Stil des soganannten „Brutalismus" wurde von Architekt Hróbjartur Hrjóbjartsson vollendet.

Other Buildings

Borgarvirki

This citadel, surrounded by basalt columns up to 15 m high, is believed to be a defensive fort dating from the 10th or 11th century. In addition to the natural cliff walls, stone defences were built there. These were restored in 1949–50. The citadel contains medieval ruins and a well.

Sjávarborg Church

This small church near Sauðárkrókur, a listed building, was built in 1857 by carpenter Guðjón Jónsson. The wooden church is of timber-frame construction, clad with wooden weatherboarding. Both walls and the roof, which has a double layer of wooden roofing, are tarred, while the door- and window-frames are painted white. The building was only used as a church until 1892. It was restored for the National Museum in 1971–83 under the supervision of architect Stefán Jónsson. The doorknob on the inner door dates from 1663.

Hillebrandt's House

Merchant F. Hillebrandt had the building constructed in 1877 in Blönduós, which had been granted its trading charter the previous year. The building is a single-storey timber-frame structure, originally used as a shop and warehouse. It is the oldest building in Blönduós.

Húnavellir School

The design of this school near Blönduós, by architect Björn Ólafs, won first prize in a competition in 1964. The design is avant-garde, built of exposed concrete in the so-called "brutalist" style. The work was completed by architect Hróbjartur Hróbjartsson.

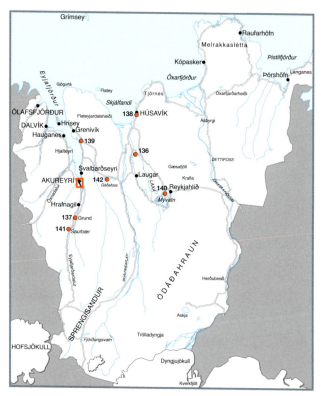

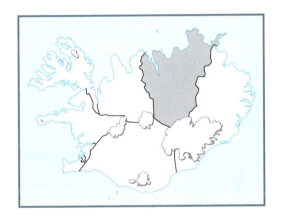

NORÐURLAND EYSTRA

ÖSTLICHES NORDISLAND

NORTHEAST ICELAND

1

2

3

4

129 Akureyri – innbærinn

Allt frá 16. öld stóðu á sandrifinu milli Búðargils og hafs verslunarhús sem aðeins voru notuð hluta ársins. Frá 1760 fóru kaupmenn að dvelja á staðnum yfir veturinn líka. Mörg húsanna heita eftir dönsku kaupmönnunum eða íslenskum mektarmönnum. Þeirra á meðal eru t. d. elsta hús bæjarins, Laxdalshús (129a) frá 1795 að Hafnarstræti 11 og Nonnahús (129b),

Aðalstræti 54, byggt 1850, sem er bernskuheimili prestsins og rithöfundarins Jóns Sveinssonar, Nonna. Ein elsta tvílyfta bygging á Íslandi er Gudmanns Minde, íbúðarhús að Aðalstræti 14 (129c) frá árinu 1836, en það var um tíma notað sem sjúkrahús. Gamla apótekið í Aðalstræti 4 (129d) var dæmi um byrjandi áhrif klassískrar húsagerðarlistar á smiðina sem höfðu lært fag sitt erlendis, en því hefur verið breytt nokkuð. Undir lok 19. aldar fluttu norskir síld- og hvalveiðimenn inn timburhús sem Íslendingar fóru fljótlega að líkja eftir. Frá þessum tíma er t. d. Höpfnershús að Hafnarstræti 20 (129e), verslunarhús frá 1911, en þar er hátt til lofts, gluggar stórir og skreyti við dyr og glugga.

Altstadt Akureyri

Akureyri – Old Town

Seit dem 16. Jahrhundert war die Sandbank zwischen Búðargil und dem Meer Standort zeitweise genutzter Handelsgebäude. Ab 1760 begannen die Kaufleute auch während des Winters dortzubleiben. Viele Gebäude sind nach den dänischen Kaufleuten oder isländischen Persönlichkeiten benannt. Dazu gehört z.B. das älteste Haus in Akureyri, das Laxdalshús (129a) von 1795 in der Hafnarstræti 11, oder das Nonnahús (129b) in der Aðalstræti 54, erbaut 1850, das Elternhaus des Pastors und Dichters „Nonni" Jón Sveinsson. Eines der ältesten zweigeschossigen Gebäude Islands ist „Gudmanns Minde", ein Wohnhaus in der Aðalstræti 14 (129c) aus dem Jahr 1836, welches einige Zeit als Krankenhaus diente. Die zwischenzeitlich veränderte alte Apotheke in der Aðalstræti 4 (129d) aus dem Jahr 1859 war ein Beispiel für den beginnenden Einfluss der klassischen Architektur auf die im Ausland ausgebildeten Zimmerleute. Gegen Ende des 19. Jahrhunderts importierten norwegische Herings- und Walfänger Holzhäuser, die bald von Isländern nachgebaut wurden. Aus dieser Zeit stammt beispielsweise das Höpfnershús in der Hafnarstræti 20 (129e), ein Ladengebäude aus dem Jahr 1911, mit hohen Räumen, großen Fenstern und Ornamenten an Türen und Fenstern.

From as early as the 16th century, commercial buildings stood on the spit of land between Búðargil and the sea; these were in use for only part of the year. From 1760, merchants started staying all year. Many of the buildings bear the names of Danish merchants or leading Icelanders. These include e.g. Akureyri's oldest building, the Laxdal House (129a) from 1795, at Hafnarstræti 11, and Nonni's House (129b), Aðalstræti 54, built in 1850. This was the childhood home of Jón Sveinsson (Nonni), writer and Jesuit priest. One of the oldest two-storey buildings in Iceland is Gudmanns Minde (129c), a private home at Aðalstræti 14 dating from 1836, which was once a hospital. The old pharmacy (129d) at Aðalstræti 4 was an example of the early influence of classical architecture upon builders who had been trained abroad. The building has been altered somewhat. In the late 19th century, Norwegian herring merchants and whalers imported wooden houses that Icelanders soon started to imitate. From this period is e.g. the Höpfner House (129e) at Hafnarstræti 20, a commercial building from 1911, with high ceilings, large windows and ornamentation at doors and windows.

5

AUSTURHLID

1

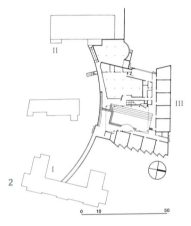

2

130 Menntaskólinn á Akureyri

Elsta skólahúsið, gamli skólinn, er tvílyft timburhús, flutt inn tilsniðið frá Noregi og reist á háum kjallara, en um smíðina sá Sigtryggur Jónsson smiður. Byggingin, sem hýsti upphaflega gagnfræðaskóla bæjarins, var líkt og mörg önnur timburhús undir áhrifum sveiserstílsins sem þá var ríkjandi. Skarphéðinn Jóhannsson gerði að fyrirmynd fúnksjónalismans ráð fyrir nokkrum nýbyggingum svipaðrar tegundar á lóð skólans, en af fjárhagsástæðum var aðeins ein þeirra,

Möðruvellir (II), reist 1967–69. Þegar enn þurfti að stækka skólann seint á níunda ártugnum var þó ekki stuðst við þessar áætlanir: Vorið 1991 var efnt til samkeppni um nýtt viðbótarhúsnæði og unnu arkitektarnir Gísli Kristinsson og Páll Tómasson keppnina með teikningu sinni. Þeir vildu með nýbyggingunni tengja eldri skólahúsin tvö sem voru hvort um sig dæmi um stíl síns tíma. Nýja húsið Hólar (III) er einlyft steinsteypt bygging með flötu þaki, hvítmáluð og með blárri álkæddri upphækkun yfir samkomusalnum, og lagar sig smekklega að hinum eldri. Lokuð, bogadregin gangbraut liggur á milli húsanna og tengir þau innbyrðis í heildstæða byggingasamstæðu sem samsvarar kröfum nútímaskólastarfs.

1904
1967–1969, Skarphéðinn Jóhannsson
1992–1995, Gísli Kristinsson, Páll Tómasson
Eyrarlandsvegur 28, Akureyri
1 Heildarútlit • Gesamtansicht • Overall view
2 Afstöðukort • Lageplan • Location plan

Gymnasium Akureyri

Das älteste Gebäude des Schulkomplexes, das zweigeschossige Holzhaus Gamli Skóli (I), ist vermutlich ein Entwurf des Erbauers Sigtryggur Jónsson. Es wurde aus in Norwegen vorgefertigtem Holz auf einem weit aus der Erde ragenden Kellergeschoss errichtet. Das Gebäude stand wie viele Holzhäuser unter dem Einfluss des damals vorherrschenden Schweizer Stils. Nach dem Entwurf des Architekten Skarphéðinn Jóhannsson, der nach funktionalistischem Vorbild mehrere gleichartige Gebäudeblocks auf dem Gelände vorsah, realisierte man in den Jahren 1967–69 aus finanziellen Gründen jedoch nur das Gebäude Möðruvellir (II). Als Ende der 1980er Jahre eine weitere Schulerweiterung notwendig wurde, hielt man jedoch an dieser Planung nicht mehr fest: Im Frühjahr 1991 wurde ein Wettbewerb für eine weitere Schulerweiterung ausgelobt, den die Architekten Gísli Kristinsson und Páll Tómasson mit ihrem Entwurf gewannen. Sie planten eine Erweiterung als Bindeglied zwischen den beiden in unterschiedlichen Epochen errichteten Schulgebäuden. Das neue Gebäude Hólar (III), ein eingeschossiges weißes Flachdachgebäude aus Beton mit einem blau aluminiumverkleideten Aufbau im Bereich der Aula, ordnet sich behutsam zwischen den vorhandenen Schulbauten ein. Ein geschwungener, geschlossener Fußweg verbindet die Gebäude untereinander und fügt sie zusammen zu einem modernen, zeitgemäßen Schulkomplex.

Akureyri Grammar School

The oldest of the school buildings (I) is a two-storey timber building, imported ready-made from Norway and erected on a tall basement by builder Sigtryggur Jónsson. The building, like many other wooden buildings, was under the influence of the Swiss or chalet style which was then predominant. Several additional buildings for the school were designed by Skarphéðinn Jóhannsson in the functionalist style, but for financial reasons only one, Möðruvellir (II), was built, in 1967–69. When further additions to the school were required in the late 1980s, however, these designs were not used. In the spring of 1991 a competition was held for a new extension to the school, which was won by architects Gísli Kristinsson and Páll Tómasson. They aimed in their design to link the two existing school buildings, each an example of the style of its time. The new building, Hólar (III), is a single-storey concrete structure with a flat roof, painted white, and a more lofty blue aluminium-clad section over the assembly hall. It is tastefully adapted to the existing structures. An enclosed, curved walkway connects the buildings, linking them one to another in a congruent complex that meets the needs of a modern school.

1

131 Samkomuhús Akureyrar

Góðtepmlarareglan lét rífa gamalt einlyft samkomuhús sitt árið 1906 og fól smiðunum Guðbirni Björnssyni og Guðmundi Ólafssyni að byggja annað stærra, og var smíði þess lokið ári síðar. Nýja húsið var úr timbri, tvílyft bindingshús á háum steinsökkli, bjart og rúmgott, og var meðal stærstu og glæsilegustu timburhúsa á landinu. Útveggir voru með láréttri viðarklæðningu og lágt þakið klætt bárujárni. Byggingarmeistararnir skiptu framhliðinni með flatsúlum í turnhluta í miðju og tvo burstahluta, hvorn á sínum enda. Skiptingin var áréttuð með samsvarandi gluggaskipan, en gerð glugganna sjálfra er einstæð á Íslandi. Bærinn keypti húsið 1916 og eftir það voru fundir bæjarstjórnar haldnir þar, auk fyrri starfsemi. Árið 1920 var byggt við húsið norðanmegin og voru þar búningsherbergi og stigi. 1945 reis önnur viðbygging á vesturhliðinni. Síðan voru gerðar ýmsar frekari breytingar á húsinu þar til það var friðað 1978. Nú starfar Leikfélag Akureyrar í byggingunni.

1906
Hafnarstræti 57, Akureyri
1 Séð úr austri • Ostansicht • East side
2 Hluti af framhlið • Fassadendetail • Detail of facade

Versammlungshaus Akureyri

Akureyri Community Hall

Der Guttemplerorden ließ sein altes eingeschossiges Versammlungshaus 1906 abbauen und beauftragte die Zimmerleute Guðbjörn Björnsson und Guðmundur Ólafsson an dieser Stelle ein größeres zu errichten. Dieses neue Haus, ein zweigeschossiges Holzgebäude auf einem hohen Steinsockel, war bereits 1907 fertiggestellt und gehörte zu den größten und eindrucksvollsten Holzbauten Islands. Das helle, geräumige Fachwerkgebäude war mit einer waagrechten Holzschalung verkleidet, das flach geneigte Dach wurde mit Wellblech eingedeckt. Mit Pilastern gliederten die Baumeister die Fassade in einen mittleren Turmabschnitt und je einen Giebelabschnitt an den beiden Enden des Gebäudes. Diese Gliederung verstärkten sie durch entsprechende Fensteranordnung, die Fenster selbst erhielten eine in Island einmalige Aufteilung. 1916 kaufte die Stadt das Gebäude, und neben der bisherigen Nutzung fanden nun auch Stadtratssitzungen in dem Gebäude statt. Im Jahr 1920 errichtete man einen Anbau im Norden, einen Umkleideraum und eine Treppe. 1945 wurde an der Westseite ein weiterer Anbau ergänzt. Verschiedene bauliche Veränderungen wurden danach noch vorgenommen, bis es 1978 unter Denkmalschutz gestellt wurde. Heute ist in dem Gebäude das Stadttheater untergebracht.

The temperance organisation the Good Templars had its old meeting hall demolished in 1906, and commissioned carpenters Guðbjörn Björnsson and Guðmundur Ólafsson to construct a new, larger one. Construction was completed the following year. The new building was a two-storey timber-frame structure on a high stone foundation, bright and spacious. It was one of the largest and most splendid wooden buildings in the country. The exterior walls were clad with horizontal weatherboarding, and the low-pitched roof with corrugated iron. The master builders used pilasters to divide the facade into a tower section and two gabled sections, one at each end. This division was underlined by windows spaced accordingly; the windows themselves are unique in Iceland. The building was purchased by the town authorities in 1916, after which meetings of the town council took place there, in addition to existing activities. In 1920, an extension was added to the northern side of the building, comprising dressing rooms and a staircase. Another extension was added to the west side in 1945. The structure underwent various other alterations until it was classified as a listed building in 1978. The building now houses the Akureyri Theatre Company.

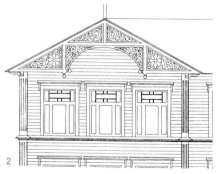

1

2

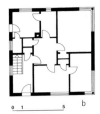

3

a

0 1   5   b

c

132 Hús Samvinnubyggingarfélags Akureyrar

Þessa vel varðveittu húsasamstæðu hann-
aði Þórir Baldvinsson arkitekt fyrir bygg-
ingarsamvinnufélag í bænum sem fól honum
verkið. Þórir hafði numið í Bandaríkjunum
og var undir áhrifum fúnksjónalismans eins
og ýmsir starfsbræður hans. Hann þró-

1935–1936, Þórir Baldvinsson
Þingvallastræti 16
Helgamagrastræti 1, 3–7, 9, 11, 13
Akureyri
1 Helgamagrastræti: austanmegin • Ostseite •
   east side
2 Helgamagrastræti: vestanmegin • Westseite •
   west side
3 Grunnteikningar jarðhæða • Grundrisse Erdgeschoss
   • Plans of ground floor
4 Afstöðukort • Lageplan • Location plan

aði þrjár mismunandi tegundir húsa, a, b
og c, sem tilvonandi íbúar gátu valið um.
Í Helgamagrastræti voru aðeins tvær af
þessum tegundum byggðar, a (að vestan) og
b (að austan). Öll húsin voru steinsteypt og
báru mörg einkenni fúnksjónalismans. Af
veðurfarsástæðum hafði hann þó þökin úr
trégrind með tjörupappa í stað hinna flötu
steypuþaka og í múrhúð útveggjanna var
blandað mulningi úr steintegundum staðar-
ins sem skýldi steypunni fyrir regni og vind-
um. Þessi sérstaka múrhúð varð mjög dökk
vegna grjótmulningsins og er enn á tveim-
ur húsanna. Auk þessara samstæðu bygg-
inga eru við Helgamagrastræti hús í fúnkis-
stíl sem handverksmenn á Akureyri hönnuðu
og byggðu næstu árin og fram undir 1945.

Baugenossenschaftssiedlung Akureyri

Akureyri Building Cooperative

Diese gut erhaltene Häusergruppe wurde von einer örtlichen Baugenossenschaft errichtet, die den Architekten Þórir Baldvinsson mit dem Entwurf beauftragte. Der Architekt, der in den U.S.A. studiert hatte und wie einige seiner Kollegen vom Funktionalismus beeinflusst war, entwickelte drei verschiedene Haus- typen, a, b + c, unter denen die Bauherren auswählen konnten. Von diesen Haustypen wurden in der Helgamagrastræti nur die Varianten a (Westseite) und b (Ostseite) realisiert. Alle Wohnhäuser sind in Beton errichtet und weisen typische Merkmale des Funktionalismus auf. Das Dach wurde jedoch nicht als typisch funktionalistisches Betonflachdach, sondern aus klimatischen Gründen in Holzkonstruktion mit einer Abdeckung aus Teerpappe ausgeführt. In den Außenputz wurde örtlich vorkommendes Gesteinsgranulat gemischt, welches die Betonflächen vor Wind und Regen schützte. Dieser besondere Oberflächenputz war durch die Beimischung des Gesteins sehr dunkel und ist heute noch bei zwei Gebäuden erhalten. Außer dieser geschlossenen Häusergruppe finden sich entlang der gesamten Helgamagrastræti noch weitere vom Funktionalismus geprägte Häuser, die in den darauffolgenden Jah-ren bis etwa 1945 von Handwerkern aus Akureyri entworfen und gebaut wurden.

This well-preserved collection of buildings was designed by architect Þórir Baldvinsson, commissioned by a building cooperative in Akureyri. Baldvinsson had studied in USA, and was under the influence of functionalism, like many of his contemporaries. He developed three different home types, a, b, and c, from which prospective home owners could choose. On Helgamagrastræti only two of these types were built, a (on the west side), and b (on the east side). All the homes are built of concrete and display many typical functionalist features. For reasons of climate, however, the roof was a wooden framework with asphalt felt, instead of the typical functionalist flat concrete roof. The exterior rendering on the walls was mixed with ground local rock, for protection against the elements. This unusual roughcast was very dark in colour due to the added rock; this may still be seen on two of the buildings. In addition to this development, Helgamagrastræti as a whole consists of buildings in the functionalist style, designed and built by local craftsmen in the following years, until about 1945.

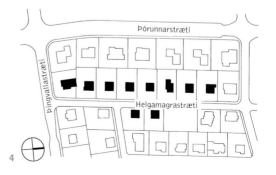

1

3

2

133 Gömlu kartöflugeymslurnar á Akureyri

Akureyrarbær lét byggja kartöflugeymslurnar árið 1937. Þar leigðu margar fjölskyldur pláss til að geyma kartöflur sem ræktaðar voru fyrir utan bæinn. Geymslunum var lokað 2004 og til stóð að rífa þær til að skapa aukið rými fyrir skólann í grenndinni. Logi Einarsson arkitekt sem þekkti geymslurnar frá barnæsku bauðst til að kaupa byggingarnar og breyta í arkitektastofu.

Því boði var tekið, arkitektinn hófst handa og flutti inn með stofu sína 2005. Við endurbæturnar hélt hann hinum upprunalegu hrjúfu innveggjum. Að utan var gleri bætt í steyptan ramma, sem ljær byggingunni nýtt og sérstakt útlit og tryggir birtu inni í rýminu. Á upprunalegu veggina voru sett misstór rétthyrnd op.

1937
2005, Logi Einarsson
Kaupvangsstræti 29, Akureyri
1 Norðvesturhlið • Nordwestansicht • Northwest side
2 Innra rými • Innenraum • Interior
3 Inngangur • Eingang • Entrance
4 Grunnteikning • Grundriss • Plan
5 Þversnið • Querschnitt • Cross section

Altes Kartoffellager Akureyri

Das alte Kartoffellager wurde im Jahr 1937 von der Stadt Akureyri erbaut. Viele Familien mieteten Platz im Lager für ihre Kartoffeln, die sie außerhalb der Stadt anbauten. Im Jahr 1997 wurde das Kartoffellager geschlossen und sollte 2004 abgerissen werden, um mehr Platz für die nahegelegene Grundschule zu gewinnen. Der Architekt Logi Einarsson, der das Gebäude seit seiner Kindheit kannte, bot der Stadt an, das Gebäude zu kaufen und es in ein Architekturbüro umzubauen. Das Angebot wurde angenommen, der Architekt setzte die Idee um und bezog 2005 sein Architekturbüro. Bei dem Umbau bewahrte er die ursprüngliche, aus rauen Wänden bestehende Grundstruktur. Er ergänzte außerhalb einen Betonrahmen mit Verglasung, der dem Gebäude ein neues, charakteristisches Aussehen verlieh und die Belichtung der Räume gewährleistete. Die ursprünglichen Wände erhielten rechteckige Öffnungen in verschiedenen Größen.

The Old Potato Storages in Akureyri

The town of Akueyri had the potato storages built in 1937. Many families rented storage for potatoes that they grew in plots outside of town. The storages were closed in 2004 and were marked for demolition to create more space for the nearby primary school. The architect Logi Einarsson, who had known the storages since childhood, offered to buy the building and transform it into an architectural office. His offer was accepted and after renovations Logi moved his office into the building in 2005. The reconstruction involved maintaining the original rough walls but adding a concrete frame with glass, giving the building a new and unique look while letting in light. Rectangular openings of various sizes were also made into the original walls.

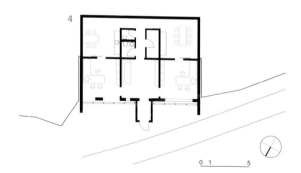

0 1   5

0 1   5

134 Akureyrarkirkja og safnaðarheimili

Samkeppni var haldin um byggingu nýrrar kirkju á Akureyri árið 1930. Ekki var byggt eftir verðlaunatillögunum heldur fól sóknarnefnd Guðjóni Samúelssyni, húsameistara ríkisins, að gera nýja teikningu. Steypt kirkj-

an (I) stendur á áberandi stað uppi á brekkubrún og langar tröppur liggja úr miðbænum upp að dyrum hennar, en tveir turnar eru á framhliðinni, beggja vegna við innganginn. Kirkjan er í nýgotneskum stíl og útlit hennar mótað af formum stuðlabergsins í nágrenninu, en þá fyrirmynd úr náttúru Íslands notaði arkitektinn oft í byggingum sínum. Á myndum í gluggunum sautján í kirkjunni eru sýndir þættir úr kristnisögu Íslands.

Fanney Hauksdóttir arkitekt hóf vinnu við safnaðarheimilið (II) 1985. Það er við hliðina á kirkjunni og byggt inn í hlíðina, þakið torfi til að spilla ekki viðkvæmu umhverfinu. Frá „inngangshólnum" leiðir sveigður veggur gestinn að safnaðarsölunum sem fá birtu um glugga í þeirri hliðinni sem snýr að sjó. Neðanjarðargöng tengja viðbygginguna við kapellu fyrir æskulýðsstarf safnaðarins sem staðsett er undir aðalskipi kirkjunnar.

Kirche und Gemeindehaus Akureyri

Akureyri Church and Parish Centre

Im Jahr 1930 wurde ein Wettbewerb für eine neue Kirche in Akureyri durchgeführt. Keiner der Vorschläge wurde jedoch realisiert, und man beauftragte Staatsarchitekt Guðjón Samúelsson eine neue Kirche zu entwerfen. Die Betonkirche (I) steht an exponierter Stelle an einem Hang, und eine lange Treppe führt vom Stadtzentrum zu ihrem Eingang, der von zwei Türmen flankiert wird. Die neugotische Kirche ist geprägt von der Form der Basaltsäulen in der Umgebung, ein Motiv aus der isländischen Natur, welches der Architekt oft in seinen Entwürfen aufgreift. Auf 17 Fenstern der Kirche sind Ereignisse der Geschichte des isländischen Christentums dargestellt. Das im Jahr 1985 von Architektin Fanney Hauksdóttir begonnene Gemeindehaus (II) neben der Kirche wurde in den Hang gebaut und mit Torf bedeckt, um die empfindliche Umgebung nicht zu stören. Vom „Eingangshügel" führt eine gebogene Wand den Besucher zu den Gemeinderäumen, die über eine Fensterseite zum Meer belichtet werden. Ein unterirdischer Gang verbindet das Gemeindehaus mit einer Kapelle, die sich unter dem Chor der Kirche befindet.

A competition was held in 1930 to design a new church at Akureyri. No church was built to the winning designs, and a new design was commissioned from State Architect Guðjón Samúelsson. The concrete church (I) stands in a striking location on a hillside overlooking the town, with a long flight of steps leading up from the town centre. The facade of the church has two towers, one on either side of the entrance. The church, in the Neo-Gothic style, is inspired by columnar basalt formations in nearby nature, a motif often used by the architect in his work. The church's 17 windows depict events from Icelandic ecclesiastical history.

Architect Fanney Hauksdóttir began work on the parish centre (II) in 1985. This stands next to the church, built into the hillside and covered in turf, so as not to spoil the sensitive environment. From the "entrance hill" a curved wall leads the visitor into the parish halls that are lit by windows on the side that faces the sea. An underground passage links the annex to a chapel for the parish's youth activities, which is located under the nave of the church.

6

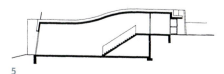

5

1

2

3

135 Kaffihúsið í Lystigarðinum

Bæjarstjórn Akureyrar ákvað að láta reisa kaffihús í garðinum í tilefni 100 ára afmælis hans og þess að 150 ár eru liðin frá því að bærinn hlaut kaupstaðarréttindi. Kaffihúsið skyldi standa í garðinum miðjum og taka tillit til þeirra bygginga sem þar voru fyrir. Hönnun arkitektastofunnar sem var falið verkið lagar sig þannig að hinum sögulegu byggingum og andrúmslofti umhverfisins. Jafnframt er húsið vistvænt og í takt við samtímann, úr þrautreyndum innlendum efnum og nútímalegt í útfærslu. Eitt meginatriðið í hönnun kaffihússins, sem var fullgert 2012, var hin sjónræna tenging við umhverfið. Sú tenging næst með stórum gluggum með rúðuskiptingu sem minnir á tré. Byggingin hlaut Menningarverðlaun DV í arkitektúr árið 2012.

2011–2012, Logi Einarsson og Ingólfur Guðmundsson
Eyrarlandsvegur, Akureyri
1 Inni í kaffihúsinu • Innenraum Café • Inside the café
2 Austurhlið • Ostansicht • East side
3 Pallur • Terrasse • Patio
4 Grunnteikning • Grundriss • Plan

Café im Botanischen Garten Akureyri

Anlässlich des 150-jährigen Bestehens der Stadt und dem 100-jährigen Jubiläum des Botanischen Gartens beschloss der Stadtrat von Akureyri ein Café zu errichten. Das Gebäude sollte im Zentrum des Botanischen Gartens gebaut werden und die im Garten bereits bestehenden Gebäude berücksichtigen. Der Entwurf des beauftragten Architekturbüros berücksichtigt diesen historischen Gebäudebestand und die Atmosphäre der Umgebung. Gleichzeitig ist es ein zeitgemäßes, ressourcenschonendes Haus mit modernen Details und heimischen, bewährten Materialien. Ein weiterer wesentlicher Faktor, der den Entwurf des 2012 fertiggestellten Cafés beeinflusste, war die visuelle Verbindung zum Außenbereich. Diese wird mit großen Fensterflächen erreicht, deren Unterteilung an Zweige eines Baumes erinnert. Im Jahr 2012 wurde das Gebäude mit dem isländischen DV-Kulturpreis für Architektur ausgezeichnet.

Café in the Botanical Garden, Akureyri

The town council of Akureyri decided to build a café in the botanical garden on the occasion of the garden's 100th anniversary and the town's 150th anniversary. The café was to stand in the centre of the garden, considering the existing buildings so the brief for the design was to adapt the building to the historical buildings and atmosphere of the area. The building is also eco-friendly and contemporary, made from tried and tested local materials and modern details. One of the main factors in the design of the café, which was completed in 2012, was the visual connection to the surroundings. This is achieved with large windows that are divided to resemble the branches of a tree. The building was awarded the DV Culture Prize in architecture in 2012.

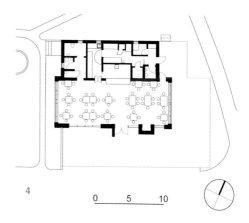

4

0   5   10

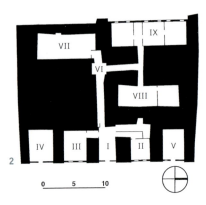

136 Grenjaðarstaður

Bærinn á Grenjaðarstað er frábært dæmi
um stórt myndarbýli og ættaróðal á 19.
öld. Á bænum var prestssetur allt frá 11.
öld. Elsti hluti núverandi byggingar, aust-
urdyrnar (I) og norðurstofan (II), er frá
árinu 1865 en meiri hluti húsanna er reist-
ur eftir 1877. Með suðurstofu (III), suður-
skemmu (IV) og norðurskemmu (V) mynda

þau fimm burstir sem vita í austur. Göngin
eru tvískipt og liggur annar hluti þeirra að
stóru eldhúsi (VII), hinn að búrinu (VIII)
og tvílyftri baðstofu (IX). Síðustu íbúarn-
ir fluttu úr bænum árið 1949 og á árunum
1955–58 lét Þjóðminjasafnið gera hann upp
undir yfirstjórn Kristjáns Eldjárns.

1865–1894
Suður-Þingeyjarsýsla
1 Séð úr austri • Ostansicht • East side
2 Grunnteikning • Grundriss • Ground plan
3 Göng • Gang • Passage
4 Séð úr vestri • Westansicht • West side

Torfhof Grenjaðarstaður

Die Anlage ist ein hervorragendes Beispiel eines stattlichen Hofes und Familiensitzes im 19. Jahrhundert. Der Hof war seit dem 11. Jahrhundert Pfarrsitz. Die ältesten Teile des jetzigen Gebäudes, der Osteingang (I) und die Nordstube (II), stammen aus dem Jahr 1865, die meisten Gebäude wurden jedoch nach 1877 errichtet. Zusammen mit der Südstube (III), dem südlichen (IV) und dem nördlichen Aufbewahrungsraum (V) bilden sie die 5 Giebel, die nach Osten orientiert sind. Der Verbindungsgang (VI) ist zweiteilig, ein Teil davon führt zur großen Küche (VII), der andere zur Speisekammer (VIII) und zum zweigeschossigen Wohnraum (IX). Die letzten Bewohner verließen den Hof im Jahr 1949. Zwischen 1955 und 1958 wurde der Hof durch das Nationalmuseum unter der Aufsicht des Archäologen Kristján Eldjárn stilgerecht renoviert.

Grenjaðarstaður

The farmstead at Grenjaðarstaður is an outstanding example of a large farmhouse and estate of the 19th century. Grenjaðarstaður was a pastor's residence from the 11th century. The oldest section of the present building, the east entrance (I) and north room (II), dates from 1865, while most of the buildings were constructed after 1877. Together with the south room (III), south storehouse (IV) and north storehouse (V), these form five east-facing gables. The connecting passage comprises two parts, one leading to the large kitchen (VII), the other to the pantry (VIII) and a two-storey *baðstofa* (IX). The last inhabitants moved out in 1949. In 1955–58, the National Museum had the farmstead restored under the supervision of archaeologist Kristján Eldjárn.

4

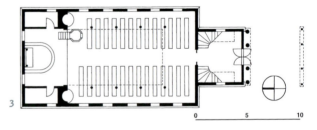

137 Grundarkirkja

Magnús Sigurðsson bóndi hannaði timbur-kirkjuna að Grund og byggði í samvinnu við Ásmund Bjarnason smið sem hafði lært í Danmörku. Hún er fyrsta stóra timburkirkja 20. aldar og ber vott um dönsk og norsk áhrif. Kirkjan er 22 x 9 m að grunnfleti, með 24 m háum klukkuturni og snýr norður-suð-ur, ekki austur-vestur eins og hefðin mælir fyrir. Norskur listamaður sá um málun og skreyti og inni í kirkjunni eru upphaflegir litir enn varðveittir. Árið 1986 hófust við-gerðir á byggingunni undir stjórn arkitekt-anna Hjörleifs Stefánssonar og Magnúsar Skúlasonar.

1904–1905
Grund, Eyjafjörður

1 Séð úr suðri • Südansicht • South side
2 Gluggi • Fenster • Window
3 Grunnteikning • Grundriss • Ground plan
4 Inngangur • Eingang • Entrance

Kirche von Grund

Die Kirche in Grund wurde von Landwirt Magnús Sigurðsson in Zusammenarbeit mit dem in Dänemark ausgebildeten Zimmermann Ásmundur Bjarnason entworfen und gebaut. Die erste große Holzkirche des 20. Jahrhunderts in Island zeigt Einflüsse dänischer und norwegischer Vorbilder. Sie misst im Grundriss 22 x 9 m, hat einen 24 m hohen Glockenturm und wurde anstatt in traditioneller Ost-West-Richtung von den Erbauern in Nord-Süd-Richtung orientiert. Anstrich und Verzierungen führte ein norwegischer Künstler aus, im Inneren der Kirche sind die Originalfarben noch erhalten. Ab 1986 wurde das Gebäude unter der Leitung der Architekten Hjörleifur Stefánsson und Magnús Skúlason renoviert.

Grund Church

The wooden church at Grund was designed and built by Magnús Sigurðsson, farmer at Grund, in collaboration with carpenter Ásmundur Bjarnason, who was trained in Denmark. The first large wooden church of the 20th century, it exhibits Danish and Norwegian influence. The ground area of the church is 22 x 9 m, with a bell tower 24 metres high. The church is built on a north-south axis, not the conventional east-west. Painting and ornamentation was the work of a Norwegian artist and the original colours of the interior survive. In 1986 repairs to the building began under the supervision of architects Hjörleifur Stefánsson and Magnús Skúlason.

4

138 Húsavíkurkirkja

Fyrstu byggingar sem hinn ungi og nýráðni ráðgjafi landsstjórnarinnar í húsagerð, Rögnvaldur Ólafsson, hannaði voru timburbyggingar undir áhrifum norska sveiserstílsins. Frægasta verk hans frá þessum tíma er Húsavíkurkirkja, sú stærsta af þremur krosskirkjum hans. Páll Kristjánsson smiður byggði hana úr norskum viði. Líkt og í eldri kirkju Rögnvaldar í Hjarðarholti er miðhólf þessarar kirkju ferningslaga og álmur fjórar jafnbreiðar að fyrirmynd hins gríska kross.

1906–1907, Rögnvaldur Ólafsson
Garðarsbraut, Húsavík
1 Séð úr norðaustri • Nordostansicht • Northeast side
2 Inni í kirkjunni • Innenansicht • Interior
3 Gluggi • Fenster • Window
4 Kirkjuloftið • Deckenansicht • Ceiling

Framhliðunum er skipt í fleti með böndum þversum og langsum og þær klæddar timbri sem liggur lárétt í jarðhæð en lóðrétt í hinum efri. Yfir innganginum á einu horni kirkjunnar er 26 m hár turn sem setur svip á bæinn og var upphaflega fyrirhugað að í honum yrðu klukkur. Gluggarnir eru burstlaga og ýmist stakir, tveir saman eða þrír. Sérkennilegt bitaskreyti er efst á burstum gaflanna fjögurra og á mæninum skrautskornir listar með krossum á hverjum enda. Í kirkjunni er rúm fyrir um 450 manns og eru svalir með þremur hliðum hennar. Hinn dæmigerða prédikunarstól vantar en hlutverki hans gegnir útskorin bók. Vegghlutföll eru í samræmi við reglur gullinsniðs. Þau gefa rýminu samræmt heildarútlit og gera kirkjuna eitt fegursta verk Rögnvaldar Ólafssonar.

Kirche von Húsavík

Die ersten Projekte, die der junge, gerade zum Staatsarchitekt ernannte Rögnvaldur Ólafsson entwarf, waren vom norwegischen „Schweizer Stil" beeinflusste Holzgebäude. Sein berühmtestes Werk aus dieser Zeit ist die Kirche in Húsavík, die größte der drei von ihm gebauten Kreuzkirchen. Sie wurde von Zimmermann Páll Kristjánsson mit norwegischem Holz errichtet und hat ähnlich wie die Vorgängerkirche in Hjarðarholt eine quadratrische Vierung mit vier gleich breiten Flügeln nach Vorbild des griechischen Kreuzes. Die Fassaden sind durch horizontale und vertikale Bänder gegliedert und mit Holz verkleidet, welches im Erdgeschoss waagerecht, in den darüberliegenden Geschossen senkrecht angebracht wurde. Über dem Eingang an einer Ecke des Kreuzes befindet sich ein 26 m hoher, ortsbildprägender Turm, der ursprünglich mit Uhren vorgesehen war. Die oben spitz zulaufenden Fenster sind einzeln oder in 2er- bzw. 3er- Gruppen angeordnet. Ungewöhnliche Holzlattengitter zieren die vier Giebel und auf den Firsten sind Zierleisten mit abschließenden Kruzifixen angebracht. Etwa 450 Menschen finden Platz in der Kirche, die an drei Seiten mit Emporen ausgestattet ist. Die typische Kanzel fehlt, deren Rolle übernimmt ein geschnitztes Buch. Die nach den Regeln des goldenen Schnitts entworfenen Wandproportionen erzeugen ein harmonisches Gesamtbild und machen die Kirche zu einer der schönsten von Rögnvaldur Ólafsson.

Húsavík Church

The first buildings designed by the young newly-appointed architectural adviser to the government Rögnvaldur Ólafsson were timber structures influenced by the Norwegian chalet style. The most famous of his works from this period is Húsavík Church. The largest of his three cruciform churches, it was constructed by carpenter Páll Kristjánsson, from Norwegian timber. As in Ólafsson's older church at Hjarðarholt, the central crossing is square, with four arms of equal width as in a Greek cross. The facades are divided into planes with horizontal and vertical string courses, and clad in weatherboarding, on a horizontal pattern on the ground floor and vertical on the upper floor. Above the entrance, at one corner of the church, is a 26-metre high tower, which is a landmark for the town. Originally, it was designed to be a bell-tower. The triangular-arched windows are single, paired or in threes. The tops of the four gables are ornamented with unusual decoration, and on the ridge of the roof are ornamental crest boards with a cross at each end. The church can seat 450 people, and three of the arms of the church have galleries. Instead of the traditional pulpit, there is a lectern in the form of a carved wooden book. The proportions of the walls conform with the golden section, and give the space a harmonious overall appearance, making this church one of Rögnvaldur Ólafsson's masterpieces.

4

1

2

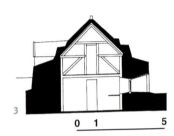

3

0 1   5

139 Laufás

Allt til ársins 1936 var búið í torfbænum í Laufási sem er vel varðveitt dæmi um prestssetur frá 19. öld. Skipan afturherbergja er í samræmi við eldri bæjargerð, gangabæinn. Göngin (I) eru um 15 m löng og 1,8–2 m breið og við enda þeirra er baðstofan (II) með gluggum. Byggingarlag torfbæja þróaðist í aldanna rás: Úr gangabæ varð burstabær. Þar er fremri herbergj-um skipað hlið við hlið með burstum fram á hlað sem mynda heildstæða framhlið. Þjóðminjasafnið hefur nokkrum sinnum látið gera við bæinn.

Timburkirkjan í Laufási er frá árinu 1863. Hlutföll hennar eru í samræmi við gullinsniðsregluna, einstakir þættir í klassískum anda og inni hvolf yfir rýminu öllu.

1839–1912
Grýtubakkahreppur, Eyjafjörður
1 Séð úr vestri • Westansicht • West side
2 Séð úr austri • Ostansicht • East side
3 Þversnið baðstofu • Querschnitt Wohnraum •
   Cross-section, baðstofa
4 Grunnteikning • Grundriss • Ground plan

Torfhof Laufás

Laufás

Dieses gut erhaltene Beispiel eines Pfarr-hofes aus dem 19. Jahrhundert wurde bis 1936 als Wohnhaus genutzt. Die Anordnung der hinteren Räume entspricht der früheren Ordnung des Ganghauses. Der Hof umfasst 5 Giebel und einen 15 m langen und 1,8–2 m breiten Gang (I), an dessen Ende sich der zweigeschossige Wohnraum *baðstofa* (II) befindet. Der Raum im Untergeschoss wird über Fenster belichtet. Die Gehöftstruktur veränderte sich im Laufe der Zeit vom Ganghaus zum Giebel-Bauernhaus: Die vorderen Räume erhielten gleich große Giebel, die eine geschlossene Fassade bilde-ten. Das Gehöft wurde vom Nationalmuseum mehrmals restauriert. Die Holzkirche auf dem Pfarrhof stammt aus dem Jahr 1863. Die nach den Regeln des goldenen Schnitts proportionierte Kirche mit klassizistischen Elementen ist innen mit einem durchgehend-en Deckengewölbe ausgestattet.

The turf farmhouse at Laufás, a well-pre-served example of a 19th-century recto-ry, was lived in until 1936. The farmstead comprises five gables, with a passage (I) 15 metres long and 1.8 to 2 m wide, at the end of which is a *baðstofa* (II). The struc-ture of the turf house developed over the centuries, from the passage farmhouse to the gabled farmhouse, where the front units stand side by side with front-facing gables, comprising a consistent facade. The farm-house has been repaired several times by the National Museum of Iceland. The wooden church at Laufás dates from 1863. Its pro-portions conform with the golden section, and it has features of the classical style and a vaulted ceiling.

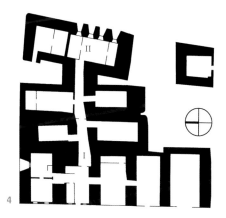

4

1

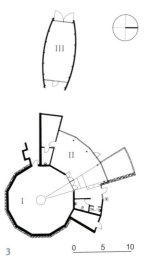

3

2

140 Fuglasafn Sigurgeirs við Mývatn

Sigurgeir Stefánsson var þegar í barnæsku mikill fuglaáhugamaður og -safnari. Þegar hann fórst í hörmulegu slysi á Mývatni árið 1999 skildi hann eftir sig safn yfir 300 uppstoppaðra fugla. Fjölskylda hans uppfyllti ósk hans eftir andlát hans og lét reisa fuglasafn á vatnsbakkanum í minningu hans. Verkið var falið Manfreð Vilhjálmssyni. Byggingin lagar sig eðlilega að landslaginu við vatnið, ávöl formin samsvara útlín-um fjalla og hæða í nágrenninu. Arkitektinn notaði á þakið sama gróður og vex á lóðinni.

Sýningarsalurinn (I) er hringlaga að grunnfleti með keilulaga þaki en flatt þak er á inngangshlutanum með móttökunni (II), sem er framan við sýningarsalinn og opnast niður að vatninu. Merkur bátur úr sveitinni er til sýnis í bátaskýlinu (III) sem reist var við hlið safnsins.

2000–2008, Manfreð Vilhjálmsson
Ytri-Neslönd, Mývatnssveit
1 Norðurhlið • Nordansicht • North side
2 Sýningarrými • Ausstellungsraum • Exhibition room
3 Grunnteikning • Grundriss • Plan
4 Snið safn og bátaskýli • Schnitt Museum/Bootshaus
   • Section
5 Vesturhlið með bátaskýli • Westansicht mit
   Bootshaus • West side with boathouse

Sigurgeirs Vogelmuseum Mývatnssveit

Sigurgeir's Bird Museum in Mývatnssveit

Sigurgeir Stefánsson (1962–1999) war schon als Junge ein begeisterter Vogelliebhaber und -sammler. Als er im Jahr 1999 bei einem tragischen Unglück auf dem See Mývatn ums Leben kam, hinterließ er eine Sammlung von 300 ausgestopften Vögeln. Seine Familie erfüllte ihm nach seinem Tod seinen Lebenstraum und ließ ihm zu Ehren das Vogelmuseum am Ufer des Sees errichten. Der beauftragte Architekt Manfreð Vilhjálmsson entwarf ein Gebäude, das sich unauffällig in das Gelände am See integriert. Die abgerundeten Formen entsprechen der Silhouette von Bergen und Hügeln in der Umgebung. Für das Dach verwendete er die Vegetation des Grundstücks.

Der kreisförmige Ausstellungsraum (I) erhielt ein konisches Dach, der vorgebaute Eingangsbereich mit Lobby (II) wurde mit einem Flachdach ausgeführt und öffnet sich zum See hin. Ein historisches Boot aus der Region ist im daneben errichteten Bootshaus (III) ausgestellt.

Sigurgeir Stefánsson was fascinated by birds and started collecting them as a young boy. When he died in a tragic accident on lake Mývatn in 1999, he left behind a collection of 300 stuffed birds. His family decided to realise his dream of a bird museum and commissioned architect Manfreð Vilhjálmsson to design the building by the lake in his honour. The building effortlessly integrates into the landscape by the lake, the round shapes corresponding to the silhouettes of the surrounding mountains and hills. The architect used the same vegetation on the roof as grows on the plot.

The exhibition room (I) is circular with a conical roof, while the roof is flat over the entrance area with the lobby (II), which is in front of the exhibition space and opens out to the lake. A historic boat from the region is on display in the boathouse (III) which was built next to the museum

4   A-A

5

1

2

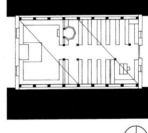

3

0 1   5

141 Saurbæjarkirkja í Eyjafirði

Kirkjan að Saurbæ er torfkirkja, en reist eftir að byrjað var að byggja timburkirkjur á Íslandi. Höfundur hennar er líklega Ólafur

1859
Saurbær, Eyjafjörður
1 Kirkjan úr norðvestri • Nordwestansicht • Northwest side
2 Dyr að prédikunarstól • Tür zur Kanzel • Doorway to pulpit
3 Grunnteikning • Grundriss • Ground plan
4 Langsnið • Längsschnitt • Longitudinal section

Briem, bóndi og smiður. Hlutföll grunnmyndar nálgast gullinsnið og heildarhæðin, 5,75 m, samsvarar tvöfaldri vegghæðinni. Timburgrindin er með lóðréttum þiljum að innan, standþili, en útveggir úr torfi og grjóti að norðan og sunnan skýla henni. Skilrúm, kórskil, er milli kirkjuskips og kórs, en í honum standa bekkir með veggjum og dyr liggja að prédikunarstólnum. Yfir útidyrunum á vesturstafni er þríhyrndur skrautflötur, en þar ofan við, ofarlega á gaflinum, hanga klukkurnar.

Torfkirche von Saurbær in Eyjafjörður

Saurbær Church in Eyjafjörður

Die Torfkirche von Saurbær stammt aus einer Zeit, als in Island bereits Holz für den Kirchenbau verwendet wurde. Sie wurde vermutlich von Landwirt und Zimmermann Ólafur Briem erbaut. Die Proportionen des Bauwerks sind nahe dem goldenen Schnitt, und die Gesamthöhe von 5,75 m entspricht der doppelten Wandhöhe. Die innere Holzkonstruktion wurde aus Fachwerk mit senkrechter Wandschalung erstellt, geschützt durch äußere Wände aus Stein und Torf im Norden und Süden. Im Chorraum, der durch einen Lettner vom Hauptschiff getrennt ist, stehen Sitzbänke entlang den Wänden, und eine Tür führt zur über ein Dachfenster belichteten Kanzel. Am Westgiebel sind über der mit einem Ziergiebel versehenen Eingangstür die Kirchenglocken aufgehängt.

The church at Saurbær is a turf church, but was built after timber churches started to be constructed in Iceland. The proportions of the structure approach those of the golden section, and the overall height, 5.75 m, is twice the height of the walls. The church is of timber-frame construction, with interior vertical wooden panelling, while the exterior is protected on the north and south by walls of turf and rock. A chancel screen separates the nave from the chancel, which has benches around the walls. A doorway leads to the pulpit, which is lit by a skylight. Above the entrance in the west front is a triangular decorative feature, above which hang the church bells.

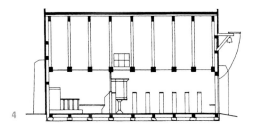

4

1

2

3

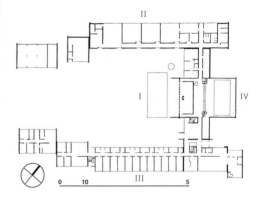

II

I

IV

III

0   10   5

142 Stórutjarnaskóli

Milli hárra fjalla við Ljósavatn stendur þessi heimavistarskóli fyrir 90 nemendur, en á sumrin er heimavistin notuð sem gistihús fyrir ferðamenn. U-laga skipan skólahúsanna er ólík þeim skólabyggingum sem algengastar voru: Umhverfis hlað (I) sem opnast í sólarátt er kennslustofunum (II)

1969–1981, Manfreð Vilhjálmsson, Þorvaldur S. Þorvaldsson
Ljósavatnsskarð, Suður-Þingeyjarsýsla
1 Séð úr norðaustri • Nordostansicht • Northeast side
2 Inngangur • Eingang • Entrance
3 Grunnteikning • Grundriss • Ground plan
4 Snið • Schnitt • Section

komið fyrir í einlyftri byggingu, en í suðurálmunni, sem er á tveimur og þremur hæðum, eru íbúðarherbergi, matsalur (III) og íbúðir kennara. Íþróttasalur og búningsherbergi fyrir útisundlaugina eru í tengibyggingu (IV) á milli hinna tveggja. Þar er sömuleiðis aðalinngangurinn með lágmynd eftir Sigurjón Ólafsson myndhöggvara. Allir hlutar eru tengdir innbyrðis af veðurfarsástæðum. Byggingin er úr sjónsteypu, þök klædd báruformuðu áli, og arkitektarnir völdu litina á veggina af kostgæfni: Framhliðarnar með gráum, gulbrúnum og grænleitum flötum eru í samræmi við liti umhverfisins.

Stórutjarnir-Schule

Stórutjarnir School

Am See Ljósavatn zwischen hohen Bergen liegt dieses Internat für 90 Schüler, das im Sommer als Touristenhotel geführt wird. Die U-förmige Anordnung der Gebäude weicht von den seinerzeit üblichen Schulgebäuden ab: Um einen Hof (I), der sich zur Sonne öffnet, sind auf einer Seite in einem eingeschossigen Baukörper die Klassenräume (II) untergebracht, während sich im zwei- und dreigeschossigen südlichen Trakt (III) die Schlafräume, die Mensa und die Wohnungen der Lehrer befinden. Eine Sporthalle sowie die Umkleideräume für das Schwimmbad im Freien liegen im dazwischen angeordneten Verbindungsgebäude (IV). Hier befindet sich auch der Haupteingang mit einem Relief des Bildhauers Sigurjón Ólafsson. Alle Bereiche sind wetterbedingt intern miteinander verbunden. Das Gebäude ist in Sichtbeton errichtet, das Dach mit Aluminium-Wellplatten gedeckt. Die Farben der Wände wurden von den Architekten sorgfältig ausgewählt: Die grau, ocker und grünlich gehaltenen Fassaden harmonieren mit den Farben der Landschaft.

This boarding school for 90 students, which stands among lofty mountains by Ljósavatn lake, has a secondary function as a summer hotel. The U-shaped design of the schoolhouse is unlike the school designs of its time: around a yard (I) that opens towards the sun, classrooms (II) have been arranged in a single-storey building, while in the two- and three-storey south wing are dormitories, a refectory and teachers' apartments (III). The gymnasium and changing rooms for the open-air swimming pool are in a building (IV) that links the other two. The main entrance, with a bas-relief by sculptor Sigurjón Ólafsson, is also located here. All units are connected for reasons of weather. The building is of exposed concrete, the roofs clad in corrugated aluminium, and the colours of the walls have been chosen with care by the architects; the facades are in shades of grey, light brown and green, in harmony with the tones of the surroundings.

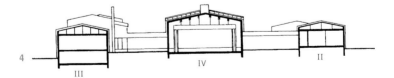

4

III

IV

II

Bakkaflói

● Bakkafjörður

Vopnafjörður

● Vopnafjörður

Héraðsflói

Hellisheiði

● **144**

Dyrfjöll
● Bakkagerði   Glettingnes

● **143**

● Eiðar
● Fellabær   Dalatangi

EGILSSTAÐIR   ■ SEYÐISFJÖRÐUR

Jökuldalsheiði   ● NESKAUPSTAÐUR

● **148**   ● **151**

Fljótsdalsheiði   ● **152**   Gerpir

● **150** ● Hallormsstaður   ● ESKIFJÖRÐU

● **154**   Reyðarfjörður

Breiðdalsheiði   ● **146** ● Fáskrúðsfjörður

● Stöðvarfjörður

Vesturöræfi   ● Breiðdalsvík

Snæfell

Brúarjökull   Þrándarjökull   ● **153**

Kverkfjöll   ● **145** ● Djúpivogur

Papey

VATNAJÖKULL

Eystrahorn

Lónsvík

● **143** ● Nesjahverfi

Esjufjöll   Vestrahorn

● HÖFN

Breiðamerkur-
Öræfajökull   jökull   Skeiðarársandur

Skaftafell

● **147**

SKEIÐARÁRSANDUR

Ingólfshöfði

N

Seyðisfjörður

● **149b**

● **149a**

● **149d**

Lónið

● **149c**

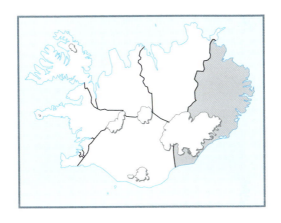

AUSTURLAND

OSTISLAND

EAST ICELAND

1

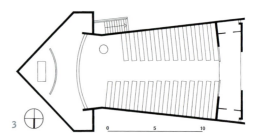

2

3 ⊕

0   5   10

143 Bjarnarneskirkja

Eftir að sóknarnefnd hafði ákveðið að láta reisa nýja kirkju á hinum forna kirkjustað í Bjarnarnesi teiknaði Hannes Kr. Davíðsson þessa byggingu sem einkennist af geómetr-

1956–1976, Hannes Kr. Davíðsson
Nesjar, Austur-Skaftafellssýsla
1 Séð úr vestri • Westansicht • West side
2 Séð úr norðri • Nordansicht • North side
3 Grunnteikning • Grundriss • Ground plan
4 Inni í kirkjunni • Innenansicht • Interior
5 Langsnið • Längsschnitt • Longitudinal section

ískri formmótun. Bygging hennar hófst árið 1957. Veggir og þak kirkjuskips mynda hvolfþak úr steinsteypu sem mjókkar lítillega í átt að kórnum. Kórinn er pýramídalaga með glugga efst sem veitir birtu yfir altarið. Innveggir kirkjunnar, sem rúmar 150 manns, eru óeinangraðir, ópússaðir og hvítmálaðir. Í forkirkjunni er skrúðhús og önnur minni herbergi. Kirkjuklukkan hangir á tréuppistöðu framan við innganginn. Kirkjan var lengi í byggingu og var ekki vígð fyrr en 1976.

Kirche von Bjarnarnes

Bjarnarnes Church

Nachdem die Pfarrgemeinde beschlossen hatte, an dem alten Kirchenort eine neue Kirche zu errichten, entwarf der Architekt Hannes Kr. Davíðsson ein von geometrischen Formen geprägtes Gebäude. Mit dem Bau der Kirche wurde 1957 begonnen. Ein betoniertes Gewölbe, welches zum Chor hin schmäler und niedriger wird, bildet das Hauptschiff. Der pyramidenförmige Chor mit dem Altar wird über ein hohes Fenster belichtet. Die nicht wärmegedämmten Außenwände der Kirche, in der 150 Menschen Platz finden, sind unverputzt und weiß gestrichen. Die Sakristei und kleine Nebenräume befinden sich in der Vorkirche, und an einem Holzgestell vor dem Eingang ist die Glocke aufgehängt. Nach langer Bauzeit wurde die Kirche erst im Jahr 1976 eingesegnet.

When the parish council had decided to have a new church built at the ancient ecclesiastical site of Bjarnarnes, Hannes Kr. Davíðsson designed this building, which is characterised by geometric forms. Construction work began in 1957. The walls and ceiling of the nave form a vaulted concrete roof, which narrows slightly towards the chancel. This is pyramidal, with a high window that lights the altar. The interior walls of the church, which seats 150 people, are without insulation, rough-finished and painted white. In the forechurch are a vestry and other smaller rooms. The church bell hangs from a rafter in front of the entrance. The construction of the church took a long time, and it was not consecrated until 1976.

4

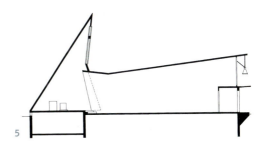

5

1

2

144 Burstarfell

Þessi burstabær er einn best varðveitti hefð-
bundni torfbær á Íslandi og í honum var
búið til ársins 1966. Elstu hlutar bæjar-
húsanna, s. s. búrið (I), torfeldhúsið (II) og
göngin (III), eru frá 1770 þegar bærinn var
endurreistur eftir bruna. Göngin liggja ská-
hallt, ef til vill vegna þess að klettur er innan
bæjarveggjanna. Fremri vistarverur eru frá

19. öld. Þeirra á meðal eru stofan (IV), mið-
baðstofa (V), piltaherbergi (VI), baðstofa
(VIII) og minni herbergi (IX). Nýja eldhúsið
(X) er 20. aldar viðbót. Burstirnar eru mis-
stórar: Báðum megin við lágar bæjardyrnar
(VII) eru stofuhúsin tvö og til hliðar þrjár
skemmur undir lægri burstum. Um bakdyr
er gengið inn í geymslur (XI) og fjós (XII).

1770–1950
Hofsárdalur, Vopnafjörður
1 Bakdyr • Hintereingang • Back door
2 Séð úr suðri • Südansicht • South side
3 Grunnteikning • Grundriss • Ground plan

Torfhof Burstarfell

Burstarfell

Dieses bis 1966 bewohnte Giebel-Bauernhaus ist einer der besterhaltenen traditionellen Torfhöfe in Island. Die ältesten Gebäudeteile, wie Vorratskammer (I), Torfküche (II) und Gang (III), stammen aus dem Jahr 1770, als man den Hof nach einem Brand wiederaufbaute. Der schräge Verlauf des Ganges ist vermutlich auf einen Felsen im Inneren des Gehöftes zurückzuführen. Die vorderen Räume wurden im 19. Jahrhundert errichtet. Dazu gehören Stube (IV), mittlere Wohn- und Schlafstube baðstofa (V), Burschenkammer (VI), Wohn- und Schlafstube (VIII) und die Nebenräume (IX). Die neue Küche (X) ist ein Umbau aus dem 20. Jahrhundert. Die Giebel sind unterschiedlich groß: Rechts und links des kleinen Einganges (VII) befinden sich symmetrisch angeordnet die Wohnräume, daran schließen sich die Nebenräume mit kleineren Giebeln an. Über Hintereingänge gelangt man zu Lagerräumen (XI) und einem Kuhstall (XII).

This gabled farmhouse, one of the best-preserved traditional turf farmsteads in Iceland, was lived in until 1966. The oldest sectors of the building, such as the pantry (I), turf kitchen (II) and passage (III) date from 1770, when the house was rebuilt after a fire. The passage is curved, possibly because of a big existing rock. The front rooms date from the 19th century. These include the stofa (IV), middle baðstofa (V), workmen's room (VI), baðstofa (VIII) and smaller rooms (IX). The new kitchen (X) is a 20th-century addition. The gables differ in size. On either side of the low doorway (VII) are two residential sectors of the building, and to the west three storage buildings, with lower gables. The back door provides access to stores (XI) and the cattleshed (XII).

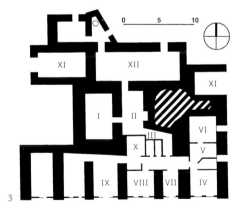

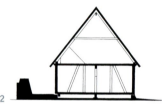

145 Langabúð og Faktorshús

Verslunarsaga Djúpavogs mun hafa hafist um 1589 þegar kaupmenn frá Hamborg fengu leyfi til verslunar á staðnum. Þegar einokun var innleidd 1602 tóku Danir við öllum verslunarrekstri og verslunarfélög þeirra reistu verslunar- og geymsluhús í kaupstöðum. Eitt hið elsta af þessum húsum sem enn er varðveitt er Langabúð frá um 1790, 40 m löng og 8 m breið vöruskemma. Upprunalega var vörugeymsla í suðurhluta hússins en sláturhús í norður-endanum. Líklega voru báðir hlutar tengdir með þaki sem lá á milli þeirra. Um aldamótin 1900 var millirýminu undir þakinu lokað með veggjum. Gengið var inn í bæði fyrri húsin um þennan miðhluta og þannig leit svo út sem um eina byggingu væri að ræða. Bindingsverkið í húsunum var að mestu gert úr byggingarefni eldri bygginga og klætt viði. Húsið var gert upp undir stjórn Hjörleifs Stefánssonar arkitekts og þar er nú m. a. safn verka Ríkarðs Jónssonar myndhöggvara. Faktorshúsið, íbúðarhús sem reist var við hliðina á Löngubúð árið 1848, gegnir mikilvægu hlutverki í verslunarsögu Djúpavogs. Verslunarfélagið Örum & Wulff lét byggja húsið en það hefur verið endurbyggt undir umsjón arkitektastofunnar Argos og hýsir nú skrifstofur.

1790
Bakki, Djúpivogur
1 Séð úr suðaustri • Südostansicht • Southeast side
2 Þversnið • Querschnitt • Cross-section
3 Grunnteikning • Grundriss • Ground plan

Lagerhaus Langabúð und Faktorshús

Langabúð and Faktorshús

Die Handelsgeschichte des Ortes Djúpivogur begann vermutlich um 1589, als Kaufleute aus Hamburg eine Handelsgenehmigung für diesen Standort erhielten. Mit dem Monopolhandel ab 1602 übernahmen Dänen den Handel, deren Gesellschaften Geschäfts- und Lagerhäuser an den Handelsplätzen errichteten. Eines der ältesten noch erhaltenen Gebäude ist das 40 m lange und 8 m breite Lagerhaus „Langer Laden", Langabúð, aus der Zeit um 1790. Es bestand ursprünglich aus einem Lagerhaus im südlichen Teil des Gebäudes und einem Schlachthaus im nördlichen Ende, die vermutlich über eine dazwischenliegende Überdachung miteinander verbunden waren. Um 1900 wurde diese Überdachung mit Wänden geschlossen. Beide Gebäude betrat man über diesen Bereich so dass der Eindruck entstand, es handelte sich um ein einziges Gebäude. Die Fachwerkkonstruktionen wurden überwiegend mit dem Baumaterial älterer Häuser errichtet und mit Holz verkleidet. Nach einer unter Aufsicht des Architekten Hjörleifur Stefánsson durchgeführten Renovierung beherbergt das Gebäude heute u.a. das Museum des Bildhauers Ríkarður Jónsson. Das im Jahr 1848 neben dem Lagerhaus errichtete Faktorshúsið spielt eine wichtige Rolle in der Handelsgeschichte von Djúpivogur. Das von Örum und Wulff erbaute Wohnhaus wurde unter der Leitung des Architekturbüros Argos wieder aufgebaut und beherbergt heute Büros.

The history of Djúpivogur as a trading centre begins in 1589 when merchants from Hamburg were granted a licence to trade here. On the introduction of monopoly trading in 1602, all trade was taken over by Danes, and in trading centres the Danish companies built warehouses and commercial buildings. One of the oldest surviving buildings of this kind is Langabúð (Long Building) from around 1790, a warehouse 40 m long and 8 m wide. Originally the south end of the building was a warehouse, while the north end housed an abattoir. Probably the two parts of the building were linked by a roof. Around 1900, the space beneath this roof was enclosed by walls. Access to both of the original buildings was via this central section, and hence it had the appearance of a single structure. The timber-frame structure was largely constructed from re-used timber from older buildings, and it was clad with wooden weatherboard. The building was restored under the supervision of architect Hjörleifur Stefánsson. It now houses, among other things, a collection of the works of sculptor Ríkarður Jónsson. Faktorshús, a residential house erected next to Langabúð warehouse in 1848, plays an important role in the trade history of Djúpivogur. The trade company Örum & Wulff built the house originally but the house was rebuilt under the supervision of the architectural firm Argos and now houses offices.

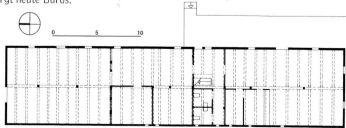

3

1

2

3

146 Franski spítalinn, Fáskrúðsfirði

Á þeim árum sem franskir fiskimenn frá Bretagne og Normandie stunduðu veiðar á Íslandsmiðum lét franska ríkisstjórnin reisa á landinu þrjú sjúkrahús til að veita þá læknisþjónustu sem hinar erfiðu aðstæður gerðu nauðsynlega. Eitt þessara húsa reis árið 1903 á Fáskrúðsfirði, tvílyft timburhús á steinhlöðnum kjallara. Veiðar Frakka við Íslandsstrendur lögðust af í seinna stríði og skipulag læknisþjónustu á Austfjörðum breyttist, sem leiddi til þess að spítalabyggingarnar voru seldar. Sjúkrahúsið á Fáskrúðsfirði var rifið, endurreist hinum megin fjarðarins og nýtt sem íbúðarhús fyrir bændur og sjómenn til ársins 1964. Árum saman stóð húsið autt og fór í æ meiri niðurníðslu en loks ákvað Minjavernd að láta rífa það á nýjan leik og endurbyggja á Fáskrúðsfirði, reyndar ekki þar sem það hafði staðið upprunalega heldur neðan við læknishúsið. Spítalanum fyrrverandi var breytt í hótel (I) og veitingahús undir stjórn arkitektastofunnar Argos og var endurbyggingunni lokið 2012. Milli spítalans og læknisbústaðarins (III) liggur tengibygging neðan jarðar (II) sem hýsir sýningu um fiskveiðar Frakka. Auk spítalans hafa gamla franska kapellan, sjúkraskýlið og líkhúsið verið endurreist. Árið 2016 fékk franski spítalinn Europa Nostra-verðlaunin.

1903
2009–2012, Argos
Hafnargata 11, Fáskrúðsfjörður
1 Vesturhlið • Westansicht • West side
2 Yfirlitsteikning • Isometrie Gebäudegruppe • Isometric drawing area
3 Grunnteikning jarðhæðar • Grundriss Erdgeschoss • Plan of ground floor

Französisches Krankenhaus Fáskrúðsfjörður

French Hospital, Fáskrúðsfjörður

Zu der Zeit, als Fischer aus der Bretagne und der Normandie im Atlantik rund um Island fischten, baute die französische Regierung drei Krankenhäuser in Island, um bei den rauen Bedingungen dem Bedürfnis nach medizinischer Hilfe gerecht zu werden. Eines davon wurde im Jahr 1903 in Fáskrúðsfjörður im Osten des Landes errichtet, ein zweigeschossiges Gebäude in Holzkonstruktion auf einem gemauerten Kellergeschoss. Der zweite Weltkrieg beendete die französische Fischerei und es änderte sich die Struktur der ärztlichen Versorgung in den Ostfjorden. Dies führte dazu, dass die Gebäude verkauft wurden. Das Krankenhaus wurde abgerissen und auf der anderen Seite des Fjords wieder aufgebaut, wo es Bauern und Fischer bis 1964 als Wohnhaus nutzten. Nachdem es viele Jahre leer stand und immer weiter verfiel beschloss Minjavernd, das Gebäude nochmals abzureißen und in Fáskrúðsfjörður wieder aufzubauen. Allerdings nicht am ursprünglichen Standort sondern beim Haus des Arztes. Unter der Leitung des Architekturbüros Argos wurde das ehemalige Krankenhaus (I) in ein Hotel mit Restaurant umgebaut und im Jahr 2012 fertiggestellt. Eine neue unterirdische Verbindung (II) mit einer Ausstellung über die französische Fischerei führt zum Haus des Arztes (III). Außer dem Krankenhaus wurden zwischenzeitlich auch die alte französische Kapelle, das Hospiz und die Leichenhalle wieder aufgebaut. Das französische Krankenhaus erhielt 2016 den Europa Nostra Award.

At the time when French fishermen from Bretagne and Normandy fished in the North Atlantic around Iceland, the French government had three hospitals built in Iceland to offer medical assistance to needed due to harsh conditions. One of these buildings was completed in 1903 in Fáskrúðsfjörður in east Iceland, a two-storey timber house on a stone cellar. French fishing in Icelandic waters stopped in WWII, leading to structural changes in medical services in the eastern fjords of Iceland. This meant that the hospital buildings were sold. The hospital in Fáskrúðsfjörður was demolished and rebuilt on the other side of the fjord where it was used as residential housing by farmers and sailors until 1964. The building was abandoned for many years and fell into disrepair, until Minjavernd, the Iceland Heritage Institution, decided to take the building back down and rebuild it in Fáskrúðsfjörður, not on the original site though but below the doctor's house. The former hospital was converted into a hotel (I) and restaurant by the architectural office Argos, and the project was completed in 2012. Between the hospital and the doctor's residence (III) is an underground connection building (II) with an exhibition on French fishing in Iceland. In addition to the hospital, the old French chapel, the hospice, and the morgue have also been rebuilt. In 2016, the French Hospital received the Europa Nostra Award.

1

2

3

147 Hofskirkja

Hofskirkja er yngst af þeim torfkirkjum á landinu sem enn standa óbreyttar útlits, reist af Páli Pálssyni smiði á árunum 1883–85. Einfaldir þríhyrndir skrautfletir í klass-

ískum stíl yfir dyrum og gluggum eru skýr höfundareinkenni Páls sem átti drjúgan þátt í byggingu ýmissa kirkna á Suðurlandi. Ef til vill hefur lengd rekaviðarins sem fyrir hendi var ráðið nokkru um stærð kirkjunnar. Hún er um 11 m á lengd að innanmáli og breidd og hæð eru 3,8 m. Gluggi á þakinu sunnanverðu veitir birtu á prédikunarstólinn. Sérkenni kirkjunnar er austurgaflinn sem er niðurgrafinn að hluta. Hofskirkja er í eigu Þjóðminjasafnsins en er enn notuð til helgihalds.

Torfkirche von Hof

Hof Church

Diese Kirche ist die jüngste der isländischen Torfkirchen, die unverändert erhalten ist. Sie wurde von Baumeister Páll Pállsson errichtet. Die schlichten klassischen Ziergiebel über Fenster- und Türöffnungen sind deutliche Merkmale ihres Entwerfers, der bei vielen Kirchen im Süden maßgeblich beteiligt war. Die Länge der Kirche wurde vermutlich von der Länge des angetriebenen Treibholzes bestimmt. Der Innenraum ist etwa 11 m lang und 3,8 m breit und hoch. Das Dachfenster in der südlichen Dachfläche dient zur Belichtung der Kanzel. Eine Besonderheit ist der zum Teil eingegrabene Ostgiebel. Die Kirche, die sich im Besitz des Nationalmuseums befindet, dient auch heute noch kirchlichen Zwecken.

This is the youngest of Iceland's turf churches that has survived unchanged; it was constructed by builder Páll Pálsson in 1883–85. Simple triangular decorative features in the classical style over the doors and windows are typical of the work of Pálsson, who made an important contribution to church building in the south. The size of the church may have been dictated by the length of the logs of driftwood available. It is about 11 m long on the inside, and 3.8 m wide and high. A dormer window on the south side of the roof provides light to the pulpit. A special feature of this church is the eastern gable, partly underground. Hof Church is owned by the National Museum of Iceland, but is still used for religious services.

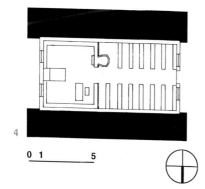

4

0 1   5

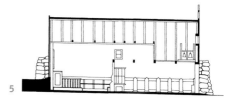

5

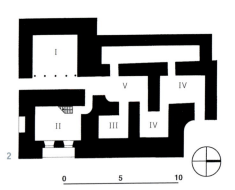

0   5   10

148 Sænautasel

Bærinn var smábýli við Sænautavatn á
Jökuldalsheiði, um 530 m yfir sjávarmáli,
og stendur á lágum hól til að verjast raka
í jörðu. Sigurður Einarsson bóndi byggði
bæinn, en helstu hlutar hans eru skemma
(I), tvílyft eldhúsbaðstofa (II), búr (III) og
útihús (IV). Í herbergin er gengið af gangi
(V). Útveggirnir eru um 90 cm þykkir

1843
Jökuldalshreppur, Norður-Múlasýsla
1 Séð úr suðri • Südansicht • South side
2 Grunnteikning • Grundriss • Ground plan
3 Veggskot fyrir hnakka • Sattelnische • Niche for
  saddles
4 Bæjardyr • Eingang • Entrance

strengveggir og með moldarfyllingu. Hlaðni
grjótsökkullinn er þarna mun lægri en venja
var til að bæta einangrun. Við bæjardyrn-
ar var gert skot í torfvegginn til að geyma
í hnakka. Innri timburgrindin ber uppi torf-
þakið og í íbúðarherbergjum er hríslag undir
torfinu (hrísþak) svo að betur lofti um viðar-
þilið undir því. Vegna viðar- og fjárskorts eru
einungis íveruherbergin þiljuð. Í Sænautaseli
var búið til 1943, en hreppurinn lét end-
urreisa bæinn 1992 undir stjórn Auðuns
Einarssonar og Sveins Einarssonar.

Torfhof Sænautasel

Sænautasel

Dieser Hof einfacher Leute, errichtet von Bauer Sigurður Einarsson, liegt am See Sænautavatn im Hochland, etwa 530 m über dem Meer. Zum Schutz vor Bodennässe wurde er auf einer kleinen Anhöhe errichtet und besteht aus einem Geräteraum (I), einem zweigeschossigen Koch-, Wohn- und Schlafraum (II), Speisekammer (III) sowie Ställen (IV). Ein Gang (V) dient zur Erschließung der Räume. Die etwa 90 cm dicken Außenwände sind aus Streifensoden errichtet und in der Mitte mit Erde aufgefüllt. Um einen besseren Wärmeschutz zu erreichen ist der üblicherweise halbhoch gemauerte Steinsockel hier sehr nieder ausgeführt. Neben dem Eingang wurde in die Torfwand eine Nische zum Ablegen der Pferdesättel eingebaut. Die Holzkonstruktion im Inneren trägt das mit Grassoden belegte Dach, in den bewohnten Räumen befindet sich unter den Soden eine Reisigschicht (Reisigdach), um die darunterliegende Bretterschalung zu belüften. Aus Holz- und Geldmangel sind lediglich die Aufenthaltsräume innen mit Holz verkleidet. Der bis 1943 bewohnte Hof wurde 1992 im Auftrag der Gemeinde unter der Leitung von Auðunn Einarsson und Sveinn Einarsson wieder aufgebaut.

The farmhouse stood on a croft at Sænautvatn lake on Jökuldalsheiði, about 530 m above sea level. It is built on a low hill to avoid the dampness in the earth. The farmstead was built by farmer Sigurður Einarsson; its oldest sections are a store room (I), a two-storey kitchen-baðstofa (II), a pantry (III) and stables (IV). Access to the rooms is via a passage (V). The exterior walls are about 90 cm thick, built of strip turf, filled with soil. The stone foundation is here much lower than was customary, in order to improve insulation. By the entrance is a niche in the turf wall for storing saddles. The inner wooden framework supports a turf roof; in the residential part of the building there is a layer of brushwood under the turf for better ventilation of the wooden panelling. Due to lack of timber and financial constraints, only the residential rooms are panelled. Sænautasel was inhabited until 1943, and the house was rebuilt in 1992 under the supervision of Auðunn Einarsson and Sveinn Einarsson.

4

1

2

3

4

149 Gamli bærinn á Seyðisfirði

Undir lok 19. aldar settust norskir síldar-sjómenn að á Seyðisfirði og stofnuðu síld-arútgerð þar, þ. á m. Otto Wathne, „faðir Seyðisfjarðar". Einnig voru reist timbur-hús til saltgeymslu og söltunar, en af þeim eru aðeins tvö varðveitt og er annað Angró (149a) í Hafnargötu 37 frá árinu 1881. Bærinn stækkaði ört og á þessum uppgangs-tímum risu mörg dýr og vönduð íbúðarhús á Seyðisfirði. Flest voru þau í hinum norska

sveiserstíl eins og Wathneshús (149b) í Hafnargötu 44, byggt 1894. Verslun dafnaði í bænum, jafnt við útlönd sem innanlands-viðskipti, ýmis þjónusta byggðist upp og í innfluttu byggingunum fóru að sjást áhrif víðar að, s. s. frá nýklassík, sem nýtt voru til að gefa opinberum byggingum virðulegt yfir-bragð. Glæsilegt dæmi um þetta er gamla skólahúsið, Seyðisfjarðarskóli (149c), sem byggt var árið 1907 við Suðurgötu 4. Frá sama ári er ennfremur sýsluskrifstof-an (149d) við Bjólfsgötu 7, en það hús gerðu arkitektarnir Þóra Guðmundsdóttir og Björn Kristleifsson upp árið 1998. Eftir 1920 voru byggð innlend hús og einfald-ari í sniðum, en enn undir augljósum svei-seráhrifum. Þessi fjöldi bygginga í norska stílnum, sem byggðar voru vegna blómlegs viðskiptalífs í bænum, gerir Seyðisfjörð ein-stakan meðal íslenskra sjávarþorpa.

Altstadt Seyðisfjörður

Old Seyðisfjörður

Am Ende des 19. Jahrhunderts ließen sich in Seyðisfjörður norwegische Heringsfänger nieder, die Heringsstationen errichteten, unter ihnen Otto Wathne, der „Vater von Seyðisfjörður". Auch wurden Holzschuppen als Salzanlagen gebaut, von denen heute nur noch zwei, wie Angró (149a) in der Hafnargata 37 aus dem Jahr 1881, erhalten sind. Die Stadt wuchs schnell an, und viele teure und hochwertige Wohnhäuser kamen in dieser Zeit des Wohlstandes nach Seyðisfjörður. Diese waren meist im norwegischen Schweizer Stil wie das Wathneshús (149b), das Wohnhaus von Otto Wathne in der Hafnargata 44, erbaut 1894. Regionaler und internationaler Handel und Dienstleistungen wurden ausgebaut, und bei den importierten Gebäuden kamen neue Stilrichtungen hinzu, wie der Neoklassizismus, die dazu genutzt wurde, den öffentlichen Gebäuden ein würdevolles Aussehen zu verleihen. Ein schönes Beispiel hierfür ist die 1907 erbaute alte Schule Seyðisfjarðarskóli (149c) in der Suðurgata 4. Aus dem gleichen Jahr stammt auch das Geschäftshaus Sýsluskrifstofa (149d) in der Bjólfsgata 7, welches 1998 von den Architekten Þóra Guðmundsdóttir und Björn Kristleifsson renoviert wurde. Nach 1920 wurden einheimische und einfachere Gebäude gebaut, die deutlich vom Schweizer Stil beeinflusst waren. Diese Ansammlung der aufgrund der florierenden Wirtschaft erstellten Gebäude im norwegischen Stil macht Seyðisfjörður einzigartig unter den isländischen Fischerstädtchen.

In the late 19th century Norwegian herring merchants came to Seyðisfjörður, where they founded a herring fishery. Among them was Otto Wathne, the "father of Seyðisfjörður". Timber buildings were also constructed for salting fish and for storing salt. Only two of these survive; one of them, Angró (149a), Hafnargata 37, dates from 1881. The town grew fast, and during the herring boom many costly high-quality homes were built in Seyðisfjörður. Most were in the Norwegian chalet style, such as the Wathne House (149b), Hafnargata 44, built in 1894. Trade – both domestic and international – flourished in the town, various public services developed, and the imported houses began to show a variety of influences, e.g. the Neo-Classical style, which was used to add a dignified appearance to public buildings. A splendid example of this is the old schoolhouse, Seyðisfjarðarskóli (149c), built in 1907 at Suðurgata 4. The regional administrator's offices (Sýsluskrifstofan) (149d) at Bjólfsgata 7 dates from the same year; this was restored by architects Þóra Guðmundsdóttir and Björn Kristleifsson in 1998. After 1920, houses of Icelandic make were built, and these were simpler, but still clearly influenced by the chalet style. This abundance of buildings in the chalet style, a result of the town's booming economy at that time, make Seyðisfjörður unique among Icelandic fishing villages.

1

2

3

0 5 10

150 Gestastofan Snæfellsstofa

Gestastofan, sem arkitektastofan Arkís hannaði, er nátengd umhverfi sínu og miðlar tign hinnar stórbrotnu náttúru umhverfis hana. Henni var valinn staður þannig að ríkuleg dagsbirta væri tryggð og sömuleiðis fjallasýn en jafnframt skjól fyrir veðri og vindum. Gestastofunni er skipt í þrjá hluta og hana má nýta með mismunandi hætti eftir árstíðum. Formmótun mannvirkis-

ins er innblásin af sköpunarmætti jökulsins sem brýtur sér leið og kallar á leið sinni sífellt fram ný undur í landslaginu. Líkt og fjallgöngufólk á leið að jöklinum eru gestir leiddir að stofunni og verða þannig vitni að mikilfengleik hans. Grunnform byggingarinnar er X myndað úr tveimur ásum, sýningar- og fræðsluálmunni „Ice Stream" með sýningarsölum og bókasafni og þjónustuálmunni „Rock Foundation" sem hýsir kaffistofu, snyrtingar og starfsmannarými. Að utan er sýningarálman auðkennd með dökkbrúnum lit, þjónustuálman með steyptum veggjum og viðarklæðningu. Byggingu stofunnar lauk 2010 og árið 2015 fékk hún íslensku steinsteypuverðlaunin.

2008–2010, Arkís Arkitektar
Fljótsdalur
1 Norðausturhlið • Nordostansicht • Northeast side
2 Inni í kaffihúsinu • Innenraum Café • Café
3 Grunnteikning • Grundriss • Plan
4 Inngangur • Eingang • Entrance
5 Suðvesturhlið • Südwestansicht • Southwest side

Besucherzentrum Snæfellsstofa

Snæfellsstofa Visitor Centre

Das Besucherzentrum, ein Entwurf des Architekturbüros Arkís, ist eng mit seiner Umgebung verbunden und vermittelt die Würde der Natur, die das Gebäude umgibt. Der Standort ist so gewählt, dass reichlich Tageslicht und der Blick auf die Berge gewährleistet und gleichzeitig Schutz vor Wind geboten wird. Das Besucherzentrum ist in drei Teile gegliedert und kann je nach Jahreszeit unterschiedlich genutzt werden. Das Gebäudekonzept wurde inspiriert von der schöpferischen Kraft des Gletschers, der sich seinen Weg durch das Gelände bahnt und immer neue Naturwunder in der Landschaft hervorbringt. Wie Kletterer, die auf den Gletscher zugehen, werden die Besucher zum Gebäude geführt und erleben so die Pracht des Gletschers. Der X-förmige Grundriss besteht aus der Ausstellungs- und Bildungsachse „Ice Stream" mit Ausstellungsräumen und Bibliothek sowie der Serviceachse „Rock Foundation" mit Café, Toiletten und Personaleinrichtungen. Von außen sind die Räume der Ausstellungsachse an der dunkelbraunen Farbe erkennbar, die Räume der Serviceachse an der Betonoberfläche mit Holzstruktur. Das Besucherzentrum, das im Jahr 2010 fertiggestellt wurde, erhielt 2015 den Isländischen Betonpreis.

The visitor centre, designed by the architectural firm Arkís, is closely connected to its environment, mediating the grandeur of the spectacular nature surrounding the building. The location was selected to ensure an abundance of light and views of the mountains while still having shelter from weather and winds. The visitor centre is divided into three parts and can be used in different ways depending on the season. The concept of the build was inspired by the creative forces of Snæfellsjökull glacier that advances into the terrain creating new natural wonders as it goes. Like the mountaineers heading for the glacier, visitors are guided to the building where they witness the magnificence of the glacier. The basic form of the building is an X formed by two axes, the exhibition and educational wing "Ice Stream" that houses exhibition rooms and a library, and the service wing "Rock Foundation" that houses the cafeteria, restrooms, and staff facilities. The exhibition wing is easily recognisable from the outside by its dark brown colour, while the service wing has concrete walls and wood cladding. The construction was completed in 2010 and was awarded the Icelandic Concrete Prize in 2015.

4

5

Aðrar byggingar

151 Verslunarhús á Eskifirði

Húsið var byggt árið 1816 sem verslun og vöruskemma undir einu þaki. Þar er nú safn. Þetta er bindingshús með láréttri skarsúð á hliðarveggjum en lóðréttum borðum á gaflveggjum. Á þakinu var tvöföld skarsúð.

152 Sómastaðir

Hans J. Beck bóndi byggði þetta litla íbúðarhús um 1875 og er það eitt fyrsta steinhlaðna hús í dreifbýli á Íslandi. Veggir eru tvöfaldir, úr grófhöggnu grágrýti með þéttri moldarfyllingu, og gluggatré eru úr eikarborðum.

153 Teigarhorn

Sumarhús Weywadt-fjölskyldunnar er frá 1880 og var allt pappaklætt upphaflega, eitt fárra timburhúsa á Íslandi sem svo háttaði um. Það er með kvisti á miðri framhlið og stendur á steinhlöðnum kjallara.

154 Skriðuklaustur

Þýski arkitektinn Fritz Höger teiknaði íbúðarhúsið að Skriðuklaustri í Fljótsdal fyrir vin sinn Gunnar Gunnarsson rithöfund, en það var byggt 1939–40. Fyrirhugað var að hlaða húsið úr steini, en þar sem hentugt byggingarefni skorti á Austurlandi og verkkunnátta var ekki fyrir hendi gat ekki orðið af því og því voru steyptir veggirnir klæddir steinum að utan. Svölunum með útsýni yfir Löginn var bætt við 1975–82.

Weitere Gebäude

Other Buildings

Handelshaus Eskifjörður

Das 1816 errichtete Handelshaus war Laden und Lagergebäude in einem und wird heute als Museum genutzt. Die Seitenwände der Fachwerkkonstruktion wurden mit waagerechter Stülpschalung, die Giebel mit senkrechter Schalung verkleidet. Das Dach erhielt eine doppelte Brettschalung.

Trade House, Eskifjörður

The building was constructed in 1816 to house a shop and warehouse under one roof. It is now a museum. It is a timber-frame structure; the side walls are clad with horizontal clinker-built weatherboarding, while the end walls have vertical boards. The roof is covered with double clinker-built roofing.

Sómastaðir

Dieses 1875 von Landwirt Hans J. Beck erbaute kleine Wohnhaus war eines der ersten gemauerten Häuser im ländlichen Gebiet. Das zweischalige Mauerwerk besteht aus rohen Basaltsteinen mit Zwischenlagen aus verdichtetem Schlamm. Die Fensterstürze sind aus Eichenbohlen.

Sómastaðir

This small home was built by farmer Hans J. Beck in 1875. It is one of the first stone-built structures outside Reykjavik. The walls are double, of rough-hewn basalt with compacted soil in the cavity, and the window frames are of oak boards.

Teigarhorn

Dieses Sommerhaus der Familie Weywadt aus dem Jahr 1880 ist vermutlich eines der wenigen Holzhäuser in Island, welches an Außenwänden und Dach ursprünglich vollständig mit Pappe verkleidet war. Das eingeschossige Gebäude mit Mittelgaube auf der Vorderseite steht auf einem gemauerten Keller.

Teigarhorn

The Weywadt family's summer cabin dates from 1880 and was originally clad entirely in asphalt felt, which was unusual for wooden buildings in Iceland. It has a dormer in the centre of the facade and stands on a stone foundation.

Skriðuklaustur

Der deutsche Architekt Fritz Höger entwarf das 1939–40 in Skriðuklaustur im Fljótsdalur errichtete Gebäude für den befreundeten Schriftsteller Gunnar Gunnarsson. Da das geplante Steinhaus aufgrund des in Ostisland fehlenden Steinmaterials und mangelnder Fachkenntnisse nicht ausgeführt werden konnte, legte man an der Außenseite der Betonwände Natursteine ein. Der Balkon mit Blick auf den See Lögurinn wurde erst 1975–82 ergänzt.

Skriðuklaustur

German architect Fritz Höger designed the house at Skriðuklaustur in Fljótsdalur for his friend, novelist Gunnar Gunnarsson. It was built in 1939–40. The walls were to be built of stone, but since suitable building material was lacking in the East, and skilled craftsmen were not available, the walls were cast in concrete and faced with rocks. A balcony with a view over the Lögur river was added in 1975–82.

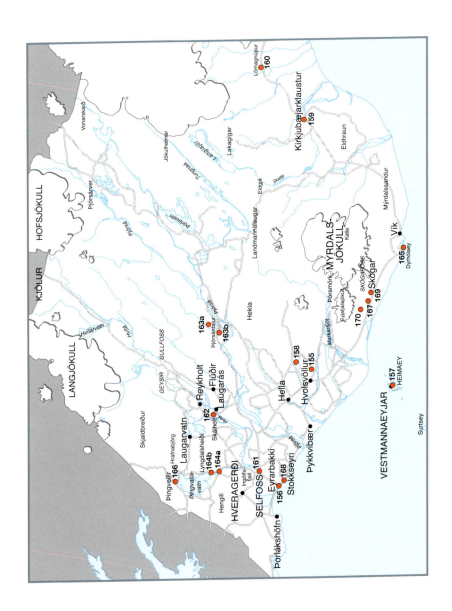

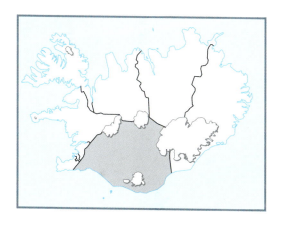

SUÐURLAND

SÜDISLAND

SOUTH ICELAND

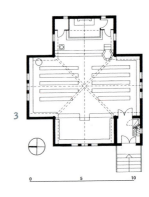

155 Breiðabólstaðarkirkja

Kirkja þessi er yngst hinna þriggja kross-laga timburkirkna Rögnvaldar Ólafssonar og stendur á fornum kirkjustað sem getið er þegar á 11. öld. Í byggingunni sjást áhrif sveiserstílsins, en útfærsla hennar er ein-

1912, Rögnvaldur Ólafsson
Breiðabólstaður, Fljótshlíð
1 Séð úr suðvestri • Südwestansicht • Southwest side
2 Inni í kirkjunni • Innenansicht • Interior
3 Grunnteikning • Grundriss • Ground plan
4 Gluggar • Fenster • Windows
5 Inngangur • Eingang • Entrance

faldari en í fyrri guðshúsum hans tveimur í Hjarðarholti og á Húsavík. Framhliðin er klædd lóðréttu bárujárni, óskipt, og skraut einungis að finna við dyr og glugga, en þeir eru ýmist stakir eða skipað þremur saman og miðglugginn hæstur. Inni er ekki aðeins kórgólfið upphækkað heldur einnig gólf-ið í vesturálmunni. Kórálman er eilítið lengri en hinar og þar eru tvö lítil hliðar-herbergi. Kirkjan var gerð upp að utan á árunum 1994–99 undir stjórn arkitektanna Grétars Markússonar og Stefáns Arnar Stefánssonar.

Kirche von Breiðabólstaður

Sie ist die letzte von drei Kreuzkirchen, die Architekt Rögnvaldur Ólafsson in Island errichtete, und steht an einem schon im 11. Jahrhundert erwähnten Kirchenort. Die Ausführung der in Anlehnung an den Schweizer Stil entworfene Kirche ist einfacher als bei den beiden zuvor errichteten Gotteshäusern in Hjarðarholt und Húsavík. Die Fassade der senkrecht mit Wellblech verkleideten Holzkirche ist ohne Gliederung, Verzierungen finden sich nur an der Eingangstür, den Turmöffnungen und den Fenstern, die einzeln oder in 3er-Gruppen mit erhöhtem Mittelfenster angeordnet sind. Im Innenbereich ist nicht nur im Chorraum, sondern auch im Westgiebel der Fußboden erhöht. Im etwas verlängerten Chorraum sind seitlich zwei kleine Kammern untergebracht. Die Kirche wurde außen in den Jahren 1994–99 von den Architekten Grétar Markússon und Stefán Örn Stefánsson renoviert.

Breiðabólstaður Church

This church is the last of the three cruciform timber churches in Iceland designed by Rögnvaldur Ólafsson; it stands on an ancient ecclesiastical site whose history goes back to the 11th century. The building exhibits the influence of the chalet style, but it is simpler in execution than the architect's two previous churches at Hjarðarholt and Húsavík. The facade is clad in corrugated iron mounted vertically, with no divisions, and ornamentation is confined to doors and windows; these are placed individually or in threes, the central window being taller than the others. Inside the church, the floor level is raised both in the chancel and in the west arm. The chancel arm, which is a little longer than the others, includes two small side rooms. The exterior of the church was restored in 1994–99 under the supervision of architects Grétar Markússon and Stefán Örn Stefánsson.

4

5

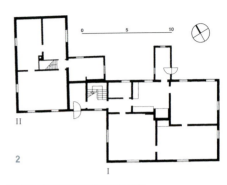

156 Húsið og Assistentahúsið

Árið 1765 var reist fyrir verslunarstjóra einokunarverslunarinnar á Eyrarbakka stokkbyggt timburhús (I) sem flutt var inn tilsniðið frá Danmörku. Það er ein elsta bygging á landinu og gekk almennt undir nafninu Húsið vegna þess hve reisulegt það var samanborið við önnur híbýli þessa tíma sem voru úr torfi og grjóti. Húsið er tvílyft, 9 x 12 m að grunnfleti og útveggir og þak viðarklædd og tjörguð. Árið 1881 var reist íbúðarhús fyrir starfsmenn verslunarinnar vestan við Húsið, svonefnt Assistentahús (II). Bæði húsin eru friðuð og voru gerð upp á árunum 1992–96. Þau hýsa nú sýningar Byggðasafns Árnesinga.

Auk þessara tveggja húsa hafa varðveist á Eyrarbakka mörg gömul timburhús frá árunum 1890–1920 sem eru fulltrúar fyrsta skeiðsins í timburhúsabyggingum sem við tók af torfhúsunum. Eftir mikið flóð árið 1799 var byrjað að hlaða varnargarð úr óhöggnu grjóti við ströndina.

1765, Húsið
1881, Assistentahúsið
Eyrargata 50, Eyrarbakki
1 Assistentahúsið: gafl • Assistentenhaus: Giebel • Assistants' House: gable
2 Grunnteikning • Grundriss • Ground plan
3 Séð úr suðvestri • Südwestansicht • Southwest view
4 Húsið: þak • Das Haus: Dachansicht • The House: roof

Kaufmannshaus und Assistentenhaus

The House and Assistants' House

Im Jahr 1765 errichtete man in Eyrarbakki, einem der damaligen Handelszentren, ein Haus für den Direktor der Handelsgesellschaft. Das in Dänemark vorgefertigte Blockhaus (I) ist eines der ältesten Gebäude in Island und wurde im allgemeinen „das Haus", Húsið, genannt, da es ein prächtiges Gebäude war im Vergleich zu den anderen Behausungen jener Zeit aus Stein und Torf. Die Grundfläche des zweigeschossigen Gebäudes beträgt 9 x 12 m, die Außenwände und das Dach sind mit Holz verkleidet und schwarz geteert. Auf der Westseite des Hauses erstellte man 1881 einen Anbau für die Angestellten, das sogenannte Assistentenhaus, Assistentahúsið (II). Die unter Denkmalschutz stehenden Gebäude wurden von 1992 bis 1996 restauriert. Heute beherbergen sie das Árnessysla Heimatmuseum. Außer diesen beiden Gebäuden sind in Eyrarbakki viele alte Holzhäuser aus den Jahren 1890–1920 erhalten, die die erste Holzbauphase nach den Torfhäusern repräsentieren. Der aus unbehauenen Steinen errichtete Schutzwall entlang der Küste wurde nach der großen Flut von 1799 errichtet.

In 1765, a building was constructed for the manager of the trading company at Eyrarbakki, one of the major trading centres of the time. The log building (I) was brought ready-made from Denmark. One of the oldest buildings in Iceland, it came to be known as Húsið (The House), as it was such a splendid building in comparison with the turf-and-stone homes of that time. The building is two-storey, of ground area 9 x 12 m. The exterior walls are clad with wooden boards and tarred. In 1881 an extension for company employees, Assistentahúsið (the Assistants' House) (II) was built onto the western side of the structure. Both are listed buildings. They were restored in 1992–96, and now house the Árnessýsla Folk Museum. In addition to these two buildings, many more old wooden buildings from the period 1890–1920 have survived in Eyrarbakki; these represent the early stage of timber architecture that superseded the turf house. Following a disastrous flood in 1799, a seawall of uncut rock was built to protect the community.

4

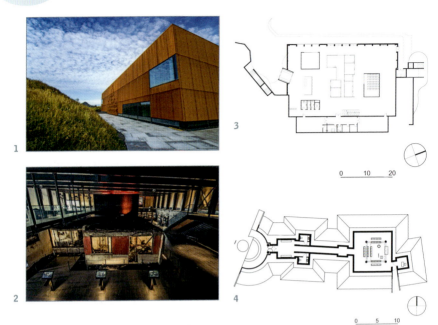

3

0   10   20

2

4

0   5   10

157 Eldheimar og kapellan við Ofanleiti

Hönnun gosminjasafnsins byggir á lokarit-gerð Margrétar Kristínar Gunnarsdóttur arkitekts, en eftir að hún útskrifaðist úr námi árið 2011 fól Vestmannaeyjabær henni að teikna bygginguna sem skyldi hýsa safnið. Grunnhugmynd arkitektsins var sú að reisa mannvirkið í kringum rústir af íbúðarhúsi

2011–2014, Margrét Kristín Gunnarsdóttir
Eldheimar, Gerðisbraut 10, Vestmannaeyjabær
1981/2013, Högna Sigurðardóttir
Kapella, Ofanleiti, Vestmannaeyjabær
1 Eldheimar, vesturhlið • Westansicht Eldheimar
   Museum • Eldheimar Museum west side
2 Sýningarrými • Ausstellungsraum • Eldheimar
   Museum Exhibition hall
3 Grunnteikning Eldheima • Grundriss Museum •
   Museum plan
4 Grunnteikning kapellu • Grundriss Kapelle • Chapel
   plan
5 Langsnið safns • Längsschnitt Museum • Museum
   longitudinal section
6 Útlitsteikning kapellu • Perspektive Eingangsbereich
   Kapelle • Chapel perspective

sem farið hafði á kaf í ösku og vikur í gos-inu 1973. Safnhúsið er stálgrindarbygging á tveimur hæðum og í henni miðri íbúðar-húsið, sem grafið hefur verið frá og gestir geta skoðað frá ýmsum sjónarhornum. Á framhlið safnsins eru plötur úr veðurþolnu Corten-stáli. Byggingin var fullgerð árið 2014 og hefur síðan hlotið margvíslegar viðurkenningar, þ.á.m. Hönnunarverðlaun Íslands 2015.

Högna Sigurðardóttir (1929–2017), einn merkasti samtímaarkitekt Íslands, var fædd í Vestmannaeyjum og varð vitni að gosinu 1973. Árið 1981 var henni falið að hanna kapellu við Ofanleiti, vestanmegin á Heimaey. Hún lýsti hönnuninni sem leið sinni til að semja frið við náttúruna sem hafði lagt heimabæ hennar í rúst. Byggingin er ekki risin enn, en hönnunin er persónulegt framlag arkitektsins, tileinkað sigri lífsins. Teikningarnar að kapellunni eru geymdar í Hönnunarsafni Íslands.

Heimaey: Eldheimar Museum und Kapelle in Ofanleiti

Heimaey: Eldheimar Museum and the Chapel in Ofanleiti

Der Entwurf für das auf der Westmännerinsel Heimaey erbaute Museumsgebäude basiert auf der Diplomarbeit von Margrét Kristín Gunnarsdóttir. Nachdem sie im Jahr 2011 ihr Studium abgeschlossen hatte, wurde sie von der Gemeinde Vestmannaeyjabær beauftragt, das Museumsgebäude zu planen. Ihre Idee war es, ein Gebäude rund um die Ruine eines Wohnhauses zu bauen, das bei dem Vulkanausbruch 1973 verschüttet wurde. Die freigelegte Ruine befindet sich in der Mitte des zweigeschossigen Gebäudes, sodass die Besucher die Überreste aus verschiedenen Perspektiven betrachten können. Die Fassadenplatten des in Stahlbauweise errichteten Museums bestehen aus wetterfestem Corten-Stahl. Nach der Fertigstellung im Jahr 2014 wurde das Gebäude mehrfach ausgezeichnet, unter anderem mit dem Isländischen Design Preis 2015.

Die in Heimaey geborene Architektin Högna Sigurðardóttir (1929–2017) war eine der bedeutendsten zeitgenössischen Architekten Islands und selbst Zeugin der Eruption 1973. Im Jahr 1981 wurde sie damit beauftragt an der Westküste von Heimaey, an der Stelle der ehemaligen Kirche Ofanleiti, eine Kapelle zu entwerfen. Den Entwurf für die Kapelle beschrieb sie als ihren Weg um Frieden mit der Natur zu schließen, die ihren Geburtsort verwüstete. Die noch nicht gebaute Kapelle ist ein persönliches architektonisches Werk, das sie dem Sieg des Lebens widmete. Die Baupläne befinden sich im Museum für Design und Angewandte Kunst in Island.

The design of the museum building is based on the final thesis of architect Margrét Kristín Gunnarsdóttir, who was commissioned by the municipality of Vestmannaeyjabær to plan the building after she completed her degree in 2011. The idea was to construct the building around the ruins of a residential house that was buried under ash and volcanic material in the eruption of 1973. The museum building is a two-storey steel frame construction, and the excavated house sits in the middle of it, allowing visitors to examine the remains from different perspectives. The museum's facade has sheets of weather-resistant Corten steel. The building was completed in 2014 and has received several awards, including the Icelandic Design Prize 2015.

Högna Sigurðardóttir (1929–2017), one of Iceland's most renowned contemporary architects, was born in the Westman Islands and witnessed the 1973 eruption. In 1981, she was commissioned to design a chapel by Ofanleiti on the west side of Heimaey Island. She described the design as her means of making peace with the natural forces that had ruined her home town. The building is yet to be constructed, but the design is a personal contribution of the architect, dedicated to the victory of life. The drawings of the chapel are kept in the Iceland Museum of Design and Applied Art.

5

6

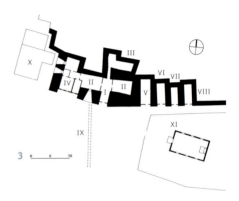

158 Keldur

Á torfbæ þessum í hraunjaðrinum er að finna elstu varðveittu byggingu á Íslandi. Bæjardyr (I) og skáli (II), svonefndur Keldnaskáli, eru frá miðöldum og má telja þau dæmi um ákveðið þróunarstig skálabæjarins. Timburgrindin inni í bænum er elsta tréverk á landinu og eitt fárra varðveittra dæma um stafverkssmíð, en þá aðferð höfðu norsku landnámsmennirn-

1100–1937
Rangárvellir
1 Heildarmynd • Gesamtansichtt • Overall view
2 Keldnaskálinn inni • Langhaus: Innenansicht • Longhouse, interior
3 Grunnteikning • Grundriss • Ground plan
4 Vatnsmylla • Wassermühle • Water mill

ir flutt með sér að heiman. Eldhúsið (III) innan við bæjardyrnar er frá 19. öld og var áður notað sem baðstofa. Á 19. öld var ennfremur bætt við nýrri baðstofu (IV), tveimur skemmum (V, VI), smiðju (VII) og þurrkhjalli (VIII) sem öll snúa í suður. Frá bænum liggja leynigöng neðanjarðar að lækjarbakkanum og talið er víst að þau séu frá þjóðveldisöld. Timburkirkjan (XI) sem nú stendur var byggð 1875 og nýja íbúðarhúsið (X) 1937. Vatnsmylla hefur verið á bænum frá því snemma á 19. öld en sú sem nú stendur er frá 1895. Verið er að gera bæinn upp á vegum Þjóðminjasafnsins undir stjórn Hjörleifs Stefánssonar arkitekts og hófust þær framkvæmdir árið 1994.

Torfhof Keldur

Auf diesem am Rande einer Lavawüste gelegenen Torf-Steingehöft befindet sich das älteste noch erhaltene Gebäude Islands. Eingang (I) und Langhaus (II), genannt Keldnaskálinn, stammen aus dem Mittelalter und sind typisch für eine bestimmte Entwicklungsstufe des Langhauses. Die Holzkonstruktion im Inneren ist die älteste Holzkonstruktion in Island und eine der wenigen noch erhaltenen Stabkonstruktionen des Landes, eine Bauweise, die die norwegischen Siedler mitgebracht hatten. Die Küche (III) hinter dem Eingang stammt aus dem frühen 19. Jahrhundert und wurde ursprünglich als Wohn- und Schlafraum genutzt. Im 19. Jahrhundert wurden außerdem eine Badstube, *baðstofa* (IV), zwei Hütten (V, VI) die Schmiede (VII) und die Trockenhütte (VIII) angebaut, die alle mit den Giebeln nach Süden zeigen. Ein geheimer unterirdischer Gang (IX) führt vom Gebäude zum Bachufer. Die jetzige Holzkirche (XI) wurde 1875, das neue Hofgebäude (X) 1937 errichtet. Seit Beginn des 19. Jahrhunderts gab es auf dem Hof eine Wassermühle, die jetzige stammt aus dem Jahr 1895. Der Hof wird seit 1994 vom Nationalmuseum unter der Aufsicht von Architekt Hjörleifur Stefánsson restauriert.

Keldur

This turf farmstead at the edge of a lava field includes the oldest extant building in Iceland. The farmhouse entrance (I) and the skáli or longhouse (II), known as Keldnaskáli (Keldur longhouse), date back to the middle ages. They are typical of a certain stage of development of the longhouse farmstead. The interior wooden framework is the oldest wooden structure in Iceland, and one of a handful of surviving examples of stave construction, the building method brought to Iceland by Norwegian settlers around 900 AD. The kitchen (III), inside the entrance, dates from the 19th century; it was previously used as a baðstofa. Other additions made in the 19th century include a new *baðstofa* (IV), two outhouses (V, VI), a smithy (VII) and a fish-drying shack (VIII), all facing south. A secret underground passage which leads from the farmhouse to the nearby brook is believed to date from the age of the Old Commonwealth (930–1262). The present wooden church (XI) was built in 1875, and the modern house (X) in 1937. There has been a watermill on the farm since the early 19th century, and the present mill dates from 1895. The farmhouse buildings are being restored for the National Museum of Iceland under the supervision of architect Hjörleifur Stefánsson. Work began in 1994.

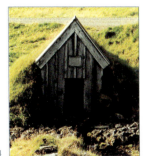

4

1

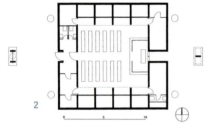

2

3　　　　4

159　Kapella Jóns Steingrímssonar

Þessi litla kapella var reist til minningar um merkan viðburð í upphafi Skaftárelda sumarið 1783. Meðan eldflóðið stefndi óðfluga á kirkjuna á Kirkjubæjarklaustri messaði séra Jón Steingrímsson fyrir söfnuð sinn og áður en messunni lauk hafði hraunstraumurinn stöðvast. Bræðurnir Helgi og Vilhjálmur Hjálmarssynir, afkomendur Jóns og báðir arkitektar, annar menntaður í Stuttgart,

1968–1974, Helgi Hjálmarsson, Vilhjálmur Hjálmarsson

Klausturvegur, Kirkjubæjarklaustur

1 Séð úr vestri • Westansicht • West side
2 Grunnteikning • Grundriss • Ground plan
3 Klukka • Glocke • Bell
4 Sjónsteypufletir • Sichtbetonflächen • Exposed concrete planes
5 Afstöðukort • Lageplan • Location plan
6 Þversnið • Querschnitt • Cross-section

hinn í Edinborg, fengu í fyrstu það verkefni að hanna minnismerki á staðnum en ákváðu að teikna þar litla kapellu. Inni í gamla kirkjugarðinum höfðu þá fundist rústir litlu kirkjunnar (I) sem Jón messaði í og hinni nýju (II) var valinn staður austan við hana, í beinni framlengingu af austur-vestur-öxli hennar. Útlit byggingarinnar ber merki byggingarlistar 8. áratugarins, með mismunandi vinnslu flata úr sjónsteypu. Sökkullinn úr járnbentri steypu með mótuðu yfirborði á að minna á leifarnar af gömlu torfkirkjunni. Þakið, sem virðist svífa yfir byggingunni, er úr viði og gleri og gegnum gluggann á bak við altarið sést stóri steinkrossinn sem stendur fyrir framan kirkjuna. Klukkan hangir á steyptum uppistöðum framan við innganginn.

Jón Steingrímsson-Kapelle

Jón Steingrímsson Memorial Chapel

Die kleine Kapelle wurde zum Andenken an ein dramatisches Ereignis beim Ausbruch des Vulkanes Laki im Jahr 1783 errichtet, als ein Lavastrom den Ort Kirkjubæjarklaustur zu zerstören drohte. Pastor Jón Steingrímsson hielt aufgrund der Bedrohung mit seiner Gemeinde einen Gottesdienst, in dessen Verlauf der Lavastrom stoppte. Als Jóns Nachfahren wurden die in Stuttgart bzw. Edinburg ausgebildeten Architektenbrüder Helgi Hjálmarsson und Vilhjálmur Hjálmarsson zunächst mit dem Entwurf eines Denkmals beauftragt, jedoch entschlossen sich die Architekten, stattdessen eine Kapelle zu entwerfen. Überreste der kleinen Kirche von Jón Steingrímsson (I) waren inmitten eines alten Friedhofes gefunden worden, und der neue Standort (II) wurde östlich davon in Verlängerung ihrer Ost-West-Achse gewählt. Ihr Entwurf wird geprägt von der Architektur der 1970er Jahre mit ihren vielfältig bearbeiteten Sichtbetonflächen. Der Stahlbetonsockel mit strukturierter Oberfläche soll an die Überreste der alten Torfkirche erinnern. Die scheinbar darüber schwebende Dachkonstruktion besteht aus Holz und Glas, und durch den Fensterschlitz hinter dem Altar ist das große, vor der Kirche aufgestellte Steinkreuz zu sehen. Die Glocke ist an einer separaten Betonkonstruktion vor dem Eingang aufgehängt.

This small chapel was built to commemorate a remarkable event that took place during the catastrophic eruption of Lakagígar eða the Laki craters in the summer of 1783. As molten lava flowed towards the church of Kirkjubæjarklaustur, pastor Jón Steingrímsson called the congregation to mass in the church. By the end of his "Fire Sermon" the lava flow had halted, sparing the church. Brothers Helgi and Vihjálmur Hjálmarsson, architects and descendants of Jón Steingrímsson (one trained in Stuttgart, the other in Edinburgh) were originally commissioned to design a memorial, but decided instead on a small chapel. In the local churchyard remains had been unearthed of the small church (I) where the Rev. Jón preached his sermon. A site was chosen for the new chapel (II) east of the old site, in a direct continuation of its east-west axis. The style of the building exhibits the characteristics of the 1970s, with varied patterns imprinted in exposed concrete. The foundation, of reinforced concrete with a patterned surface, makes reference to the ruins of the old turf church. The roof, which appears to float over the building, is constructed of wood and glass. Through the window behind the altar, the large stone cross that stands in front of the church can be seen. The bell hangs from concrete supports in front of the entrance.

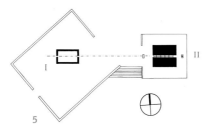

5

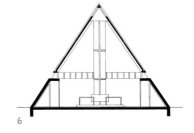

6

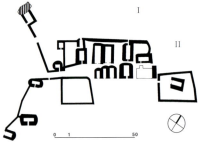

160 Núpsstaður

Sunnan undir Lómagnúp er býlið Núps-
staður, en sá bær má teljast dæmigerður
fyrir torfbæjagerð á Suðurlandi á 19. öld
(I). Ennfremur er bænhús (II) á Núpsstað,
en um aldur þess hafa verið settar fram

1657, bænhúsið
Núpsstaður, Vestur-Skaftafellssýsla

1 Bænhúsið séð úr vestri • Kapelle: Westansicht •
   Chapel: west side
2 Bærinn • Gehöft • Farmstead
3 Afstöðukort • Lageplan • Location plan
4 Bænhúsið, grunnteikning • Kapelle: Grundriss •
   Chapel: ground plan
5 Inni í bænhúsinu • Kapelle: Innenansicht •
   Chapel: interior

ýmsar tilgátur; líklegast er talið að það sé
frá miðri 17. öld. Grunnveggir hússins eru
um 1,5 m þykkir og 1,7 m á hæð. Þakið er
torfþak sem hvílir á hellum, eins og algengt
var á Suðurlandi á fyrri öldum. Að innanmáli
er bænhúsið aðeins 6 m langt og breiddin
við dyrnar 2,2 m en 2,5 m við austurend-
ann. Því er skipt í tvennt, framkirkju og kór,
með háu þili. Timburgólfið í kórskansinum er
eilítið upphækkað og í honum stendur lítið
altari. Í framkirkjunni er steingólf og lang-
bekkir meðfram veggjum. Eftir Skaftárelda
var bænhúsið lengi notað sem skemma, en
það var gert upp á árunum 1958–60 og
hefur síðan verið notað sem guðshús á ný.

Torfhof und Kapelle Núpsstaður

Núpsstaður

Südlich des Vatnajökull liegt dieser noch heute bewirtschaftete Hof, der typisch ist für die Höfe in Südisland während des 19. Jahrhunderts (I). Zu dem Gehöft gehört auch eine Kapelle, *bænhúsið* (II). Über das Alter der Kapelle gibt es verschiedene Vermutungen, jedoch wird als möglich erachtet, dass sie in der Mitte des 17. Jahrhunderts errichtet wurde. Ihre Grundmauern sind etwa 1,5 m dick und 1,7 m hoch. Das Holzskelett ist in Fachwerkbauweise erstellt und trägt das torfgedeckte Dach, dessen Balken mit Steinplatten geschützt sind, was bei den alten Gebäuden im Süden üblich war. Die Bretter unter den Torfsoden auf dem Dach sowie die Holzgiebel wurden erneuert. Der Innenraum ist nur 6 m lang, an der Eingangsseite 2,2 m und am östlichen Ende 2,5 m breit. Ein hoher Lettner trennt den Chor vom Hauptschiff, und im Chorraum mit leicht erhöhtem Holzfußboden steht ein kleiner Altar. Das Hauptschiff ist mit einem Steinboden ausgestattet, entlang den Wänden sind Holzbänke aufgestellt. Die Kapelle diente nach dem Ausbruch des Vulkans Laki im Jahr 1783 lange als Lagerhaus. Sie wurde 1958–60 restauriert und dient heute wieder kirchlichen Zwecken.

South of Mt. Lómagnúpur is the farmstead of Núpsstaður, typical for southern farm buildings in the 19th century (I). A chapel (II) also stands at Núpsstaður. There are various theories on the age of the chapel, but it is widely regarded as dating to the mid 17th century. Its external walls are about 1.5 m thick and 1.7 m high. The wooden framework is of timber-frame construction; the turf roof rests on stone slabs, as was common in the south. The timbers under the turf, and the wooden gable, have been renewed. The interior of the chapel is only 6 m long and 2.2 m wide at the entrance, and 2.5 m at the eastern end. It is divided into nave and chancel by a tall chancel screen. The wooden floor of the chancel is slightly raised, and it contains a small altar. The nave has a stone floor, and benches along the walls. After the Lakagígar eruption in 1783 the chapel was used as a storage shed for a long time; it was restored in 1958–60, and is now used for religious services once again.

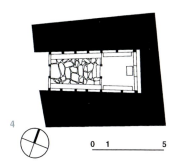

4

0 1   5

5

1

2

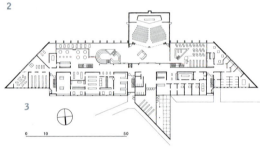

3

0 10   50

161 Fjölbrautaskóli Suðurlands

Við hönnun skólans, sem ætlaður var 600 nemendum, skyldi gengið út frá fjórum aðalsvæðum, en innan þeirra átti vistarverum einstakra fagsviða að vera skipað saman, og ennfremur nægu kennslu- og samskiptarými. Með teikningu sinni að miðlægri byggingu uppfyllir arkitektinn ekki einungis þessar kröfur heldur vinnur jafnframt gegn því að skólaheildin skiptist upp í sjálfstæðar fageiningar. Kennslustofurnar eru á þremur hæðum og snúa í norður en inn í þær er gengið af svölum þar sem aðstaða er fyrir hópvinnu og félagsleg samskipti. Yfir þessu hóprými er glerþak með 45° halla sem veit í suður. Á jarðhæð eru undir glerþakinu kaffistofa og bókasafn, en fyrirlestrasalur gengur út í gegnum glerþakið og opnast einnig út á þetta „torg". Þar er hægt að stýra birtuflæði og hljómburði með hreyfanlegum stillum sem komið er fyrir milli burðarstólpanna. Gluggaskipan á norðurhlið gefur kost á breytingum á stærð skólastofanna. Með hönnun sinni skapar arkitektinn vingjarnlegt umhverfi, gróðrarstöð mannræktar í þessu gróðurhúsa- og jarðhitahéraði.

1982–1986, 1992–1994, Dr. Maggi Jónsson
Tryggvagata 25, Selfoss
1 Séð úr norðri • Nordansicht • North side
2 Séð úr suðri • Südansicht • South side
3 Grunnteikning jarðhæðar • Grundriss Erdgeschoss •
   Ground plan, ground floor
4 Þversnið • Querschnitt • Cross-section
5 Inni • Innenansicht • Interior

Gesamtschule von Südisland

South Iceland Comprehensive School

Die Anforderung an dieses für 600 Schüler konzipierte Gebäude waren 4 Hauptbereiche, in denen die Räume der einzelnen Sachgebiete nahe beieinander liegen sollten, sowie genügend Lern- und Kommunikationsräume. Mit dem Entwurf eines zentralisierten Gebäudes erfüllt der Architekt nicht nur diese Anforderungen, sondern wirkt auch dem Zerfall der Schulform in eigenständige Sachgebiete entgegen. Die auf 3 Geschossen nach Norden orientierten Unterrichtsräume werden von Balkonen aus erschlossen, auf denen sich Bereiche für Gruppenarbeit und soziale Kommunikation befinden. Ein 45° geneigtes, nach Süden ausgerichtetes Glasdach überdeckt diese Gemeinschaftsflächen. Unter dem Glasdach befinden sich im Erdgeschoss eine Cafeteria und eine Bibliothek. Ein Vortragssaal durchdringt das Glasdach und öffnet sich zu diesem „Platz". Lichteinfall und Akustik können dort mit beweglichen Lamellen zwischen den Tragbalken geregelt werden. Die Lochfassade auf der Nordseite lässt Änderungen in der Breite der Unterrichtsräume zu. Mit seinem Konzept schafft der Architekt eine menschenfreundliche Umgebung, ein Gewächshaus für Menschen in einer Umgebung, die geprägt ist von Gewächshäusern, in denen das heiße Wasser aus der Erde genutzt wird.

The specification for the design of the school building, to accommodate 600 students, provided for four main areas, within which facilities for each field of study would be grouped together, and also for plenty of space for teaching and interaction. With his design for a centralised building, the architect not only fulfils these requirements, but also aims to prevent the school breaking up into diverse units. The classrooms are on three floors, facing north. Access is from balconies with facilities for group work and social interaction. Over this communal space is a glazed roof pitched at 45°, facing south. Under the glass roof on the ground floor are a cafeteria and library. A lecture hall projects through the glass roof, and also opens out onto this "piazza". Light and acoustics can be adjusted by mobile louvres installed between the pillars. Windows on the north side are spaced to allow for flexible classroom size. By means of this design the architect creates a warm environment, a greenhouse for human beings in this area of geothermal energy and greenhouses.

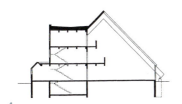

4

5

1

2

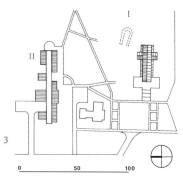

3

0   50   100

162 Skálholt

Skálholtsstaður var fremsta menningar- og trúarsetur landsins á miðöldum. Fyrsta kirkjan var reist í Skálholti á 11. öld, enda hafði kristni verið lögtekin um aldamótin 1000 og fyrsti biskupinn settist þar að árið 1056. Alls sátu á staðnum 32 kaþólskir biskupar og 13 lúterskir, og dómkirkjurnar í Skálholti voru meðal stærstu timburkirkna Evrópu á miðöldum. Eftir að biskupsstóll-

inn var fluttur til Reykjavíkur undir lok 18. aldar dró mjög úr mikilvægi Skálholts. Kirkjuna (I) sem nú stendur hannaði Hörður Bjarnason, húsameistari ríkisins, 1957–63, en orgelið hannaði Daninn Mogens Koch.

Til að hleypa nýju lífi í Skálholt var stofnaður þar lýðháskóli (II), og hönnuðu arkitektarnir Manfreð Vilhjálmsson og Þorvaldur S. Þorvaldsson skólahúsið árið 1972 og sá fyrrnefndi bætti við það 1994. Til að kirkjan héldi vægi sínu í staðarmyndinni var skólabyggingunni skipt í nokkrar litlar einingar sem tengdar eru innbyrðis með göngum. Inngangurinn og stórir gluggarnir á matsalnum snúa að kirkjunni. Útveggir skólans eru úr sjónsteypu og málaðir í sama lit og kirkjan. Einnig eru risþökin í svipuðum lit og þak kirkjunnar. Þannig bera staðarhúsin öll samræmdan heildarsvip.

1957–1963 kirkja, Hörður Bjarnason
1972 lýðháskóli, Manfreð Vilhjálmsson,
Þorvaldur S. Þorvaldsson
1994 viðbygging, Manfreð Vilhjálmsson
Biskupstungur, Árnessýsla
1 Skálholt, heildarmynd • Skálholt, Gesamtansicht • Skálholt, overall view
2 Kirkjan • Kirche • Cathedral
3 Afstöðukort • Lageplan • Location plan
4 Lýðháskóli • Volkshochschule • Folk high school

Ehemaliger Bischofssitz
Skálholt

Skálholt

Die aus mehreren Gebäuden bestehende Hofanlage Skálholt war im Mittelalter das geistliche und geistige Zentrum Islands. Die erste Kirche hier entstand im 11. Jahrhundert, nachdem im Jahr 1000 das Christentum Staatsreligion wurde, und bereits der erste Bischof hatte seit 1056 seinen Sitz in Skálholt. 32 katholische und 13 evangelisch-lutherische Bischöfe residierten hier, und die Kathedralen von Skálholt im Mittelalter gehörten mit zu den größten Holzkirchen Europas. Nach der Verlegung des Bischofssitzes nach Reykjavík zum Ende des 18. Jahrhunderts verlor der Ort immer mehr an Bedeutung. Die heutige Kirche (I) wurde 1957–63 von Staatsarchitekt Hörður Bjarnason errichtet, der Entwurf für die Orgel stammt von dem Dänen Mogens Koch. Um Skálholt wiederzubeleben, gründete man eine Volkshochschule (II), die die Architekten Manfreð Vilhjálmsson und Þorvaldur S. Þorvaldsson 1972 entwarfen und die Manfreð Vilhjálmsson 1994 erweiterte. Damit die Kirche ihre Dominanz behält, unterteilten sie das Schulgebäude in kleine Hauseinheiten, die über Flure miteinander verbunden sind. Sowohl der Eingang als auch die großen Fenster der Kantine orientieren sich zur Kirche. Die Außenwände aus Sichtbeton wurden im Farbton der Kirche gestrichen, und die Pultdächer erhielten dieselbe Farbe wie das Kirchendach. Die Gebäudegruppe macht auf diese Weise einen harmonischen Gesamteindruck.

During the Middle Ages the episcopal seat at Skálholt was Iceland's foremost spiritual and cultural centre. The first church at Skálholt was built in the 11th century; Christianity was adopted around 1000 AD, and the first bishop of Skálholt was consecrated in 1056. A total of 32 Catholic and then 13 Lutheran bishops have sat at Skálholt. The medieval cathedrals of Skálholt were among the largest wooden churches in Europe. Skálholt declined in importance after the episcopal seat was moved to Reykjavik in the late 18th century. The present cathedral (I) was designed by State Architect Hörður Bjarnason in 1957–63, and the organ is designed by Mogens Koch from Denmark.

Skálholt was given a new role with the foundation of a folk high school (II). Architects Manfreð Vilhjálmsson and Þorvaldur S. Þorvaldsson designed the college building in 1972, and an addition was designed by Vilhjálmsson in 1994. In order to maintain the cathedral's predominance, the college building is divided into small units which are linked by corridors. The entrance, and the large windows of the refectory, face the church. The exterior walls of the school are of exposed concrete, painted in the same colour as the church. The sloping roofs are also similar in colour to the roof of the cathedral. Thus all the buildings form a congruent whole.

4

1

2

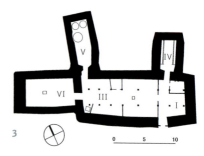

3

0   5   10

163 Stöng

Rústirnar í Stöng (163a), bæ sem talinn er
hafa lagst í eyði í Heklugosi árið 1104, voru
grafnar upp 1939. Rústir bæjarins og eft-
irgerð hans, þjóðveldisbærinn (163b), sem
Hörður Ágústsson listmálari er höfundur að,
gefa góða mynd af uppbyggingu meðalstórs
íslensks bóndabæjar á miðöldum: Um bæj-

ardyrnar í allt að 1,5 m þykkum útveggn-
um, sem er úr grjóti og strenghlöðnu torfi, er
gengið inn í anddyri (I) með klefa (II) og inn
í langhús, skálann (III). Hann var aðalíveru-
herbergi bæjarins, 12,25 x 5,85 m að stærð,
með eilítið íhvolfum hliðarveggjum, moldar-
gólfi í miðju eftir skálanum endilöngum og
steinlögðu eldstæði. Við hliðarveggina voru
bálkar, um 1,2–1,8 m breiðir, en á þeim sat
heimilisfólkið, vann og svaf. Þakið var torf-
klætt þríásaþak. Kamar (IV) og búr (V) eru
aftan við skálann. Úr skálanum er gengið
inn í minni vistarveru við annan gaflvegg-
inn, stofu (VI). Hún er 9,3 x 4,3 m stór að
grunnfleti, rétthyrnd, og var notuð til vinnu
og ef til vill matseldar.

Torfhof Stöng

Die Ruinen des Hofes Stöng (163a), der beim Ausbruch des Vulkanes Hekla im Jahr 1104 verschüttet worden war, wur-den 1939 freigelegt. Sie und die von Hörður Ágústsson erbaute Rekonstruktion Þjóðveldisbærinn (163b) vermitteln ein gutes Bild über den Aufbau eines isländischen Bauernhofes mittlerer Größe während der frühen Besiedelungszeit: Der Zugang führt durch die bis 1,5 m dicke Außenwand aus Stein und Streifensoden über einen Vorraum (I) mit Kammer (II) in ein Langhaus, *skáli* (III). Der 12,25 x 5,85 m große Hauptraum des Hofes mit leicht konvexen Seitenwänden besteht aus einem mittleren Gang mit Lehmboden und steinbesetztem Feuerplatz. Seitlich in den Seitenschiffen befinden sich 1,2–1,8 m breite Erdbänke, auf denen die Familie saß, arbeitete und schlief. Ein dreifach stehender Dachstuhl trägt das Grassodendach. Der Klosettraum (IV) sowie eine Vorrats- und Milchkammer (V) stehen im nahezu rechten Winkel an der Rückseite. Vom Langhaus gelangt man in eine an einer Giebelseite angebaute Stube, *stofa* (VI). Dieser 9,3 x 4,3 m große, streng rektanguläre Raum diente zum Arbeiten und möglicherweise auch zum Kochen.

Stöng

The ruins of the farmstead at Stöng (163a), reputedly laid waste in an eruption of Mt. Hekla in 1104, were excavated in 1939. The remnants of the farmstead, and the replica Þjóðveldisbærinn (Saga Age farmhouse) (163b), designed by artist Hörður Ágústsson, give a good idea of the structure of a largish Icelandic farmstead in the early Settlement days. The entrance, set in the exterior wall which is up to 1.5 m thick, built of rock and strip turf, leads via the hallway (I) with a nook or *klefi* (II), to the longhouse or *skáli* (III). This was the main living area of the farmhouse, 12.25 x 5.85 m, with slightly curved longitudinal walls, an earth floor, and a stone hearth in the middle of the floor. The inhabitants sat, worked and slept on platforms 1.2 to 1.8 m wide that lined the longitudinal walls. The roof is triple-beamed, clad with turf. A latrine (IV) and pantry (V) stand almost at right-angles to the rear of the skáli. The skáli gives access to a smaller room at the end of one gable, the *stofa* (VI). This rectangular room, 9.3 x 4.3 m in area, was a work room, and perhaps also used for cooking.

4

1

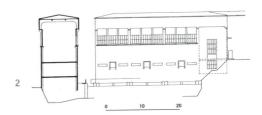

2

0   10   20

164 Ljósafossvirkjun og Steingrímsstöð

Virkjunarmannvirkin við Ljósafoss (164a) eru án efa eitt besta dæmið um íslenskan iðnaðararkitektúr frá tímabili fúnksjónalismans. Húsin eru einföld og formsterk og betur varðveitt er flestar aðrar byggingar Sigurðar Guðmundssonar frá 4. áratugnum. Þau hafa verið endurnýjuð verulega, bæði byggingar og tæknibúnaður. Ásamt félaga sínum Eiríki Einarssyni teiknaði Sigurður aðra virkjun, Írafossvirkjun, með mötuneytis- og íbúðabyggingum, og síðust í þessum flokki var virkjunin Steingrímsstöð (164b). Stöðvarhúsið frá árinu 1958 er ein síðasta byggingin sem hann vann að áður en hann lést.

Ljósafoss (164a) 1935–1937,
Sigurður Guðmundsson
Steingrímsstöð (164b) 1954–1958,
Sigurður Guðmundsson, Eiríkur Einarsson
1   Ljósafoss
2   Ljósafoss: þversnið og útlit • Ljósafoss: Querschnitt/
    Ansicht • Ljósafoss plant: cross-section and elevation
3   Steingrímsstöð

Wasserkraftwerke Ljósafoss und Steingrímsstöð

Das Wasserkraftwerk Ljósafoss (164a) ist zweifellos eines der besten Beispiele moderner isländischer Industriearchitektur. Die einfachen, formal ausdrucksstarken Gebäude sind weit besser erhalten als die meisten Werke von Sigurður Guðmundsson aus den 1930er Jahren. Sie wurden umfangreich renoviert, sowohl die Bauwerke als auch die technischen Anlagen. Zusammen mit seinem Partner Eiríkur Einarsson baute Sigurður Guðmundsson ein weiteres Wasserkraftwerk Írafoss mit Kantinen- und Wohngebäuden. Das letzte in dieser Reihe war das Kraftwerk Steingrímsstöð (164b), dessen Maschinenhaus aus dem Jahr 1958 eines der letzten Gebäude war, an denen er vor seinem Tod arbeitete.

HEP Plants: Ljósafoss and Steingrímsstöð

The buildings of the hydro-electric plant at Ljósafoss (164a) are without doubt among the best examples of Icelandic industrial architecture of the functionalist period. Simple and strong in form, the buildings are better preserved than other works by Sigurður Guðmundsson from the 1930s. Considerable renovation has taken place, both of buildings and of technical equipment. Together with his colleague Eiríkur Einarsson, Sigurður Guðmundsson designed another HEP plant at Írafoss, which included residential buildings and a refectory, and the last such project was Steingrímsstöð (164b). The power plant, from 1958, is one of the last of his projects.

3

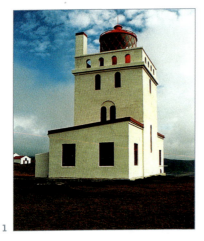

1

2

3

165 Dyrhólaeyjarviti

Vitahúsið er einfalt og stórbrotið í sniðum. Það er verk Guðjóns Samúelssonar, húsameistara ríkisins, sem síðar hannaði Hallgrímskirkju í Reykjavík. Vitinn er syðsta bygging á „meginlandi" Íslands og stendur í fögru umhverfi. Hann er 8 m hár með viðbyggðu geymslu- og íbúðarrými og steyptir veggirnir um 55 cm þykkir. Gluggarnir eru með koparumgerðum og innfluttir frá Svíþjóð og sömuleiðis er efsti hlutinn, með smíðajárnsveggjum og koparþaki, sænsk framleiðsla. Viðbyggingarnar eru með bárujárnsþökum. Vitageislinn sjálfur kom í upphafi frá gaseldi og snúanlegri linsu en frá árinu 1969 hefur verið notað rafmagn. Nú er í vitanum öflugasta linsa á Íslandi og geislinn frá honum er sá sterkasti á landinu.

1927, Guðjón Samúelsson
Dyrhólaey, Vík
1 Séð úr vestri • Westansicht • West side
2 Útsýni • Ausblick • View
3 Inngangur • Eingang • Entrance
4 Grunnteikning 2. hæðar • Grundriss 1. Obergeschoss
  • Plan of first floor
5 Grunnteikning jarðhæðar • Grundriss Erdgeschoss •
  Plan of ground floor
6 Snið • Schnitt • Section

Leuchtturm Dyrhólaey

Der einfache, monumentale Leuchtturm ist ein Entwurf des Staatsarchitekten Guðjón Samúelsson, der etwa 10 Jahre danach die Hallgrímskirche in Reykjavík entwarf. Der 8 m hohe Turm mit angebauten Lager- und Wohnräumen steht in einer landschaftlich reizvollen Umgebung und ist das südlichste Gebäude auf der Hauptinsel. Die Wände sind aus Beton und bis zu 55 cm dick. Die mit Kupfer eingefassten Fenster wurden aus Schweden importiert, und auch die Leuchtturmspitze mit Wänden aus Gusseisen und Kupferdach stammen aus schwedischer Produktion. Das Leuchtfeuer selbst wurde ursprünglich mit Gasflamme und rotierender Linse betrieben, bis man den Betrieb des Feuers 1969 auf Strom umstellte. Es ist heute der mit dem stärksten Leuchtfeuer ausgestattete Leuchtturm in Island.

Dyrhólaey Lighthouse

The simple, monumental lighthouse is the work of State Architect Guðjón Samúelsson, who designed Hallgrímskirkja church in Reykjavik about a decade later. The lighthouse, the southernmost building on the Icelandic mainland, stands in a beautiful setting. It is 8 m high, with storage and residential space attached. The concrete walls are about 55 cm thick. The copper-framed windows were imported from Sweden, and the uppermost section of the structure, with cast-iron walls and a copper roof, is also of Swedish make. The annex is roofed in corrugated iron. The lighthouse beam was originally provided by a gas lamp and a revolving lens, superseded in 1969 by electrical equipment. The lighthouse is now equipped with Iceland's most powerful lens, and casts the strongest beam of any Icelandic lighthouse.

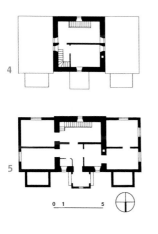

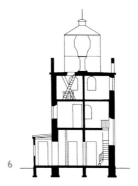

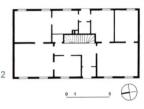

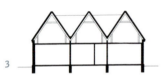

166 Þingvellir

Við stærsta stöðuvatn á Íslandi, Þingvalla-
vatn, er hinn forni þingstaður Þingvellir,
mikilvægasti staður í sögu landsins. Í meira
en þúsund ár tengdust honum allir helstu
atburðir sögunnar: Frá stofnun Alþingis um
930 og allt til 1798 kom þingið þar saman
og 17. júní 1944 var lýðveldið Ísland stofnað
á Þingvöllum. Í kirkjusögulegu tilliti er stað-
urinn sömuleiðis einkar mikilvægur, en um
aldamótin 1000 var kristni lögtekin á þing-
inu og gerð að grundvelli hins íslenska sam-

félags. Frá þeim tíma hafa staðið kirkjur á
Þingvöllum, en sú sem nú stendur var byggð
1859. Árið 1930 reis Þingvallabærinn eftir
teikningum Guðjóns Samúelssonar, húsa-
meistara ríkisins. Prestsbústaðurinn er við
hlið kirkjunnar, en bærinn var í upphafi
með þremur burstum. Hann er eitt þekkt-
asta dæmið um tilraunir Guðjóns til að end-
urvekja form hinna fornu íslensku bursta-
bæja í nýju byggingarefni. Þakið var í
fyrstu klætt torfi en síðar eir, og ennfrem-
ur var tveimur burstum bætt við bæinn árið
1974. Þjóðargrafreiturinn austan við kirkj-
una, sem er hringlaga og var gerður árið
1940, er líka hönnun Guðjóns Samúelssonar.
Staðurinn er ennfremur einstakur í jarð-
fræðilegu samhengi: Hann er í rauninni á
sífelldri hreyfingu, enda liggur hann á Mið-
Atlantshafshryggnum í sigdal sem myndast
hefur í aldanna rás vegna landreks.

1859 kirkja, Eyjólfur Þorvarðsson
1930 prestsbústaður, Guðjón Samúelsson
Þingvellir, Árnessýsla
1 Heildarmynd • Gesamtansicht • Overall view
2 Grunnteikning prestsseturs • Grundriss Pfarrhof •
   Rectory, ground plan
3 Snið prestsseturs • Schnitt Pfarrhof • Rectory, section
4 Prestsetur og kirkja séð úr vestri • Westansicht
   Pfarrhof und Kirche • Rectory and church from west

Alte Parlamentsstätte Þingvellir

Þingvellir

Am größten Binnensee des Landes, Þing-vallavatn, liegt die alte Parlamentsstätte Þingvellir, der geschichtlich wichtigste Ort in Island. Über tausend Jahre lang waren die wichtigsten Ereignisse mit Þingvellir verbunden: Das Parlament Alþingi traf seit seiner Gründung im Jahr 930 n. Chr. bis ins Jahr 1798 hier zusammen, und am 17. Juni 1944 wurde in Þingvellir die Republik Island ausgerufen. Kirchengeschichtlich ist der Ort ebenfalls von besonderer Bedeutung: Im Jahr 1000 n. Chr. bekann-ten sich hier die Isländer zum christli-chen Glauben und machten ihn zur gesell-schaftlichen Grundlage. Seit dieser Zeit haben hier Kirchen gestanden, die heutige wurde 1859 erbaut. Den zunächst dreigie-beligen Pfarrhof neben der Kirche errich-tete Staatsarchitekt Guðjón Samúelsson im Jahr 1930. Das Gebäude ist einer sei-ner bekanntesten Versuche, die Gestalt der altisländischen Giebelhöfe mit modernen Baumaterialien wieder aufleben zu lassen. Der ursprünglich mit einem Torfdach errich-tete Hof erhielt später eine Blecheindeckung und wurde 1974 um zwei Giebel erweitert. Der Architekt entwarf ebenso den im Jahr 1940 kreisförmig angelegten National-friedhof östlich der Kirche. Auch in geolo-gischer Hinsicht ist Þingvellir einzigartig: Aufgrund seiner Lage auf dem mittelatlanti-schen Rücken, an einer Spalte, die durch das Auseinanderdriften der Amerikanischen und Eurasischen Kontinentalplatten entstanden ist, ist die Thingstätte tatsächlich immer in Bewegung.

Iceland's most important historical place, the ancient parliament site at Þingvellir lies by island's largest lake, Þingvellir. For more than a thousand years every important event was connected to Þingvellir. From the foun-dation of the Alþingi (parliament) in 930 AD until 1798, parliament assembled here, and the modern Icelandic Republic was founded here on 17 June 1944. Þingvellir also has an important place in ecclesiastical histo-ry; around the year 1000 AD, Christianity was adopted in Iceland by decision of par-liament, to become the basis of Icelandic society. Churches have stood at Þingvellir ever since; the present one dates from 1859. In 1930 the Þingvellir manor house/recto-ry was built next to the church, to a design by State Architect Guðjón Samúelsson. This originally had only three gables. The house is one of the best-known of Samúelsson's experiments with using modern materials to recreate the gabled farmhouse design. The roof was originally turfed, but subsequent-ly clad in corrugated iron, and in 1974 two more gabled units were built onto the house. The national cemetery east of the church, which is circular and dates from 1940, was also designed by Guðjón Samúelsson. Þingvellir is furthermore unique in a geo-logical sense; it is in fact in constant motion, as it is located on the Mid-Atlantic Ridge, at a rift valley formed by the drift of the American and Eurasian continental plates.

Aðrar byggingar

167 Drangshlíð

Skammt fyrir vestan Skóga stendur stakur hamar er Drangur heitir í túni bæjarins Drangshlíðar. Uppi við hann hafa í aldaraðir staðið peningshús með fornu lagi, reist úr torfi og grjóti.

168 Þuríðarbúð

Líkt og í öðrum sjávarplássum voru á Stokkseyri ýmsar verbúðir úr torfi og grjóti, einfaldir svefnskálar með fletum við veggi. Þuríðarbúð var byggð 1949 til minningar um Þuríði formann Einarsdóttur og er dæmigerð fyrir verbúðarbyggingar á Stokkseyri á 19. öld.

169 Skógar

Skógabærinn var byggður 1968 og er eftirgerð gamals torfhlaðins burstabæjar. Hann er notaður sem byggðasafn, en á jörðinni hafa fleiri gamlar byggingar úr nágrenninu verið endurreistar. Nýrri steinsteyptri safnbyggingu var bætt við 1954 og 1989–94.

170 Seljavallalaug

Árið 1923 var sundlaugin reist austan við bæinn Seljavelli í dal í námunda við Skóga. Klettaveggur myndar annan langvegg laugarinnar, en hinir veggirnir þrír eru steyptir. Vatnið í þessari einstöku sundlaug kemur úr hver í nágrenninu. Hún er nú lokuð almenningi.

Weitere Gebäude

Torfställe Drangshlíð
Westlich von Skógar, auf dem Hof Drangs-
hlíð, befindet sich der sagenumwobene
Felsen Drangar. Unter ihm stehen schon seit
Jahrhunderten Ställe, die meisten davon
noch immer in der alten Bauart aus Stein
und Torf.

Fischerhütte Þuríðarbúð
Wie in anderen Fischerorten befanden sich
auch in Stokkseyri verschiedene Fischer-
hütten aus Torf und Stein, eine vereinfach-
te Form des „Schlafhauses" mit Schlaf-
kojen entlang den Wänden. Þuríðarbúð ist
ein Beispiel für die im 19. Jahrhundert in
Stokkseyri üblichen Fischerhütten. Sie wurde
1949 zur Erinnerung an Kapitänin Þuríður
Einarsdóttir errichtet, eine der wenigen
Frauen, die ein Fischerboot anführten.

Torfhof Skógar
Diese 1968 errichtete Rekonstruktion eines
giebelständigen Torfgehöftes in Skógar dient
heute als Freilichtmuseum. Weitere alte
Gebäude aus der Region wurden auf dem
Gelände wiederaufgebaut, im Jahr 1954
sowie 1989–94 ergänzte man Museums-
gebäude aus Beton.

Schwimmbad Seljavellir
Im Jahr 1923 wurde dieses Schwimmbad in
einem Tal östlich des Hofes Seljavellir nahe
Skógar fertiggestellt. Eine Fels-wand bildet
die eine Längsseite des Bekkens, die übrigen
drei Seiten sind betoniert. Das heiße Wasser
für dieses einmalige Bad stammt aus einer
heißen Quelle. Das Bad wird heute nur noch
privat genutzt.

Other Buildings

Drangshlíð
Just west of Skógar, on the farm of Drangs-
hlíð stands a cliff named Drangur. Up
against it, outhouses of an ancient type, built
of turf and rock, have stood for centuries.

Þuríðarbúð
Like other fishing villages, Stokkseyri had
various fishermen's shacks built of turf and
rock, simple shelters with sleeping spac-
es along the walls. Þuríðarbúð was built in
1949 in memory of Þuríður Einarsdóttir,
one of the few women to captain a fishing
boat; it is typical of 19th-century fisher-
men's shacks in Stokkseyri.

Skógar
The farmhouse at Skógar was built in 1968,
a replica of an old gabled farmhouse built of
turf. It is used as a folk museum, and other
buildings from the region have also been
moved to the site. A new concrete museum
building was added in 1954 and 1989–94.

Seljavellir Swimming Pool
In 1923 a swimming pool was construct-
ed east of the farm of Seljavellir in a val-
ley near Skógar. One of the long sides of the
pool is formed by a rock wall, while the other
three sides are of concrete. A hot spring
nearby supplies water to the pool. The pool
is no longer in public use.

Orðskýringar

Aalto, Alvar finnskur arkitekt (1898–1976). Byggingar hans eru funksjónalískar en hlýlegar og þægilegar og laga sig vel að umhverfinu

Barokk liststíll sem byrjaði um 1600 í kjölfar endurreisnar og maníerisma og breiddist út um Evrópulönd og nýlendur þeirra

Bindingshús (líka nefnd grindarhús; sbr. bindingsverk) timburhús reist með þeim hætti að inn í trégrind (binding) var hlaðið öðru fylliefni, oftast múrsteini

Brútalismi stíll í byggingarlist; hugtakið varð til í Englandi upp úr 1960 og vísar til þeirrar stefnu í húsagerð á 6. og 7. áratugnum að hylja ekki byggingarefnin, einkum járnbenta steypu

Býsönsk byggingarlist húsagerðarlist Austrómverska ríkisins, öðru nafni Býsansríkis (með höfuðborgina Konstantínópel) sem varð til við skiptingu Rómaveldis 395 e. Kr. Stíllinn hafði mikil áhrif á húsagerðarlist í hernumdum löndum, s.s. Norður-Afríku, Arabíulöndum og víðar

Dyratré (ofdyri; gluggatré) láréttur viðarbjálki eða steinn yfir dyra- eða gluggaopi

Fúnksjónalismi stefna í byggingarlist og hönnun; einkum áberandi á 2. og 3. áratug 20. aldar

Gaflhlað efsti hluti á gafli húss með risþak, þríhyrndur; einnig notað sem skreytiform yfir dyrum, gluggum og veggskotum

Gotneskur stíll stíll í evrópskri list, þ.m.t. byggingarlist, á tímum lénsskipulagsins á há- og síðmiðöldum; stóð frá 12.–16. aldar, mislengi eftir svæðum. Þrátt fyrir staðbundin sérkenni einstakra landa eru megineinkenni stílsins hin sömu alls staðar

Grískur kross kross með alla fjóra arma jafnlanga

Gullinsnið skipting línu í tvo hluta þannig að styttri hlutinn sé sama hlutfall af þeim lengri og lengri hlutinn af línunni allri

Hálfsúla (pilaster) gervisúla áföst vegg til skreytis, að grunnfleti eins og hálf frístandandi súla, ýmist hálfhringslaga eða rétthyrnd
Hólfamynstur skreytimynstur úr kassalaga hólfum á sléttu eða kúptu lofti

Jónísk súlnaregla næstelst hinna klassísku grísku reglna; megineinkenni er grannar súlur, oftast rifflaðar, með fótstalli og snigilvindingum á súluhöfði

Júgendstíll alþjóðlegur stíll í hönnun og skreyti – og byggingarlist – um 1890–1914; á upphaf sitt í andstöðunni við „söguhyggjuna" sem einkennt hafði byggingarlist og aðrar listgreinar á 19. öld

(Kirkju)skip; miðskip aðalhluti kirkju milli hliðarskipa; liggur frá kirkjudyrum í vestri að kórnum í austurenda

Klassísismi; gullaldarstíll stíll eða stefna í listum 17. til 19. aldar sem einkennist af leit í fyrirmyndir hinnar klassísku grísk-rómversku fornaldar

Kór (í kirkju) svæðið umhverfis altarið, upphaflega einungis ætlað prestum

Kórskil skilrúm úr viði eða steini milli kirkjuskips og kórs í miðaldakirkjum

Lágmynd (rismynd) upphleypt mynd, t.d. höggvin á eða í vegg

Límtré bjálkar gerðir úr samlímdum hefluðum viðarfjölum

Múrverk múrhleðsla úr náttúrusteini eða tígulsteini (tilbúnum steini)

Mænir, húsmænir þekjumót, hæsti hluti risþaks á húsi

Nútímabyggingarlist (módernismi í byggingarlist) byggingarlist 20. aldar sem rauf með ákveðnum og endanlegum hætti tengslin við „sögu- og úrvalshyggjuna" í húsagerðarlist þeirrar 19.

Nýbarokk stíll á síðara helmingi 19. aldar, viðbrögð við hinum stranga stíl klassísismans; birtist með skýrustum hætti í húsagerðarlist sem bein eftirgerð og eftirlíking barokkstílsins

Nýendurreisnarstíll stílafbrigði á 19. öld, aðallega í byggingarlist og hönnun, einkum húsgagnahönnun, sem tekur upp form úr ítölsku endurreisninni

Nýgotneskur stíll stíll, einkum í byggingarlist, sem einkennist af endurvakningu gotneskra forma; kom upp í Frakklandi og Englandi um 1750 og breiddist þaðan út um Evrópulönd, einnig Rússland

Nýklassísismi stíll sem tekur upp þætti úr byggingarlist klassísismans, en yfirleitt án hvers kyns skreytis

Glossar

Nýrómantík hreyfing / stefna í lok 19. aldar sem tengist ítarlegri skoðun og endurmati á rómantík

Risþak þak með tveimur hallandi flötum sem mætast í mæni

Rókókó stílskeið á milli barokks og klassísisma, um 1720–1780; hér eru stór og kraftmikil form barokksins ummynduð í fínlegan, léttan og smágerðan skreytistíl

Rómantíska stefnan stefna / hreyfing í evrópskum listum, einkum bókmenntum, um 1790–1830. Í byggingarlist birtist hún m.a. í nýgotneskum stíl (sjá þar) sem vitnar um nýja afstöðu til sögunnar

Sjálfbærni bygginga Undirbúningur og gerð mannvirkja samkvæmt hugmyndafræði sem tekur einkum tillit til eftirtalinna þriggja þátta: verndunar umhverfisins og vistkerfisins, gagnsemi fyrir manninn og samfélagið og hámörkunar hagrænna möguleika.

Sjónsteypa „steypa sem ekki er falin", þ.e. heilir steyptir fletir, opnir og sýnilegir og ekki unnir frekar

Skúrþak þak með aðeins einum skáhallandi fleti (hálft risþak)

Sperruþak einföld þakgerð úr sperrum, oftast jafnlöngum, sem lágu frá mæni niður að veggbrún, voru blaðaðar saman efst og hvíldu yfirleitt á þvertré

Stokkahús / stokkbyggð hús timburhús byggð úr láréttum tréstokkum sem sköruðust á endum

Súla, heilsúla lóðrétt stoð með hringlaga grunnfleti úr steini, viði eða öðrum efnum; notuð sem burðarstoð eða til skreytis

Sveiserstíll norskættaður byggingarstíll í lok 19. aldar og upphafi þeirrar 20., mótaður af áhrifum nýrómantísku stefnunnar sem bárust frá Þýskalandi, Sviss og öðrum löndum

Valmaþak þak með hallandi þakflötum yfir öllum fjórum hliðum

Vindskeið þakbrún, gaflrönd, á mótum húsgafls og þaks (ris- eða skúrþaks)

Aalto, Alvar finnischer Architekt (1898–1976). Seine Bauten sind funktional, aber menschen-freundlich, und fügen sich fein abgestimmt und harmonisch in die Landschaft

Ausfachung Ausmauerung der Gefache in Fachwerkwänden

Avantgarde (franz.) die Vorkämpfer einer geistigen Entwicklung, besonders in Literatur und Kunst

Barock (ital.-franz.) auf Renaissance und Manierismus um 1600 folgender Kunststil, der sich über Europa und seine Kolonien verbreitete

Bebauungsplan verbindlicher Bauleitplan, der aus dem Flächennutzungsplan (vorbereitender Bebauungsplan) entwickelt wird

Blockbauweise Holzbauweise, bei der die Wände aus waagrecht übereinander gelegten Stämmen gebildet werden, deren Enden sich an den Ecken überkreuzen

Bruchstein roher, unbearbeiteter Stein, der zur Vermauerung nicht oder kaum bearbeitet wird

Brutalismus, Neuer Brutalismus in den frühen 1960er Jahren in England geprägter Begriff, um die überwiegend sichtbar gelassene Stahlbetonarchitektur der 1950er und 1960er Jahre zu bezeichnen (auch béton brut)

Byzantinische Baukunst Architektur des 395 n.Chr. entstandenen oströmischen Reiches mit der Hauptresidenz Konstantinopel (Istanbul) und starkem Einfluß auf eroberte Gebiete wie Nordafrika, Arabien u.a. Länder

Chor Altarraum, ursprünglich der in Kirchen den Geistlichen vorbehaltene Platz vor dem Hochaltar

Dachreiter schlankes, oft hölzernes Türmchen, das auf dem Dachfirst aufgesetzt ist

Empore Tribüne oder Galerie in Kirchenräumen, die sich zum Innenraum öffnet

Fachwerk Skelettbau in Holz mit durch Flechtwerk oder Mauern gefüllten Gefachen

Fassade Schauseite eines Baukörpers

Fiale (griech. Gefäß) schlankes, spitz auslaufendes Türmchen, das aus einem schlanken Vierkantschaft mit bekrönender Spitzpyramide besteht

First, Dachfirst oberste waagrechte Kante eines geneigten Daches

Fischgrätenverband Mauerverband mit abwechselnd schräg nach links und rechts gerichteten Lagen, so dass ein Fischgrät-muster entsteht

Flachdach Dach ohne oder mit sehr geringer Neigung

Flügel Baukörper, der an einen Hauptbau anschließt

Funktionalismus Gestaltungsprinzip der modernen Architektur und des modernen Designs insbesondere im 2. und 3. Jahrzehnt des 20. Jh.

Galerie (franz.) langer, gedeckter seitlich offener Gang

Gaube, Dachgaube stehendes Dachfenster

Gesims hervorstehender oberer Teil eines Gebälks; ein waagrecht aus der Mauer hervortretender Streifen, der einen Bau abschließt

Geschoss ein durch Fußboden und Decke begrenzter Ausschnitt eines Gebäudes

Gewölbe, Deckengewölbe gekrümmte Raumdecke aus Natur- oder Backstein (z.B. Tonnengewölbe, Kuppelgewölbe)

Giebel abschließender dreieckiger Wandteil eines Gebäudes mit Satteldach, als Zierform auch über Türen, Fenstern und Wandnischen (Ziergiebel)

Goldener Schnitt Bezeichnung für die Teilung einer Strecke durch einen auf ihr liegenden Punkt derart, dass sich der größere Abschnitt zur ganzen Strecke verhält wie der kleinere Abschnitt zum grösseren

Gotik europäischer Baustil der feudalistischen Gesellschaftsordnung vom hohen bis späten Mittelalter (12.–16. Jh.). Trotz nationaler Sonderformen in einzelnen Ländern von großer stilistischer Einheitlichkeit

Griechisches Kreuz Kreuz mit vier gleich langen Armen

Halbsäule einem geschlossenen Baukörper oder Pfeiler vorgelagerte Säule mit halbkreisförmigem Querschnitt

Ionische Ordnung zweitälteste der klassischen

griechischen Säulenordnungen, die charakterisiert ist durch eine Säulenbasis, durch hohe, schlanke Säulen, deren Kanneluren durch Stege getrennt sind sowie durch große, nach den Seiten ausladende Vouten am Kapitell

Jugendstil Bezeichnung einer internationalen Stilrichtung von etwa 1890–1914, die als Be-wegung gegen die historisierenden Stile des 19. Jh. entstanden ist (auch Art Nouveau, Modern Style)

Kapelle kirchlicher Raum, der keine Gemeindekirche ist. Auch Nebenräume von Kirchen

Kassette vertieftes Feld in einer flachen oder gewölbten Decke

Kathedrale Bezeichnung für die Bischofskirche, vor allem in Frankreich, Spanien und Grossbritannien (in Deutschland und Italien meist Dom)

Kirchenschiff von den Seitenschiffen begrenzter Hauptteil der Kirche

Klassizismus Tendenzen in der Kunst des 17.–19. Jh., die die klassische Antike zum Vorbild zu nehmen

Krüppelwalmdach Dachform, bei der die Traufen der Giebelwalme höher liegen als die Traufen der Hauptdachflächen

Kuppel Gewölbe oder Dach, das in regelmäßiger Krümmung über einer runden (seltener ovalen) Basis errichtet ist

Leichtbeton nicht selbsttragender Isolierbeton mit Zuschlägen wie z.B. Blähton

Leimholz, Brettschichtholz Balken aus aufeinander geleimten, gehobelten Brettern

Lettner Trennwand zwischen Chor und Mittelschiff in mittelalterlichen Kirchen

Mauerwerk Konstruktion aus natürlichen oder künstlichen Steinen

Moderne Architektur Baukunst des 20. Jh., die den Traditionsbruch zu Historismus und Eklektizismus des 19. Jh. endgültig und demonstrativ vollzogen hat

Nachhaltiges Bauen Planung und Bauausführung auf der Basis eines Gesamtkonzeptes, das insbesondere die folgenden drei Faktoren berücksichtigt:

Bewahrung der Umwelt und des Ökosystems, Nutzen für Mensch und Gesellschaft sowie Optimierung der ökonomischen Potenziale.

Neubarock Stilrichtung der 2. Hälfte des 19. Jh., die sich in der Architektur (als Reaktion auf den strengen Klassizismus) als unmittelbare Nachbildung und Nachempfindung des Barock am nachhaltigsten offenbarte

Neugotik Bezeichnung für eine durch das Wiederaufleben der gotischen Formensprache gekennzeichnete Kunstrichtung, die um 1750 von Frankreich und England ausging und sich über Europa bis nach Rußland verbreitete

Neuklassizismus, Neoklassizismus Bezeichnung für die Wiederaufnahme von Elementen der Architektur des Klassizismus, jedoch meist unter Verzicht auf jegliche Dekorationsformen

Neurenaissance, Neorenaissance Stilrichtung des 19. Jh. v.a. in Baukunst und Kunstgewerbe (insbes. Möbel), die Formen der ital. Renaissance aufgreift

Neuromantik Strömung am Ende des 19. Jh. im Rahmen einer breiteren geistigen Auseinandersetzung mit der dt. Romantik

Ornament Schmuckform aus geometrischen, pflanzlichen oder figürlichen Elementen

Ortbeton auf der Baustelle hergestellter Frischbeton, der sofort in die Schalung einge-bracht wird

Ortgang bei einem Sattel- oder Pultdach die seitliche Begrenzung der Giebelfläche durch die nach oben laufende Dachkante

Otto, Frei deutscher Architekt, geb. 1925, Pionier auf dem Gebiet der Hängedachkonstruktionen, entwarf u.a. 1972 das Zeltdach des Olympiastadions in München

Paneel 1. Bezeichnung für ein vertieftes Feld in einer Holzvertäfelung oder 2. die gesamte, aus mehreren Feldern und Rahmungen zusammengesetzte Holzvertäfelung selbst

Pilaster ein aus der Wand hervortretender Pfeiler mit Basis und Kapitell

Proportion Grössenverhältnisse von Teilen eines Ganzen

Pultdach Dachform mit nur einer schrägen Dachfläche

Relief an eine Hintergrundfläche gebundene plastische Darstellung in der Bildhauerkunst

Rokoko Stilphase zwischen Barock und Klassizismus, etwa 1720–1780, in der die monumentale, dynamische Formensprache des Barock in einen anmutigen, verspielten, kleinformigen Dekorationsstil umgeformt wird

Romantik Epochenbegriff für die geistige, künstlerische, insbesondere literarische Bewegung in Europa zwischen 1790 und 1830. In der Architektur sind romantische Tendenzen durch das neu erwachte historische Bewußtsein bestimmt (Neugotik)

Sakralbauten die einem Kult dienenden Bauten (z.B. Tempel, Synagoge, Kirche, Moschee)

Satteldach, Giebeldach Dachform aus zwei geneigten, zum gemeinsamen First ansteigenden Flächen

Säule, Vollsäule über kreisförmigem Grundriss stehende senkrechte Stütze im Steinbau, die sich im Gegensatz zum Rund-pfeiler leicht nach oben verjüngt

Säulenbasalt säulenförmige Absonderung des Basaltgesteins senkrecht zur Abkühlungsfläche

Schalung 1. Aus Holz oder Metall bestehende Hohlform, in die flüssiger Beton eingebracht wird oder 2. Verkleidung von Wand- oder Deckenflächen mit senkrechter oder waagrechter Gliederung (z.B. Leistenschalung, Stülpschalung)

Schweizer Stil, Chalet Stil norwegische Architektur Ende des 19. Anfang des 20. Jahrhunderts, geprägt vom Trend zur Neuromantik unter dem Einfluss von Deutschland, der Schweiz u.a. Ländern

Sichtbeton im Rohzustand belassenes Betonbauteil

Skelettbauweise Bauweise im Hochbau, bei der ein Rahmengerüst die dazwischengespannten Wände trägt, z.B. Stahlskelettbauweise

Sockel Unterbau eines Bauwerks, einer Statue oder eines Denkmals

Sode rechteckiges Rasenstück (Rasen-S., Gras-S.) oder Stechtorfstück (Torf-S.)

Glossary

Sparrendach einfache Dachkonstruktion aus in der Regel gleich langen Sparren und je einem waagrecht liegenden Dachbalken am Sparrenfuß

Stabkonstruktion Tragkonstruktion aus stehenden Holzplanken (Stäben), die auf ver-schiedene Weise miteinander verbunden werden

Stahlbeton (bewehrter Beton) Beton mit Stahleinlagen versehen

Ständer senkrechte Pfosten einer Fachwerkkonstruktion, auf die sämtliche Lasten übertragen werden

Stehender Dachstuhl Pfettendach mit senkrechten Stielen, die seitlich verstrebt sind. Im Gegensatz zum liegenden Dachstuhl mit parallel zu den Sparren angeordneten Streben und Stielen

Strebewerk Gesamtheit des konstruktiven Verspannungssystems zur Ableitung der Gewölbeschübe, insbes. in der kirchliche Baukunst der Gotik

Sturz horizontaler Balken oder Stein, der eine Fenster- oder Türöffnung nach oben abschließt

Traufe waagrechte Kante eines Dachvorsprungs an der Längsseite des Bauwerks

Überblattung Holzverbindung bei Hölzern, die in einer Ebene liegen und sich recht- oder schiefwinklig kreuzen

Vierung Raumteil einer Kirche mit kreuzförmigem Grundriß, in dem Langhaus, Querschiff und Altarraum sich schneiden

Vorkirche westliche Vorhalle einer Kirche

Walmdach Dachform mit einer auf einer Höhe ringsum verlaufenden Dachtraufe

Zitadelle bes. Befestigung innerhalb der Verteidigungsanlage einer Stadt oder Festung

Zweischalige Wand besteht aus einer äußeren, wetterfesten Wandschale und einer tragenden Innenwand. Der Zwischenraum ist hohl oder verfüllt bzw. wärmegedämmt

Aalto, Alvar Finnish architect (1898–1976). His buildings are functional, but oriented to the human, and harmonise with the landscape

Art Nouveau international artistic movement between 1890 and 1914, arising from opposition to the pseudo-historical styles of the 19th century

Avant-garde radical trends, especially in literature and art

Bargeboard (also vergeboard) projecting boards on the incline of the gable of a building

Baroque style style around 1600, succeeding the Renaissance and Mannerist styles, which spread throughout Europe and its colonies

Base lowest part of a building, statue or monument

Belfry bell-tower or turret

Brutalism term coined in the early 1960s in England to describe the predominant architectural style of the 1950s and 1960s, with exposed reinforced concrete (also called béton brut)

Byzantine style architecture of the Eastern Roman Empire which arose around 395 AD, with capital city Constantinople (Byzantium), now Istanbul. Had strong influence on dominions in Northern Africa, Arabia etc.

Cathedral principal church in a diocese, the bishop's church

Central crossing interior part of a cruciform church, where main aisle, transept and chancel meet

Chancel part of the church where the altar is located, originally reserved for clergy

Chancel screen (also rood screen) structure of wood or stone separating nave from chancel in churches of the middle ages

Chapel place of Christian worship, not a parish church

Classicism artistic movement of 17th-19th century based on models of classical antiquity

Coffer ornamental panel in a flat or vaulted ceiling

Columnar basalt basalt which has split into hexagonal column-like forms during the cooling process. A common rock formation in Iceland

Demi-column ornamental half-column set into a wall

Development plan scheme for the development of new building areas

Dormer window placed vertically in a sloping roof, with its own roof

Double wall consists of an outer, weatherproofed wall and an inner supporting wall. The cavity between the walls is hollow or filled

Eaves projecting edge of roof

Exposed concrete bare concrete surface without further treatment

Flying buttress an arch used to carry the thrust of a vault or roof from the walls of a building to an outer pier or buttress. Typical of Gothic architecture

Forechurch western vestibule of a church

Functionalism creative principle of Modernist architecture and of modern design, especially in the 1910s and 1920s

Gable three-cornered part of an outside wall between sloping roofs, also as decoration above doors, windows and niches (triangular decorative feature)

Gallery upper storey in a church, opening onto the nave

Golden section an irrational proportion which gained currency during the Renaissance age, which may be defined as a line cut in such a way that the the smaller section is to the greater as the greater is to the whole (approximately 5:8)

Gothic European style of the high and late Middle Ages (12th to 16th century). In spite of national variations, it is stylistically fairly uniform

Greek cross cross with four arms of the same length

Half-hipped roof hipped roof (ridged roof with slopes on all four sides) with truncated sloped roof at ends (hips)

Herringbone wall built of layers alternating, inclined to left and right, forming a herring-bone pattern

Hipped roof ridged roof that slopes on all four sides

Infill (timber buildings) material between the wooden parts of timber-frame walls

Ionic order second oldest of the classical Greek orders of columns, with a base, a slender shaft with flutes separated by fillets, and large, projecting volutes on the capital

Lintel horizontal beam atop a window or doorway

Log structure wooden structure with walls built of horizontal tree-trunks, laid one upon another, the end of the trunks notched together at the corners

Masonry stonework made of natural or artificial stone

Modernism (International Modern) 20th-century architecture which finally broke with the Historicism and Eclecticism of the 19th century

Nave central part of a church where the congregation sits

Neo-Gothic trend characterised by the revival of Gothic motifs, which arose around 1750 in France and spread through Europe to Russia

Neo-Baroque style of the second half of the 19th century which (in reaction to strict classicism) revived aspects of the 17th-century Baroque style

Neo-Classicism term for the use of elements of classical architecture, but mostly without ornament

Neo-Renaissance style of the 19th century, above all in architecture and arts (especially furniture), which adopts forms of the Italian Renaissance

Ornamentation decoration of geometric, floral or figurative elements

Pillar upright cylindrical column of stone as a support or ornament

Pinnacle pointed ornament built on to a roof or buttress

Plywood board made by gluing together thin layers of wood

Projecting boards on the incline of the gable of a building

Ridged roof roof with two slopes meeting at a ridge

Rococo style between Baroque and Classicist styles, in which the monumental, dynamic forms are transferred into a graceful, playful and small-scale style of decoration

Romanticism spiritual, artistic and especially literary movement in Europe between 1790 and 1830. In architecture the Romantic trend reflects the newly awakened historic consciousness

Rough-hewn stone raw, undressed stone which has received little or no treatment before use

Saddleback roof ridged roof on a tower

Spar roof simple roof construction made of rafters of the same length and a horizontal roofbeam at the bottom of the rafters

Stave construction supporting construction made of vertical wooden planks (staves) which are connected in different ways

String-course continuous horizontal decorative band set in the surface of an exterior wall

Swiss style, Chalet style Norwegian architectural trend of the late 19th and early 20th centuries, influenced by Neo-Romantic trends in Germany, Switzerland etc.

Timber-frame structure of interlocking timbers with nonstructural infill of brick or other material

Vault arched roof

Wing part of a house attached to the main building

Heimildaskrá / Literatur- und Quellenverzeichnis / Sources

*Der Leser sollte beachten, dass isländische Quellen
unter dem Vornamen des Autors aufgeführt sind.*

*Please note that Icelandic authors are listed under
their first name, as is customary in Iceland.*

Affentranger, Christoph. Neue Holzarchitektur in
Skandinavien. Birkhäuser, 1997.

Architecture in Reykjavík, map guide with walking
tours. Reykjavík, 1996.

Architecture Today. January 1990.

Arkitektúr og skipulag, 3. tbl. 1988 + 3. tbl. 1989.

Aðalskipulag Reykjavíkur 1984–2004. Borgar-
skipulag Reykjavíkur, Borgarverkfræðingurinn í
Reykjavík, 1988.

Aðalskipulag Reykjavíkur 1996–2016.
Borgarskipulag Reykjavíkur,
Borgarverkfræðingurinn í Reykjavík, 1997.

Árbær Museum Museumsführer, 2. Ausgabe,
Reykjavík, 1996.

Árni Daníel Júlíusson, Jón Ólafur Ísberg. Íslenskur
söguatlas 1–3. Iðunn, 1991–1993.

Barüske, Heinz. Kunst- und Reiseführer Island.
Kohlhammer, 1991.

Bauwelt, Bertelsmann Fachzeitschriften, Heft 35/
1992, Heft 38/ 1995, Heft 38/ 1997.

Beenhakker, A.J. Windmills and Watermills in
Iceland. International Molinological Society,
1976.

Bernhöftstorfan. Minjavernd, 1989.

The Best in Industrial Design. Quarto Publishing,
Rotovision, 1996.

Björn G. Björnsson. Fyrsti arkitektinn, Rögnvaldur
Ágúst Ólafsson 1874–1917. 1994.

Bygninger, Byelementer, Bystrukturer i Island.
Islandsgruppen, Kunstakademiets Arkitektskole,
Institut for By- og Landskabsplanlægning, 1982.

Caynor, Elisabeth. Wohnkultur und Lebensstil in
Skandinavien. Dumont, 1989.

Daníel Halldórsson, Einar Thorlacius.
Saurbæjarkirkja í Eyjafirði 1858.

DOMUS, December 1996.

Fleig, Karl. Alvar Aalto, Band 2, 1963–70.
Stuttgart, 1971.

Frumáætlun um endurbætur á húsi Þjóðminjasafns
Íslands. Byggingarnefnd Þjóðminjasafns Íslands,
1990.

Gamla sjúkrahúsið, safnahúsið á Ísafirði. 1990.

Gísli Gestsson. Gömul hús á Núpsstað. Árbók Hins
íslenska fornleifafélags, sérprent, 1969.

Greinargerð Þórs Magnússonar um skoðunarferð í
Vigur við Ísafjarðardjúp. 1991.

Guðjón Samúelsson. Íslenzk byggingarlist. Nokkrar
opinberar byggingar á árunum 1916–1933.
Tímarit Verkfræðingafélags Íslands 1933, 6. hefti.

Guðmundur L. Hafsteinsson. Teigarhorn við
Berufjörð. Þjóðminjasafn Íslands,1997.

Guðrún Jónsdóttir. Þingeyrakirkja í Austur-
Húnavatnssýslu. 1997.

Gunnar Kristjánsson. Churches of Iceland. Iceland
Review, 1988.

Gunnar Kristjánsson. Houses of Worship. Iceland
Review, 1988.

Hafnarfjörður, Stadt in der Lava. Hafnarfjarðarbær,
1998.

Halldór Björn Runólfsson. Glæsileg menningarmið-
stöð í Edinborgarhúsi. Morgunblaðið, 11.1.1998.

Haraldur Sigurðsson. Reykjavík 2030, The munici-
pal plan 2010–2030. Guðjón Ó Printing, 2014.

Hjörleifur Stefánsson. Akureyri – fjaran og innbær-
inn, byggingarsaga. Akureyri, 1986.

Hjörleifur Stefánsson. Greinargerð um stöðu og
verkefni húsverndardeildar Þjóðminjasafns
Íslands árið 1998 – húsasafnið. Þjóðminjasafn
Íslands, 1997.

Hjörleifur Stefánsson. Hillebrandtshús á Blönduósi.
Árbók Hins íslenska fornleifafélags 1993.

Hjörleifur Stefánsson. Hæstakaupstaðarhúsið á
Ísafirði. 1993.

Hjörleifur Stefánsson. Langabúð á Djúpavogi. 1990.

Hjörleifur Stefánsson, Guðný Gerður Gunnarsdóttir.
Kvosin, byggingarsaga miðbæjar Reykjavíkur.
Torfusamtökin, 1987.

Hörður Ágústsson. Bauten aus Soden und Stein,
Begleitband zur Ausstellung 1000 Jahre Island.
Stadt Duisburg, 1998.

Hörður Ágústsson. Búðakirkja. 1986.

Hörður Ágústsson. Innri-Njarðvíkurkirkja. 1980.

Hörður Ágústsson. Íslensk byggingararfleifð 1. Ágrip
af húsagerðarsögu 1750–1940.
Húsafriðunarnefnd ríkisins, 1998.

Hörður Ágústsson. Norska húsið í Stykkishólmi.
Árbók Hins íslenska fornleifafélags, sérprent,
1989.

Hörður Ágústsson. Vöruskemma í Ólafsvík. 1987.

Irsigler, P. Baulexikon. Verlag Irsigler, 1988.

Islandberichte. Zeitschrift der Deutsch-Isländischen
Gesellschaft e. V. Köln und der Gesellschaft der
Freunde Islands Hamburg, Hefte 1+2/ 1995.

Island. Merian, 1985.

Jóhannes Nordal, Valdimar Kristinsson (eds.).
Iceland 1986. Handbook published by the Central
Bank of Iceland. Reykjavík, 1987.

Jón Kr. Ólafsson. Ein af kirkjum Rögnvaldar
Ólafssonar. Lesbók Morgunblaðsins, 6.3.1982.

Jón Sigurpálsson. Neðstikaupstaður. Safnvísir, upp-
lýsingablað Byggðasafns Vestfjarða, 1.tbl. 1995.

Jónas Jónsson frá Hriflu og Benedikt Gröndal
(ritstj.). Íslensk bygging. Brautryðjandastarf
Guðjóns Samúelssonar. Norðri, 1957.

Kadatz, Hans-Joachim. Wörterbuch der Architektur.
VEB E.A. Seemann Verlag, 1980.

Kiørboe, Frederik. Landsbibliothek í Reykjavík.
1910.

Koepf, Hans. Baukunst in fünf Jahrtausenden, 8.
auflage. Kohlhammer, 1980.

Kristján Eldjárn. Bænhúsið á Núpsstað. Árbók Hins
íslenzka fornleifafélags 1961.

Kristján Eldjárn. Stöng í Þjórsárdal. Leiðarvísir.
Þjóðminjasafn Íslands, 1971.

Kristján Eldjárn, Þorsteinn Gunnarsson. Um
Hóladómkirkju. Hólanefnd, 1993.

Kristján Eldjárn. Um Grafarkirkju. Leiðsögn um
kirkju og kirkjugripi, 2. útg. Þjóðminjasafn
Íslands, 1971.

Langabúð 1997. Menningarmiðstöð
Djúpavogshrepps, 1997.

Lederer, A., Ragnarsdóttir, J. Wohnen heute. Krämer,
1992.

Lilja Árnadóttir. Eyrarbakki, húsakönnun.
Þjóðminjasafn Íslands, 1989.

Meyers grosses Taschenlexicon, 2. neubearb. Auflage,
B.I. Taschenbuchverlag, 1987.

Nordic World Heritage, Proposals for New Areas for
the Unesco World Heritage List, Nord 1996:31.

Nordisk funksjonalisme. Red. Wenche Findal. Ad
Notam Gyldendal, 1995.

Northern Factor – New Generation of the North.
Museum of Finnish Architecture, 1996.

Ostertag, Roland et al. Island Exkursion. TU
Braunschweig, Institut für Gebäudelehre und
Entwerfen C., 1994.

Páll V. Bjarnason. Brydepakkhúsið. 1980.

Pétur H. Ármannsson. Gljúfrasteinn. Arkitektúr,
verktækni og skipulag, 4.tbl. 14.árg. 1993.

Pétur H. Ármannsson. Heimili og húsagerð 1967–
1987. Almenna bókafélagið, 1987.

Pétur H. Ármannson. Social Aspects and Modern
Movement Architecture in Iceland. Modern
Movement Scandinavia. DOCOMOMO
Scandinavia and Fonden til udgivelse af
Arkitekturtidskrift B. Aarhus, 1998.

Pétur H. Ármannsson. Einar Sveinsson arkitekt og
húsameistari Reykjavíkur. Kjarvalsstaðir –
Listasafn Reykjavíkur, 1995.

Pétur H. Ármannsson. Landslag sálarinnar.
Landnám Ingólfs 4. Félagið Ingólfur, 1991.

Pétur H. Ármannsson. Sigurður Guðmundsson arki-
tekt. Listasafn Reykjavíkur, 1997.

Poulsen, Mogens Brant. Icelandic Architecture

[exhibition catalogue]. Aarhus School of
Architecture, Denmark 1994 [in Danish], 1996
[in Icelandic and English].

Raeburn, Michael. Baukunst des Abendlandes.
Deutsche Verlags-Anstalt, 1982.

Reykjavík – sögustaður við Sund I-IV. Örn og
Örlygur, 1986–1989.

Róaldsbrakki. Herring Era Museum. Siglufjörður,
1995.

Sacher, Edwin. Die aus Grassoden und Holz gebau-
ten Höfe und Kirchen in Island. Würzburg, 1938.

Schildt, Göran. Alvar Aalto. The complete catalogue
of architecture, design and art. 1994.

Schmal, Peter Cachola. Island und Architektur?
Jovis Verlag GmbH, 2011.

Schnüttgen, Achim. Island, Kunstreiseführer.
Dumont, 1988.

Schools for Today and Tomorrow. OECD
Publications, 1996.

Schweizer, Dr. Bruno. Die letzte grosse Hofanlage in
Rasenarchitektur auf Island. Germanien,
Monatshefte für Erkenntnis deutschen Wesens,
1939.

Sixth International Architecture Exhibition
Catalogue, ELECTA 1996.

Warth, Dr. Otto. Die Konstruktionen in Holz. J.M.
Gebhardts Verlag, 1900. Nachdruck Th. Schäfer,
1982.

Weinmann, Cornelia. Der Hausbau in Skandinavien
vom Neolithikum bis zum Mittelalter. WdeG,
1994.

Þorlákur Ófeigsson. Háskólabygging. Tímarit iðnað-
armanna 1944.

Þorsteinn Gunnarsson. Auðkúlukirkja, Svínadal.
Húsafriðunarnefnd, 1993.

Þorsteinn Gunnarsson. Viðeyjarstofa og
kirkja. Byggingarsaga, annáll og endurreisn.
Reykjavíkurborg, 1997.

Þorsteinn Jósefsson et al. Landið þitt Ísland. Örn og
Örlygur, 1980–85.

Þór Hjaltalín. Keldur á Rangárvöllum.
Þjóðminjasafn Íslands, 1998.

Þór Magnússon. Þjóðminjar. Lesbók
Morgunblaðsins, 20.2.1977.

Þóra Guðmundsdóttir, Martin Sammtleben. Húsin í
bænum. Tækniminjasafn Austurlands, 1996.

Þóra Guðmundsdóttir. Húsasaga
Seyðisfjarðarkaupstaðar. Safnastofnun
Austurlands, Seyðisfjarðarkaupstaður, 1995.

Myndaskrá / Abbildungsnachweis / List of Illustrations

Flestar teikningar í þessari bók gerðu Jürgen Eberhard og Gernot Grimm eftir teikningum höfunda. Flestar ljósmyndanna tók Birgit Abrecht. Aðrar teikningar og ljósmyndir eru verk neðantalinna.

Der überwiegende Teil der Zeichnungen im Buch wurde auf der Grundlage der Architektenzeichnungen überarbeitet von Jürgen Eberhardt und Gernot Grimm. Die Fotografien der Projekte wurden überwiegend von Birgit Abrecht aufgenommen. Alle übrigen Pläne und Fotografien stammen von nebenstehend aufgeführten Planverfassern bzw. Fotografen.

Most of the drawings in this book were drawn by Jürgen Eberhardt and Gernot Grimm on the basis of the architectural drawings. Most of the photographs were taken by Birgit Abrecht. Other drawings and photographs are the work of the following.

Staðanafnaskrá / Ortsverzeichnis / Index of Places

Mannanafnaskrá / Personenverzeichnis / Index of People

Isländer sind unter ihrer Vorname aufgeführt.

Icelanders are listed under their first name.

Byggingaskrá

Gebäudeverzeichnis

Index of Buildings

Um höfundinn

Birgit Abrecht er arkitekt og rithöfundur sem stofnaði árið 1989 vinsæla arkitekta-stofu í Keltern í Þýskalandi. Hún er meðal brautryðjenda á sviði orkusparnaðar og nýt-ingar sólarorku við byggingu og endurbætur mannvirkja. Í byggingum sínum leggur hún megináherslu á vellíðan íbúanna. Hún hefur fengið ýmsar viðurkenningar fyrir verk sín, þ.á m. Evrópsku Solar-verðlaunin. Hún hefur gefið út nokkrar bækur og haldið ótal fyr-irlestra sem hafa verið fólki hvatning til að bæta híbýli sín og lífsgæði. Auk þessa hefur hún þróað vefsíðu þar sem hún býður húseig-endum, íbúum og fagfólki um allan heim upp á námskeið og netkennslu. Í fríum dvelur hún gjarnan í sumarhúsi sínu á Íslandi.

Über die Autorin

Die Autorin und Architektin Birgit Abrecht gründete 1989 ihr erfolgreiches Archi-tekturbüro in Keltern, Deutschland. Als Pionierin ist sie im Bereich energiesparen-des und solares Bauen und Modernisieren tätig. Das Wohlbefinden der Bewohner steht dabei im Mittelpunkt ihrer Arbeit. Ihre Projekte wurden mehrfach ausgezeich-net, unter anderem mit dem Europäischen Solarpreis. Sie schreibt Bücher und hat als Referentin auf unzähligen Vorträgen und Seminaren Menschen inspiriert ihre Wohn- und Lebensqualität zu verbessern. Zudem entwickelte sie ein Online-Programm, mit dem sie Hauseigentümer, Bewohner und Fachleute weltweit in einzigartigen Kursen und Webinaren unterrichtete. Zusammen mit ihrer Familie genießt sie ihren Urlaub gerne im Sommerhaus in ihrer zweiten Heimat Island.

About the author

Birgit Abrecht is a writer and architect who founded a successful architectural office in Keltern, Germany in 1989. She has been at the forefront of energy-saving and using solar power in construction and modernisa-tion of buildings. The well-being of residents is at the core of her work. She has received several awards for her work, including the European Solar Prize. She has published a number of books and held several lectures inspiring people to improve their homes and quality of life. Furthermore, she has creat-ed a website where she offers home own-ers, residents, and professionals all over the world online courses and instruction. She spends her vacations with her family in her summer house in Iceland.

www.birgitabrecht.com